पुणे विद्यापीठाच्या प्रथम वर्ष वाणिज्य शाखेच्या (F.Y.B.Com.) २०१३-१४च्या
सुधारित अभ्यासक्रमानुसार लिहिलेले क्रमिक पुस्तक;
तसेच महाराष्ट्रातील इतर सर्व विद्यापीठांना उपयुक्त.

I0631546

बँक व्यवसाय व वित्तपुरवठा
(बँक व्यवसायाची मूलतत्त्वे)

Banking and Finance

डॉ. जगदीश लांजेकर

डायमंड पब्लिकेशन्स

बँक व्यवसाय व वित्तपुरवठा
(बँक व्यवसायाची मूलतत्त्वे)
डॉ. जगदीश लांजेकर

Banking and Finance
Dr. Jagdish Lanjekar

प्रथम आवृत्ती : जून २०१३

ISBN 978-81-8483-533-5

मुखपृष्ठ
शाम भालेकर

प्रकाशक
डायमंड पब्लिकेशन्स
२६४/३ शनिवार पेठ, ३०२ अनुग्रह अपार्टमेंट
ओंकारेश्वर मंदिराजवळ, पुणे-४११ ०३०
☎ ०२०-२४४५२३८७, २४४६६६४२

info@diamondbookspune.com
www.diamondbookspune.com

प्रमुख वितरक
डायमंड बुक डेपो
६६१ नारायण पेठ, अप्पा बळवंत चौक
पुणे-४११ ०३० ☎ ०२०-२४४८०६७७

प्रस्तावना

आधुनिक काळात बँका या कोणत्याही देशाच्या अर्थव्यवस्थेचा आधारस्तंभ असतात. त्या वित्तीय क्षेत्रांत कार्य करतात. ग्राहकांकडून ठेवी गोळा करून त्या इतरांना कर्जाऊ देतात. समाजाला वित्तीय सेवा-सुविधा पुरविण्याचे त्या कार्य करतात आणि समाजघटकांच्या आर्थिक उन्नतीसाठी त्या संबंधित असतात, त्यामुळे बँकिंगचा अभ्यास हे केवळ आव्हानात्मक नव्हे तर अत्यंत आवश्यक आहे. आधुनिक तंत्रज्ञानाचा अंगीकार केल्यामुळे बँकांच्या वित्तीय व आर्थिक कार्यकक्षा दिवसेंदिवस रुंदावत आहेत. समाजातल्या जवळपास सर्व व्यक्तींचे दैनंदिन वित्तीय जीवन हे बँकांशी निगडित झालेले आहे. प्रत्येकाचा बँकांशी असणारा संबंध हा मोठ्या प्रमाणावर वाढत आहे.

पुणे विद्यापीठाच्या एफ. वाय. बी. कॉम. या वर्गाच्या 'बँकिंग आणि वित्तपुरवठा' या विषयाचे जून, २०१३ पासूनच्या सुधारित अभ्यासक्रमानुसार लिहिलेले हे पुस्तक विद्यार्थी वर्गाला सादर करताना अत्यंत आनंद होतो आहे. या पुस्तकात अभ्यासक्रमानुसार बँकांचा इतिहास, कार्ये, त्यांची कार्यपद्धती यांबरोबरच चलनक्षम दस्तऐवज, पृष्ठांकन, पतपैसा निर्मिती, बँकेचा ताळेबंद यांचेही सविस्तर विवेचन करण्यात आले आहे. बँकांमधील 'आधुनिक तंत्रज्ञानाच्या वापराची माहिती' हे या पुस्तकाचे खास वैशिष्ट्य म्हणता येईल. इलेक्ट्रॉनिक बँकिंग, इंटरनेट बँकिंग यांच्यासह तंत्रज्ञानाच्या विविध प्रकारांची माहिती देण्यात आली आहे. एन. ई. एफ. टी., आर. टी. जी. एस., स्वीफ्ट इ. च्या माध्यमांतून पैसे कसे पाठविले जातात याचे तपशीलवार विवेचन करण्यात आले आहे. अत्यंत सोपी भाषा, मुद्देसूद स्पष्टीकरण आणि तक्ते, आकृत्या, नमुने व उदाहरणांचा वापर यांमुळे विद्यार्थ्यांना हा विषय सहजरीत्या समजेल अशी खात्री वाटते.

डायमंड पब्लिकेशन्सचे श्री. दत्तात्रेय पाष्टे यांनी हे पुस्तक लिहिण्यास उद्युक्त करून ते प्रकाशित केले याबद्दल मी त्यांचा ऋणी आहे. त्यांच्या कार्यालयातील श्रीमती दया साळगांवकर व इतर कर्मचारी वर्ग यांनी केलेल्या सहकाऱ्याबद्दल मी त्यांचे आभार मानतो.

डॉ. जगदीश लांजेकर

लेखक-परिचय

पूर्ण नाव :– जगदीश रामचंद्र लांजेकर

जन्मगाव :– वाई, जि. सातारा

शिक्षण :– एम. कॉम., एम. फिल., जी. डी. सी. अॅण्ड ए., डी. बी. एम., एम. बी. ए. (फायनान्स), पी. एचडी. (बँकिंग)

अनुभव :– डेक्कन एज्युकेशन सोसायटीच्या वाई येथील द्रविड हायस्कूल व व्यवसाय शिक्षण विभागात (कनिष्ठ महाविद्यालयीन स्तर) निदेशक म्हणून ११ वर्षे सेवा.

सन २००५ पासून डेक्कन एज्युकेशन सोसायटीच्या बृहन्महाराष्ट्र वाणिज्य महाविद्यालयात वरिष्ठ विभागात साहाय्यक प्राध्यापक म्हणून रुजू.

सध्या त्या महाविद्यालयात उपप्राचार्य व 'बँकिंग अॅण्ड फायनान्स' या विभागाचा प्रमुख म्हणून जबाबदारी.

इतर :– अभ्यासक्रमावरील व इतर विषयांवरील पुस्तकांचे लेखन.

राष्ट्रीय व आंतरराष्ट्रीय चर्चासत्रे, परिषदांमध्ये विविध विषयांवर शोधनिबंध सादर.

पुणे विद्यापीठ
प्रथम वर्ष वाणिज्य शाखेचा बँक व्यवसाय व वित्तपुरवठा
(बँक व्यवसायाची मूलतत्त्वे) या विषयाचा सुधारित अभ्यासक्रम
(Banking & Finance)
(२०१३-१४ पासून लागू)

उद्दिष्ट्ये :

(१) बँकिंगच्या मूलभूत तत्त्वांची विद्यार्थ्यांना ओळख करून देणे.

(२) बँकिंग संकल्पना आणि कार्यपद्धती समजण्याइतपत विद्यार्थ्यांची क्षमता विकसित करणे.

(३) बँक व्यवसाय आणि व्यवहारपद्धतींची विद्यार्थ्यांना माहिती करून देणे.

(४) बँकिंगच्या कार्यपद्धतींचे पूर्ण ज्ञान देणे.

(५) बँकिंग प्रणालीमध्ये समाविष्ट केलेल्या नव्या संकल्पनांसंदर्भातील माहिती विद्यार्थ्यांना देणे.

भाग - १

प्रकरण १ बँक व्यवसायाची उत्क्रांती

१.१ बँक या शब्दाचा उगम, अर्थ आणि व्याख्या

१.२ बँक व्यवसायाची उत्क्रांती – युरोप, अमेरिका आणि आशिया

१.३ भारतातील बँक व्यवसायाची उत्क्रांती

१.४ भारतीय बँक व्यवसाय पद्धतीची रचना

प्रकरण २ बँकेची कार्ये

२.१ प्राथमिक कार्ये :

(अ) ठेवी स्वीकारणे : मागणी ठेवी : चालू व बचत, सवलत खाते (No Frills Account),

मुदत ठेवी : आवर्ती आणि ठेव खाती, मुदत ठेव खाते – स्वयंप्रवाहीत (Auto Sweep Flexi Deposit A/c)

(ब) कर्जे आणि अग्रीमे देणे : मुदत कर्ज, अल्प मुदत कर्ज, अधिकर्ष, रोख पत, विनिमयपत्रे (Bills) खरेदी व वठविणे.

२.२ दुय्यम कार्ये

(अ) अभिकर्ता कार्ये : धनादेश, विनिमय पत्रे आणि वचनचिठ्ठ्या यांचे प्रदान आणि रक्कम जमा करणे; स्थायी आदेशांची अंमलबजावणी; विश्वस्त, मुखत्यार म्हणून कार्य.

(ब) सर्वसाधारण उपयोगिता कार्ये : (वस्तू व कागदपत्रे) सुरक्षा, सुरक्षित ठेव कप्पे, रकमा पाठविणे, निवृत्ती वेतन प्रदान, परकीय चलन विक्रेता म्हणून कार्य.

प्रकरण ३ ठेव खाते उघडण्याची आणि चालविण्याची पद्धती

३.१ ठेव खाते उघडण्याची प्रक्रिया : तुमच्या खातेदाराला ओळखा (ग्राहक परिचय प्रमाणके) – गरज आणि निकष (Norms), अर्जाचा नमुना, परिचय, रहिवास पत्ता, नमुना सही आणि वारस नाम निर्देशन व त्यांचे महत्त्व.

३.२ ठेव खाते चालविण्याची पद्धती – पैसे भरण्याची स्लीप (भरणापावती), पैसे काढण्याची स्लीप (उचलपावती), खाते पुस्तिका देणे (चालू,बचत किंवा आवर्ती ठेवी), धनादेश पुस्तिका देणे, मुदत ठेव पावती देणे, मुदतीपूर्वी मुदत ठेव वठविणे आणि मुदत ठेवींवर कर्ज मिळविणे, आवर्ती ठेवी मुदतीपूर्वी वठविणे आणि आवर्ती खात्यावर कर्ज मिळविणे.

३.३ (अ) खाते बंद करणे

(ब) इतर शाखांत / बँकांमध्ये खाते वर्ग करणे

३.४ खातेदारांचे प्रकार –

(अ) व्यक्तिगत खातेधारक – एकल किंवा संयुक्त, निरक्षर, अज्ञान, विवाहित स्त्री, बुरखाधारी महिला, अनिवासी खाते.

(ब) संस्थात्मक खातेधारक – एकल मालकी संस्था, भागीदारी संस्था, संयुक्त भांडवली कंपनी, अविभक्त हिंदू कुटुंब, क्लब असोसिएशन आणि सोसायट्या (Societies), आणि विश्वस्त.

प्रकरण ४ पैसे पाठविण्याच्या पद्धती

४.१ मागणी धनकर्ष, बँक धनाकर्ष आणि प्रतिमा-संचारित धनादेश (Truncated Cheques)

४.२ टपाल प्रेषण आणि तार प्रेषण

४.३ इलेक्ट्रॉनिक निधी स्थानांतरण – आर. टी. जी. एस., एन. ई. एफ. टी. आणि स्विफ्ट

भाग - २

प्रकरण ५ कर्ज तत्त्वे, पतपैसा निर्मिती आणि बँकेचा ताळेबंद

५.१ सुरक्षितता, रोखता, लाभता, जबाबदाऱ्यांचे विविधीकरण, रोखता आणि लाभता यांतील द्वंद

५.२ बहुगुणित पत पैसा निर्मिती - प्रक्रिया आणि मर्यादा

५.३ व्यापारी बँकेचे ताळेबंद पत्रक

प्रकरण ६ चलनक्षम दस्तऐवज

६.१ वचनचिठ्ठी, विनिमय पत्र आणि धनादेश यांची व्याख्या, अर्थ आणि वैशिष्ट्ये

६.२ धनादेशाचे प्रकार – वाहक, आदेश आणि रेखांकित

६.३ रेखांकनाचे प्रकार – सामान्य आणि विशेष

प्रकरण ७ पृष्ठांकन

७.१ पृष्ठांकनाची व्याख्या आणि अर्थ

७.२ पृष्ठांकनाचे प्रकार – कोरे, पूर्ण किंवा विशिष्ट, मर्यादित, अंशत:, सशर्त, जबाबदारीतून मुक्त, 'अनादराची सूचना नको' पृष्ठांकन

प्रकरण ८ बँक व्यवसायातील तंत्रज्ञान

८.१ बँक व्यवसायातील तंत्रज्ञानाची गरज आणि महत्त्व

८.२ ई-बँकिंग : ए. टी. एम., क्रेडिट कार्ड, टेलिबँकिंग, मोबाईल बँकिंग, नेट बँकिंग, स्वीफ्ट (सोसायटी फॉर वर्ल्ड वाईड इंटर-बँक फायनान्शियल टेलिकम्युनिकेशन)

८.३ कोअर बँकिंग प्रणालीची संकल्पना आणि फायदे.

अनुक्रम

प्रस्तावना
लेखक-परिचय
अभ्यासक्रम

प्रकरण - १

बँक व्यवसायाची उत्क्रांती

१.१ 'बँक' या शब्दाचा उगम, अर्थ आणि व्याख्या

१.२ बँक व्यवसायाची उत्क्रांती – युरोप, अमेरिका आणि आशिया

१.३ भारतातील बँक व्यवसायाची उत्क्रांती

प्रस्तावना

आधुनिक काळात कोणत्याही देशाच्या अर्थव्यवस्थेची सुदृढता ही त्या देशातील बँका आणि वित्तीय संस्थांच्या कार्यक्षमतेवर अवलंबून असते. बँका आणि वित्तीय संस्था या अर्थविषयक सेवा पुरवितात. खातेदारांकडील शिल्लक रकमा ठेवीच्या रूपाने स्वीकारून त्या गरजू लोकांना कर्जरूपाने वितरीत करण्याबरोबरच बँका समाजाची आर्थिक स्थिती सुधारण्यासाठी प्रत्यक्ष व अप्रत्यक्षरीत्या साहाय्यभूत ठरतात.

आज सामान्य माणसाचे आर्थिक जीवन हे बँकांशी अधिक निगडित झाले आहे. बँका पुरवित असलेल्या सेवासुविधा आणि त्यांची वित्तीय कार्ये ही दिवसेंदिवस अधिकाधिक विस्तार पावत आहेत. त्यामुळे आर्थिक प्रगतीचा आढावा घेण्याच्या दृष्टीने बँकिंगचा अभ्यास हा अधिक महत्त्वाचा आणि आव्हानात्मक असा झाला आहे.

१.१ 'बँक' या शब्दाचा उगम, अर्थ आणि व्याख्या

'बँक' या शब्दाच्या व्युत्पत्तीविषयी विविध तज्ज्ञांनी निरनिराळ्या प्रकारची मते व्यक्त केली आहेत.

(अ) इटालियन शब्द 'बांको'

काही लेखकांच्या मते 'बँक' हा इंग्रजी शब्द बांक (Banc), बांको (Banco),

बांकस (Bancus), किंवा बांक्यू (Banque) या इटालियन शब्दांपासून व्युत्पन्न झाला आहे. मध्ययुगीन काळात युरोपमध्ये, विशेषत: इटली या देशात ज्यू लोक पैसे कर्जाऊ देण्याचा व्यवसाय करीत असत. पैशांच्या देवघेवीचे काम करण्यासाठी ते लाकडी बाकांचा वापर करीत असत. इटलीतील लोंबार्डी प्रांतात ज्यू सावकार रस्त्यांच्याकडेला लाकडी बाके ठेवून, त्या बाकांवर विविध देशांची वेगवेगळ्या रकमेची चलने व नाणी यांचे ढीग ठेवत असत. या बाकांच्या शेजारी बसून ते सावकार पैसे कर्जाऊ देण्याचे तसेच चलनांची अदलाबदल करण्याचे काम करीत असत. या बाकांना इटालियन भाषेत 'बांको' (Banco) असे संबोधित असत आणि त्यावरूनच सध्या प्रचलित असलेला 'बँक' हा इंग्रजी शब्द तयार झाला आहे. अशाप्रकारे इटलीमधील ज्यू सावकारांनी आधुनिक बँक व्यवसायाची मुहूर्तमेढ रोवली आणि हा पैसे कर्जाऊ देण्याचा व्यवसाय 'बांको' अर्थात 'बँक' या नावाने ओळखला जाऊ लागला.

जर एखाद्या ज्यू सावकाराला नुकसानीमुळे, कर्जे वसूल न झाल्यामुळे अगर दिवाळखोरीमुळे आपला व्यवसाय बंद करावा लागला तर त्याच्यासमोरील बाक तोडले जायचे, ही प्रथा त्या काळात तेथील प्रांतात रूढ होती. या प्रथेमुळे काही तज्ज्ञ 'बँक्क्रप्ट' या शब्दाची व्युत्पत्ती 'दिवाळखोर बनणे' व लाकडी बाक तोडणे या क्रियांशी जोडतात.

(ब) गिल्बर्ट व मॅकोलेड या अर्थतज्ज्ञांचे मत

गिल्बर्ट व मॅकोलेड या अर्थतज्ज्ञांनी 'बँक' या शब्दाची व्युत्पत्ती वेगळ्याप्रकारे दिली आहे. मॅकोलेड यांनी त्यांच्या 'इलेमेंट्स ऑफ बँकिंग' या पुस्तकात 'बँक' हा शब्द ज्या 'बांको' (Banco) या शब्दापासून तयार झाला आहे, तो इटालियन शब्द नसून जर्मन शब्द आहे, असे म्हटले आहे. अर्थात, बांको म्हणजे पैसे कर्जाऊ देण्याचा व्यवसाय करण्यासाठी वापरले जाणारे लाकडी बाक होय.

मॅकोलेड यांनी त्या पुस्तकात या व्युत्पत्तीविषयीचा इतिहास नमूद केला आहे. इ.स. ११७१ मध्ये इटलीच्या व्हेनिस प्रांतातील मंत्र्यांनी युद्ध खर्च भागविण्यासाठी नागरिकांकडून कर्ज घेतले होते. या कर्जाच्या परतफेडीचे नियोजन देखील करण्यात आले होते. अशा प्रकारच्या कर्जाला इटालियन भाषेत माँटे (Monte) असे म्हणत. माँटे याचा अर्थ 'संयुक्त निधी' असा असून (Joint fund) हा शब्द लॅटिन भाषेतील 'मॉन्स' (monse) या शब्दापासून तयार झाला आहे. मॉन्स याचा अर्थ बँकिंग व्यवहार करण्यासाठी आवश्यक असणाऱ्या 'पैशांची रास' असा आहे.

बाराव्या शतकात इटलीच्या बहुतांश भागावर जर्मनीचे वर्चस्व होते. बांको व मॉंटे हे दोन्ही शब्द बँक व्यवसायासाठी वापरले जात. तथापि, त्या काळी जर्मन प्रभावामुळे प्रत्यक्ष व्यवहारात मॉंटे ऐवजी बांको हा शब्द वापरण्यात येऊ लागला व त्यापासून 'बँक' हा शब्द व्युत्पन्न झाला.

(क) 'बँक' याच शब्दावरून बँक

काही तज्ज्ञांच्या मते 'बँक' हा शब्द स्वत: बँक (Bank) याच इंग्रजी शब्दापासून वापरला जात आहे. बँक याचा मूळ अर्थ 'नदीचा काठ' असा होय. युरोप खंडातील अनेक शहरे नद्यांच्या काठांवर वसलेली आहेत. उदा. लंडन हे शहर थेम्स नदीच्या काठावर आहे. प्राचीन काळी तेथे माल वाहतूक मोठ्या प्रमाणावर जहाजांतून केली जात असे आणि बहुतांश व्यापार व पैशांच्या देवघेवीचे व्यवहार हे नदीच्या काठांवर केले जात असत. त्यामुळे पैशांच्या देवघेवीच्या व्यवसायाला देखील 'बँक' हा शब्दच रूढ झाला.

सारांश, 'बँक' या शब्दाची व्युत्पत्ती विविध प्रकारे झाली असली तरी मध्ययुगामध्ये युरोप खंडात 'बँकिंग' व्यवसाय चालविला जात होता हे स्पष्ट होते.

बँकेचा अर्थ व व्याख्या

बँक ही एक अशी संस्था आहे की जी लोकांकडून ठेवी स्वीकारते आणि त्यांना तसेच इतर संघटनांना कर्जे देते. कर्जावर मिळालेले व्याज आणि ठेवींवर दिलेले व्याज यातील फरक हा बँकेच्या उत्पन्नाचा प्रमुख स्रोत होय. अशाप्रकारे बँक हा एक व्यवसाय असून त्यामध्ये समाजातील लोकांच्या पैशांचा व्यापार केला जातो. 'बँक' आपले कौशल्य वापरून इतरांच्या पैशांवर नफा कमविते. ती पतपैसा निर्माण करते तसेच अर्थव्यवस्थेमध्ये पैसा आणि चलनपुरवठा करते. 'कर्जांचे व्यवहार करणारी संस्था' अशी बँकेची व्याख्या सर्वसाधारणपणे केली जाते.

(अ) प्रा. आर. एस. सेयर्स (R. S. Sayers)

यांच्या मते, " 'बँक' ही एक संस्था असून, ती घेत असलेल्या कर्जांना सामान्यपणे बँक ठेवी असे संबोधतात आणि त्या ठेवी इतर लोकांची एकमेकांकडे असलेली कर्जे भागविण्याच्या दृष्टीने मोठ्या प्रमाणावर स्वीकारली जातात."

(ब) डॉ. एच. एल. हार्ट (H. L. Heart)

यांच्या मते, "बँकर म्हणजे अशी व्यक्ती किंवा संस्था जी तिच्या व्यवसायात सामान्यपणे पैसे स्वीकारते आणि ज्या व्यक्तींकडून अगर ज्यांच्या खात्यांवर तिला हे पैसे मिळतात, त्यांनी काढलेल्या धनादेशांना वटवून ती परत करते."

(क) बँकिंग नियमन कायदा, १९४९

"बँक म्हणजे जी बँकिंगचा व्यवसाय करते, म्हणजेच कर्ज देण्याच्या आणि गुंतवणूक करण्याच्या हेतूने लोकांकडून पैशांच्या ठेवी स्वीकारणे की ज्या मागणीद्वारे अगर इतर प्रकारे देय असतात; तसेच त्या धनादेश, विपत्र, आदेश किंवा इतर प्रकारे परत घेतल्या जाऊ शकतात."

थोडक्यात, बँक ही नफा कमविणारी व्यवसाय संस्था असून ती पैसा आणि पतपैशांचा व्यापार करते. ती पैशांचा व्यवहार करणारी वित्तीय संस्था आहे की, ज्या अर्थी ती लोकांकडून स्वत:च्या कस्टडीत सुरक्षित ठेवण्यासाठी पैशांच्या ठेवी स्वीकारते. त्याप्रमाणे ती मिळालेल्या ठेवींच्या रकमा गरजू व्यक्ती व संस्थांना कर्जरूपाने देऊन पत व्यवहार करते. अशाप्रकारे ती अर्थव्यवस्थेत बचतींना प्रोत्साहन देऊन त्या एकत्रीकरणाचे कार्य करते. त्याचबरोबर ग्राहकांकडून अल्पसे शुल्क घेऊन त्यांना काही उपयुक्त व प्रतिनिधी स्वरूपाच्या सेवा-सुविधा पुरविते.

सारांश, बँक म्हणजे धनाचा मोठा साठा होय ज्यात लोकांच्या शिल्लक रकमा बचतीच्या रूपाने जमा होतात आणि ज्यामधून लोकांना, व्यावसायिकांना व इतरांना भांडवल-गुंतवणूक, उत्पादक अगर अनुत्पादक कारणांसाठी अग्रीम रकमा दिल्या जातात. बँक ह्या आधुनिक जगातल्या प्रगतीच्या संस्था आहेत ज्या सुरक्षितपणे पैशांचे हस्तांतरण करून उद्योगाला प्राधान्य देऊन देशाचा विकास करायला प्रोत्साहन देतात. ज्या देशातील बँका सशक्त तो देश लवकर प्रगतीपथावर जातो हे आता सिद्ध झाले आहे म्हणूनच एकविसाव्या शतकात बँकांची कामगिरी हा देशाच्या आर्थिक विकासाचा निकष मानला जाऊ लागला आहे.

१.२ बँक व्यवसायाची उत्क्रांती – युरोप, अमेरिका आणि आशिया

आधुनिक बँकिंगचा प्रारंभ पश्चिम जगतात विशेषत: युरोपीय देश आणि अमेरिका येथे झाला. त्यामुळे पश्चिम जगतात कोणकोणत्या संस्कृतींमध्ये, साम्राज्यांमध्ये अगर देशांमध्ये प्राचीन काळापासून बँकिंग सदृश्य व्यवहार चालू होते, याचा

आढावा घेणे आवश्यक आहे. हा आढावा प्राचीन काळ, मध्ययुगीनकाळ व आधुनिक काळ अशा तीन टप्प्यांत घेतला आहे.

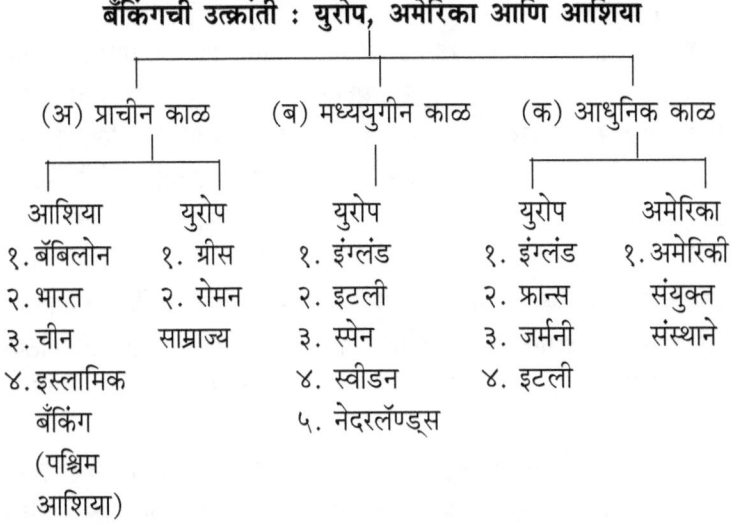

बँकिंगची उत्क्रांती : युरोप, अमेरिका आणि आशिया

- (अ) प्राचीन काळ
  - आशिया
    - १. बॅबिलोन
    - २. भारत
    - ३. चीन
    - ४. इस्लामिक बँकिंग (पश्चिम आशिया)
  - युरोप
    - १. ग्रीस
    - २. रोमन साम्राज्य
- (ब) मध्ययुगीन काळ
  - युरोप
    - १. इंग्लंड
    - २. इटली
    - ३. स्पेन
    - ४. स्वीडन
    - ५. नेदरलॅण्ड्स
- (क) आधुनिक काळ
  - युरोप
    - १. इंग्लंड
    - २. फ्रान्स
    - ३. जर्मनी
    - ४. इटली
  - अमेरिका
    - १. अमेरिकी संयुक्त संस्थाने

(अ) प्राचीन काळ

I. आशिया

बँकिंगचे व्यवहार पश्चिमेकडील काही देशांमध्ये अगदी प्राचीन काळामध्ये देखील अस्तित्वात होते.

(१) बॅबिलोन : (मेसापोटामिया, सध्याचे इराक)

बॅबिलोन व इजिप्तमध्ये इ.सनापूर्वी २००० वर्षे बँकिंग अस्तित्वात असल्याचे उल्लेख आढळतात. फ्रेंच लेखक रेव्हिल याच्या मते इ.सनापूर्वी ६०० वर्षे बॅबिलोनमध्ये बँका व बँक चलनी नोटा अस्तित्वात होत्या.

पैशांच्या देवघेवींचे व्यवहार जेरूसलेम येथील मंदिरात होत असल्याचे ऐतिहासिक दाखले आढळतात. बॅबिलोन येथील लोक प्रवासाला किंवा दूरवर जाताना आपले पैसे व मौल्यवान वस्तू गावातील मंदिरातील पुजाऱ्यांकडे सुरक्षिततेसाठी ठेवीत असत. दरम्यान त्या पुजाऱ्यांनी आपल्याकडे जमा झालेला निधी गरजू लोकांना व्याज आकारून कर्जाऊ देण्यास सुरुवात केली. या अर्थाने हे पुजारी म्हणजे आधुनिक बँकांचे जनक होत.

मॅकोलेड या अर्थतज्ज्ञाने असे नमूद केले आहे की, ग्रीस व रोममध्ये बँकिंग

व्यवस्थेचा विकास होण्यापूर्वी आसग्रीया, फोएनेसिया व इजिप्तमध्ये पतपुरवठा पद्धतीचा विकास झालेला होता.

(२) भारत :

प्राचीन भारतात वैदिक कालखंडात (इ.सनापूर्वी १७५० पासून) बँकिंग व्यवसाय विशेषत: कर्जव्यवहार सुरू असल्याचे पुरावे मिळतात. त्यानंतर सम्राट चंद्रगुप्त मौर्य (इ.सनापूर्वी ३२१ ते १८५) याच्या साम्राज्यात 'आदेश' या नावाचा दस्तऐवज वापरला जात असे. तो सध्याच्या काळातील हुंडी सदृश्य दस्तऐवज म्हणता येईल कारण त्यामध्ये 'विशिष्ट व्यक्तीला एक ठराविक रक्कम द्यावी' असा आदेश बँकर (सावकाराला) देण्यात येत असे. त्यानंतरच्या बौद्ध कालखंडात हुंडी, वचनचिठ्ठी अशा प्रकारच्या दस्तऐवजांचा दैनंदिन व्यवहारात मोठा वापर होत असल्याचे ऐतिहासिक नोंदीवरून आढळते. त्याकाळी मोठ्या शहरातील व्यापारी लोक हे त्यांच्या सोयीसाठी एकमेकांना पतपत्रे देत असत.

(३) चीन :

प्राचीन चीनमध्ये किन (Qin) कालखंडात (इ.सनापूर्वी २२१ ते २०६) चिनी चलनाचा विकास झाला. तेथे प्रमाणित नाण्यांचा वापर करण्यात येऊ लागला त्यामुळे सर्व देशभर व्यापार-प्रक्रियेत सुलभता आली. त्यातून पतपत्रांच्या विकासाला चालना मिळाली. ही पतपत्रे अशा व्यापाऱ्यांकडून देण्यात येत असत की, जे बँकिंग सदृश्य कार्यही पार पाडत असत.

(४) इस्लामिक बँकिंग (पश्चिम आशिया) :

इस्लामिक भांडवलशाहीचा उदय पश्चिम आशिया खंडातील अनेक देशांत इ.सनाच्या आठव्या ते बाराव्या शतका दरम्यान झाला. तेथील अर्थव्यवस्था पूर्वी स्वतंत्र होत्या. मात्र, सुवर्ण दिनार या चलनाचा सर्वत्र वापर वाढल्याने त्या सर्व प्रदेशात या चलनावर आधारित नाणे अर्थव्यवस्था उदयाला येऊन ते सर्व प्रदेश एकत्र बांधले गेले.

इस्लामिक बँकिंग याचा अर्थ 'शरीयत' तत्त्वांवर आधारित बँकिंग व्यवसाय आणि इस्लामिक अर्थव्यवस्थांच्या विकासाद्वारे त्याचे प्रात्यक्षिक उपयोजन होय. प्राचीन इस्लामिक बँकिंगमध्ये हुंड्या, भागीदारी, भांडवलसंचय, वचनचिठ्ठी, धनादेश, कर्जे, खतावण्या इ. संकल्पनांचा वापर अस्तित्वात होता. मध्ययुगीन इस्लामिक जगतात खाजगी व्यवसाय संस्था व अभिकर्ता संस्था अस्तित्वात होत्या. अशा अनेक जुन्या भांडवलशाही संकल्पनांचा वापर मध्ययुगीन युरोपात १३व्या शतकापासून सुरू झाला व पुढे त्याचा विकास होत गेला.

कर्जांवर व्याज आकारणे तसेच वस्तू व सेवा पुरवणाऱ्या व्यवसायात गुंतवणूक करणे इस्लामिक कायद्याने निषिद्ध आहे. मात्र, ऐतिहासिक इस्लामिक अर्थव्यवस्थांमध्ये इस्लामिक पद्धती अभावी ते सर्रास चालू होते. तथापि, २०व्या शतकाच्या अखेरीस खऱ्या अर्थाने इस्लामिक तत्त्वांचा वापर करणाऱ्या खाजगी, अर्ध-खाजगी बँकिंग संस्थांचा मुस्लिम देशांमध्ये उदय झाला. मलेशियामध्ये १९८३ साली जगातील पहिली इस्लामिक बँक स्थापन झाली.

II. युरोप

(१) ग्रीस :

डेल्फी, इफेसस व ऑलिम्पिया येथील प्रसिद्ध मंदिरांमध्ये लोकांकडील शिल्लक निधी जमा केला जात असे. कर्जे पैसाऊ देण्याच्या व्यवसायाची ती प्रमुख केंद्रे होती. कर्ज रकमांवर व्याज आकारले जात असे.

मंदिरांप्रमाणेच तेथे खासगी बँकर्स होते. त्यांनी जमा होणाऱ्या ठेवींवर व्याज द्यायला सुरुवात केल्यावर त्यांचा बँकिंगचा व्यवसाय भरभराटीस आला. अथेन्स हे ग्रीसच्या राजधानीचे शहर बँकिंग व्यवहारांसाठी प्रसिद्ध होते. थोडक्यात, ग्रीसमध्ये प्राचीन काळी पैसे कर्जाऊ देणे व चलनांची अदलाबदल करणे हा व्यवसाय मोठ्या प्रमाणावर चालू होता.

(२) रोमन साम्राज्य :

प्राचीन रोममध्ये मंदिरांऐवजी खासगी बँकर्स कार्यरत होते. ते लोकांकडून ठेवी स्वीकारून त्यावर व्याज द्यायचे तसेच पैसे कर्जाऊ देण्याचा व्यवसाय करायचे. या बँकर्सना अर्जेंटरी (Arjentary) मेन्सारी (Mensary) अगर कोलीबिस्तो (Collybisto) व बँकांना ताबेर्नो अर्जेंटरीओ (Taberno Arjentario) असे संबोधले जायचे. काही बँका तेथील शासनाने कर गोळा करण्यासाठी प्रतिनिधी म्हणून नेमलेल्या असायच्या, तर इतर बँका स्वतःचा खासगी बँकिंग व्यवसाय करीत असत.

रोममध्ये काही कर्ज बँका (Loan Banks) ही होत्या आणि त्या गरीब लोकांना कोणतेही व्याज न आकारता जमिनीच्या तारणावर मात्र कर्जे देत असत.

तेथे एकमेकांची देणी भागविण्यासाठी तसेच बँकेचे कर्ज हप्ते देण्यासाठी धनादेश व विपत्र (Drafts) व वर्ग आदेश (Transfer Orders) यांचा वापर होत असे, याचेही उल्लेख आढळतात.

सम्राट जस्टीनाईन याच्या निधनानंतर रोमन साम्राज्याचे विसर्जन झाले आणि त्यामुळे तेथील बँकिंगच्या विकासात अडथळे व समस्या निर्माण झाल्या.

(ब) मध्ययुगीन काळ

व्यापार आणि वाणिज्याच्या विकासाबरोबर युरोपमधील अनेक देशांत मध्ययुगीन काळात बँकिंग व्यवसायाचीही भरभराट झाली. तेथील ज्यू लोकांना बँकिंग व्यवसायाचे निर्माते संबोधले जाते. त्या लोकांना युरोपीय देशांत जमीन खरेदी करण्यास मनाई असल्याने त्यांना आपली संपत्ती पैशांच्या स्वरूपात साठवून ठेवावी लागत असे. त्याचबरोबर खिस्ती व्यक्तीला इतरांना व्याजावर पैसे कर्जाऊ देण्याचा व्यवसाय करण्यास चर्चची मनाई होती. या दोन्ही कारणांमुळे ज्यू लोक सावकारी व्यवसायाकडे वळले.

(१) इंग्लंड :

इंग्लंडमधील मध्ययुगीन बँकिंग व्यवसायाचा इतिहास हा प्रामुख्याने तेथील ज्यू व्यापारी व सोनार यांच्याशी निगडित आहे.

(i) ज्यू व्यापारी : इ.स. १०६६ ते १०९४ या काळात ज्यू व्यापाऱ्यांना सरकारी बँकर्स म्हणून नेमलेले होते व त्यांना शासनातर्फे पुरेसे संरक्षण पुरविण्यात आले होते. ते जमिनीच्या तारणावर अधिक व्याजदराने कर्जपुरवठा करीत असत. चलनाची अदलाबदल, उद्योगासाठी अर्थसाहाय्य ही बँकिंगची इतर कार्येही ते पार पाडत असत. ते शासनाचे बँकर्स असल्याने सरकारला कर्जे देत असत. तथापि, दुर्दैवाने राजा एडवर्ड (तिसरा) याने ज्यू व्यापाऱ्यांकडून घेतलेली कर्जे परत करण्यास नकार दिल्याने तेथील बँकिंग व्यवसायावर त्याचा विपरीत परिणाम झाला.

(ii) सोनार : इंग्लंडमधील सोनारांना तेथील आधुनिक बँकिंगचे उद्गाते मानले जाते. ते लोकांकडून सोने व इतर मौल्यवान वस्तू सुरक्षिततेसाठी स्वीकारत असत व त्या बदल्यात त्या ठेवीदारांना ठेव-पावत्या पुरावा म्हणून देत असत. या ठेव-पावत्या आधुनिक बँक नोट्सप्रमाणे हस्तांतरणीय होत्या. सोनार लोकांनी जमा झालेल्या ठेवी गरजू लोकांना व्याजावर कर्जाऊ देण्यास प्रारंभ केला. त्याचप्रमाणे बँकिंग व्यवसायासाठी आवश्यक असणारा निधी आकर्षित करण्यासाठी ठेवींवर व्याज देण्यास सुरुवात केली. सोनारांच्या ठेव-पावत्या ह्या व्यावसायिक देणी-घेणी भागविण्यासाठी वापरण्यात येऊ लागल्याने सोनार हे तेथील लोकप्रिय बँकर्स बनले.

(२) इटली :

ज्यू लोकांनी त्यांचा व्यवसाय प्रथमत: इटलीमध्ये सुरू केला. लोंबार्डी या इटलीच्या उत्तरेकडील प्रांतात अकराव्या व बाराव्या शतकात अनेक खाजगी बँक-व्यावसायिक कार्यरत होते. बँक ऑफ व्हेनिस ही जगातील पहिली सार्वजनिक

बँक इ.स. ११५७ मध्ये व्हेनिस शहरात स्थापन करण्यात आली. बँकिंग व्यवसायासाठी फ्लॉरेन्स हे शहर देखील चौदाव्या शतकात प्रसिद्धीस पावले होते. तेथे ठेवी स्वीकारून गरजूंना व व्यावसायिकांना कर्जे देणारे अनेक बँकर्स कार्यरत होते. तेथील काही बँकर्स तर केवळ इटलीच नव्हे तर संपूर्ण युरोपमध्ये प्रसिद्ध होते.

चौदाव्या शतकात अनेक बँकर्सनी इटलीतून इंग्लंडमध्ये स्थलांतर केले. लंडनमध्ये त्यांनी एक रस्ता बांधून तेथे त्यांचा बँकिंग व्यवसाय सुरू केला व भरभराटीस आणला. आजही तो रस्ता 'लोंबार्डी स्ट्रीट' या नावाने आर्थिक उलाढालींसाठी जगप्रसिद्ध आहे. लोंबार्डीचे ज्यू हेच खऱ्या अर्थाने आधुनिक बँकिंग व्यवसायाचे उद्धारक होत.

इटलीतील दुसरी सार्वजनिक बँक 'बँक ऑफ जिनोआ' (Genoa) ही इ.स. १४०७ मध्ये स्थापन करण्यात आली तर 'बांको दे रेआल्तो' (Banco de Realto) ही रियल इस्टेट एजंट बँक, तिसरी सार्वजनिक बँक व्हेनिसमध्ये स्थापन करण्यात आली.

(३) स्पेन

स्पेनमधील कापडविक्रेते (Draperes) हे इ.स. १३४९ मध्ये बँकिंग व्यवसायात गुंतले असल्याचे उल्लेख इतिहासात आढळतात. कायदेशीर पूर्तता, पुरेसे तारण व सुरक्षा या अटींवर त्यांना बँकिंग व्यवसाय सुरू करण्याची परवानगी देण्यात आली होती.

इ.स. १४०१ मध्ये सरकारने पुढाकार घेऊन बार्सिलोना येथे 'बँक ऑफ बार्सिलोना' ही बँक व्यापार-व्यवसायाच्या वृद्धीसाठी व सरकारच्या मदतीसाठी स्थापन करण्यात आली. ही बँक ठेवी स्वीकारणे, हुंड्या वठविणे तसेच चलनाची अदलाबदल करणे ही महत्त्वपूर्ण कार्ये करीत होती.

(४) स्वीडन

युरोपातील आणखी एक सार्वजनिक क्षेत्रातील बँक स्वीडनमध्ये 'बँक ऑफ स्वीडन' या नावाने इ.स. १५५६ साली स्थापन करण्यात आली.

(५) नेदरलँड्स

ॲमस्टरडॅम या शहरात व्यापाऱ्यांच्या गरजा भागविण्यासाठी इ.स. १६०९ मध्ये 'बँक ऑफ ॲमस्टरडॅम' ही सार्वजनिक बँक स्थापन करण्यात आली. ही बँक एका व्यक्तीच्या खात्यातून दुसऱ्या व्यक्तीच्या खात्यात वर्ग होऊ शकणाऱ्या मागणी ठेवी (Demand Deposits) स्वीकारीत असे. त्याचप्रमाणे सहा महिने मुदतीनंतर काढता येऊ शकणाऱ्या मुदत ठेवी (Time Deposits) ही बँक

स्वीकारीत असे. तसेच या मुदत ठेवींबद्दल आधुनिक धनादेशाप्रमाणे एक मुदत ठेव प्रमाणपत्र (Fixed Deposit Receipt) ठेवीदाराला देत असे. युरोपमध्ये सध्या अस्तित्वात असलेल्या अनेक बँका स्थापन होण्याकरिता बँक ऑफ ॲमस्टरडॅम ही आदर्शवत (Role Model) ठरली आहे.

सारांश, ज्यू-सावकार, सोनार आणि युरोपातील विविध देशांत स्थापन झालेल्या सार्वजनिक बँकांनी मध्ययुगीन काळात बँकिंग चळवळ जगविण्यासाठी व तिचा विकास करण्यासाठी मोलाची मदत केली आहे.

(क) आधुनिक काळ

I. युरोप

आधुनिक काळातील बँकिंगचा इतिहास हा युरोपमधील काही प्रमुख देश आणि अमेरिकेशी निगडित आहे.

(१) इंग्लंड

इ.स. १६७२ मध्ये इंग्लंडचा राजा चार्ल्स (दुसरा) याने सोनारांकडून घेतलेले कर्ज परत करण्यास नकरा दिला. परिणामतः संभाव्य बुडीत टाळण्यासाठी ठेवीदारांनी देखील आपल्या ठेवी सोनारांकडून परत घेण्यास सुरुवात केली. या घटनेचा तेथील बँकिंग व्यवसायावर विपरीत परिणाम झाला.

दरम्यानच्या काळात जनतेकडून अशी मागणी होऊ लागली की, बँकिंग व्यवसाय हा खासगी बँकर्सच्या हातात न ठेवता, ठेवींच्या सुरक्षिततेसाठी व व्याजदरावर नियंत्रण ठेवण्यासाठी बँकिंग कंपन्या स्थापन करण्यात याव्यात. त्यामुळे व्हेनिस, ॲमस्टरडॅम येथील बँकांच्या धर्तीवर इंग्लंडमध्ये इ.स. १६९४ साली 'बँक ऑफ इंग्लंड' ही देशातील पहिली सार्वजनिक क्षेत्रातील बँक स्थापन करण्यात आली. या बँकेला इ.स. १७०८ मध्ये चलनी नोटा छापण्याचा मक्ताधिकार देण्यात आला. या बँकेने ग्राहकांना इतर आनुषंगिक सेवा पुरविण्यास प्रारंभ केला.

इ.स. १८३६ साली इंग्लंडमध्ये 'बँकिंग कायदा' संमत करण्यात आला आणि शासनाने नवीन बँका कंपनी स्वरूपात स्थापन करण्यास परवानगी दिली. इ.स. १८५६ साली सरकारने कंपन्यांना 'मर्यादित दायित्व' तत्त्व लागू केले, त्यामुळे इंग्लंडमधील बँकिंग उद्योगाला स्थैर्य प्राप्त झाले व बँकिंग व्यवसायाने सातत्य व प्रगती साधली.

(२) फ्रान्स

केवळ नोटांची छपाई आणि ठेवी स्वीकारणे यासाठी फ्रान्समध्ये इ.स.

१७१६ मध्ये 'बँक जनरल' या बँकेची स्थापना करण्यात आली. दुसरी बँक 'काइसे दे एस्कोम्प्ले' (Caisse De Escomple) ही बँक इ.स. १७७६ मध्ये स्थापण्यात आली. मात्र, सरकारने घेतलेले कर्ज परत न केल्याने ती इ.स. १७९३ मध्ये बंद पडली.

इ.स. १८०० मध्ये बांकू दे फ्रान्से (Banque De France) ची स्थापना झाली तर क्रेडीट मोबीलियर (Credit Mobilier) ही नव्या पिढीतील बँक इ.स. १८६० मध्ये स्थापन करण्यात आली. उद्योग व पायाभूत घटकांसाठी ही बँक दीर्घ मुदतीचे निधी पुरवित असे, मात्र तिला गुंतवणुकीची परवानगी नव्हती.

नव्या बँकिंग पद्धती अंतर्गत ठेव बँका आणि भांडवली बँका अशा दोन प्रकारच्या बँका इ.स. १८८० साली स्थापन करण्यात आल्या. एकोणिसाव्या शतकाच्या उत्तरार्धात संयुक्त भांडवली बँका स्थापन करण्यात आल्या. त्यांनी शाखा उघडल्या आणि धनादेशाचा वापर करण्यास प्रारंभ केला. पॅरिस शहरात राष्ट्रीयीकृत बँका, मोठ्या प्रादेशिक खाजगी बँका तसेच ठेव बँका कार्यरत होत्या. एकोणिसाव्या शतकाच्या शेवटी शेती कर्जपुरवठा करण्यासाठी सहकारी बँका स्थापन करण्यात आल्या.

(३) जर्मनी

भावेरिया येथे इ.स. १८३४ साली चलनी नोटांच्या निर्मितीसाठी जर्मनीतील पहिली बँक स्थापन करण्यात आली. सन १८४८ नंतर मोठ्या संयुक्त भांडवली बँका स्थापन करण्यात आल्या. फ्रान्समध्ये जरी यश मिळाले नसले तरी जर्मनीतील सुरुवातीच्या बँकांनी गुंतवणूक बँकिंगचा यशस्वीपणे विस्तार केला. त्यांनी त्यांचा कर्जपुरवठा रेल्वे कंपन्यांकडून औद्योगिक घटकांकडे वळविल्याने देशाच्या औद्योगिक विकासात त्यांची मदत झाली. उद्योगघटकांना त्यांच्या चालू खात्यावर अधिकर्ष सवलत उपलब्ध करून देण्यात आली होती.

इ.स. १८७० नंतर औद्योगिक विकासाबरोबरच बँकिंग व्यवसायाची प्रगती झाली. देशात भाग बाजाराचा विकास झालेला नसल्याने उद्योगधंदे त्यांचे भांडवल बँकांच्या साहाय्याने वाढवित होते. ज्या उद्योगांनी बँकांकडून कर्ज घेतले असे त्यांच्या संचालक मंडळावर बँकेचे प्रतिनिधी संचालक म्हणून नेमले जात.

सहकारी पतपुरवठा चळवळीचा उगम जर्मनीमध्ये झाला. श्री. हरमन शुल्झ यांनी सन १८५० साली पहिली पतसंस्था स्थापन केली. त्याद्वारे निधी उभारून सभासदांना कर्जपुरवठा सुरू केला. सन १८८३ पर्यंत जर्मनीमध्ये सुमारे १,९२६ लोकप्रिय (सहकारी) बँका कार्यरत होत्या.

वेअरबुसोन (Weyerbuson) चे महापौर राईफेईसेन (Raiffeisen) यांनी सन १८५४ साली बेनिफिशियन्ट सोसायटी या नावाने सहकारी पतसंस्था स्थापन करून त्याद्वारे धनिक लोकांकडून व्याजावर ठेवी स्वीकारण्यास सुरुवात केली. सन १८७७ साली सर्व ग्रामीण सहकारी पतसंस्थांचा महासंघ (Raiffeisen Union) स्थापन करण्यात आला.

पहिल्या जागतिक महायुद्धामुळे भांडवलाचा तुटवडा निर्माण होऊन सन १९१९ मध्ये जर्मनीतील बँका कोसळल्या. केंद्रीय बँक (Reich Bank) फारशी मदत करू शकली नाही. त्यामुळे सरकारला बँकिंगची पुनर्बांधणी करण्यासाठी फार कष्ट घ्यावे लागले. तथापि, दुसऱ्या महायुद्धानंतर सन १९४५ साली जर्मनीचे पूर्व व पश्चिम असे दोन भाग झाल्याने त्याचाही तेथील बँकिंग व्यवसायावर विपरीत परिणाम झाला.

(४) इटली

इटलीतील बँकिंगचा इतिहास हा तेथील सहकारी बँकिंगचा इतिहास आहे. श्री. लुझ्झाटी (Luzzatti) यांनी सन १८६६ साली मिलान येथे पहिली सहकारी बँक स्थापन केली. औदार्याच्या भावनेतून त्यांनी स्वत: या बँकेच्या निधीसाठी मोठा हातभार लावला. त्यामुळे त्यातून बँकांच्या स्थापनेची साखळी निर्माण झाली आणि आजही या बँका सर्व देशभर यशस्वीपणे कार्य करीत आहेत.

वूलनबर्ग यांनी सन १८८३ साली लोरेग्गिया या खेडेगावात पहिली ग्रामीण बँक स्थापन केली. सभासदांना अत्यंत कमी व्याजदराने कर्जपुरवठा करण्यात येत असे व त्याद्वारे लोकांना या बँकांकडे आकर्षित करण्यात येत असे. या बँकांनी छोट्या भागांची पद्धती हळूहळू सुरू केली. या बँकांनी फार मोठे यश संपादन केले आणि लोकांचे लक्ष वेधून घेतले.

II. अमेरिका

(१) अमेरिकन संयुक्त संस्थाने

अठराव्या शतकात अमेरिकेत बँकिंग व्यवसाय फारसा विकसित झालेला नव्हता. तो केवळ वसाहतवादी सरकार, वसाहतवादी लोकांच्या कंपन्या आणि व्यापारी यांच्यापुरता मर्यादित होता.

'दी बँक ऑफ अमेरिका' ही अमेरिकेतील पहिली आधुनिक बँक फिलाडेल्फिया येथे इ. स. १७८२ मध्ये स्थापन करण्यात आली. या बँकेने छापलेल्या कागदी नोटा या सोने व चांदीमध्ये परिवर्तनीय होत्या. या बँकेच्या उत्कृष्ट कामगिरीमुळे

सन १८०० पर्यंत सुमारे ३० नव्या व्यापारी बँका स्थापन होण्यास प्रोत्साहन मिळाले. सन १८३७ च्या सर्वोच्च न्यायालयाच्या आदेशामुळे राज्य सरकारांनी बँका स्थापन करण्यास प्रोत्साहन दिले आणि बँकांची संख्या ७०० पर्यंत वाढली. या बँका रस्ते, रेल्वे, धरणे, पूल इत्यादींच्या बांधकामांसाठीही वित्तपुरवठा करीत असत.

बँक बंद पडल्याने होणारे नुकसान टाळण्यासाठी न्यूयॉर्क राज्यात सन १८२९ साली सुरक्षिततानिधी कायदा संमत करण्यात आला. मिशिगनमध्ये सन १८३३ मध्ये नियंत्रणमुक्त बँकिंग कायदा पास करण्यात आला. तसाच तो त्यानंतर इतर राज्यांतही पास करण्यात आला. या कायद्यामुळे ठेवी स्वीकारणे व बँक नोट्स काढणे यांसाठी अधिकाधिक बँका स्थापन होण्यास मदत झाली. इतर बँकांचे पर्यवेक्षण व नियंत्रण करण्यासाठी देशाची केंद्रीय बँक म्हणून फेडरल रिझर्व्ह बँकेची स्थापना इ.स. १९१३ साली करण्यात आली. सर्व राष्ट्रीयीकृत व खाजगी बँकांनी काढलेल्या नोटांच्या ऐवजी फेडरल रिझर्व्ह बँकेने काढलेल्या नोटा वापरण्यात येऊ लागल्या.

अमेरिकेमध्ये एकल बँकिंग (Unit Banking), समूह बँकिंग (Group Banking), साखळी बँकिंग (Chain Banking) व शाखा बँकिंग (Branch Banking) अशा चार प्रकारच्या बँका कार्यरत होत्या. अमेरिकन बँका या कर्जांच्याद्वारे ठेवींची निर्मिती करीत असत कारण प्रत्येक कर्जदाराला कर्जरकमेतील ठराविक रक्कम ठेव म्हणून बँकेत ठेवण्याची सक्ती होती. तथापि, अमेरिकन बँकिंगमध्ये कागदपत्रांना अती महत्त्व दिल्याने ते ब्रिटिश बँकिंग इतके लवचीक नव्हते.

१.३ भारतातील बँक व्यवसायाची उत्क्रांती

भारतातील बँक व्यवसाय हा भारतीय संस्कृती इतकाच प्राचीन आहे. भारतातील आधुनिक बँकिंगचे उद्गाते 'सावकार' आजही गावोगावी कार्यरत आहेत. ब्रिटिश राज्य व्यवस्थेमुळे भारतात इंग्लंडच्या धर्तीवर शाखा पद्धतीच्या आधुनिक बँकिंगची मुहूर्तमेढ रोवली गेली. आज भारतात विविध प्रकारच्या असंख्य बँका देशाच्या अर्थव्यवस्थेला बळकटी देण्याचे कार्य करीत आहेत.

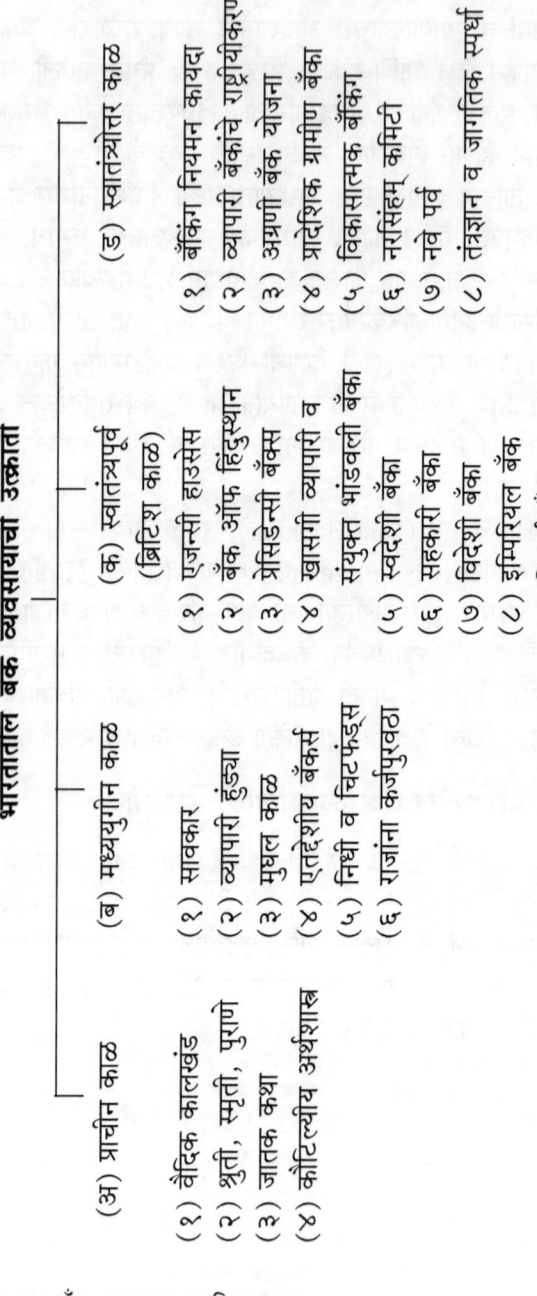

भारतातील बँक व्यवसायाची उत्क्रांती

(अ) प्राचीन काळ

(१) वैदिक कालखंड
(२) श्रुती, स्मृती, पुराणे
(३) जातक कथा
(४) कौटिल्यीय अर्थशास्त्र

(ब) मध्ययुगीन काळ

(१) सावकार
(२) व्यापारी हुंड्या
(३) मुघल काळ
(४) एतद्देशीय बँकर्स
(५) निधी व चिटफंड्स
(६) राजांना कर्जपुरवठा

(क) स्वातंत्र्यपूर्व (ब्रिटिश काळ)

(१) एजन्सी हाउसेस
(२) बँक ऑफ हिंदुस्थान
(३) प्रेसिडेन्सी बँक्स
(४) खासगी व्यापारी व संयुक्त भांडवली बँका
(५) स्वदेशी बँका
(६) सहकारी बँका
(७) विदेशी बँका
(८) इम्पिरियल बँक
(९) रिझर्व्ह बँक

(ड) स्वातंत्र्योत्तर काळ

(१) बँकिंग नियमन कायदा
(२) व्यापारी बँकांचे राष्ट्रीयीकरण
(३) अग्रणी बँक योजना
(४) प्रादेशिक ग्रामीण बँका
(५) विकासात्मक बँकिंग
(६) नरसिंहम् कमिटी
(७) नवे पर्व
(८) तंत्रज्ञान व जागतिक स्पर्धा

(अ) प्राचीन काळ

(१) वैदिक कालखंड

वेद काळातील लिखाणांमध्ये पैशांच्या देवघेवींच्या व्यवहारांचे उल्लेख आढळतात. तर्कतीर्थ लक्ष्मणशास्त्री जोशी यांनी त्यांच्या 'वैदिक संस्कृतीचा इतिहास' या ग्रंथात असे नमूद केले आहे की, ऋग्वेद काळात सोन्यांच्या नाण्यांचा चलन म्हणून वापर होत असे. त्या नाण्यांवर प्रतीक-छपाई व छिद्र पाडण्याची प्रथा होती. कर्जव्यवहारांवर लक्ष ठेवण्यासाठी ऋणसंस्था अस्तित्वात होती. त्या काळी परदेशी व्यापारी भारतात खरेदी-विक्री करीत असत. आर्थिक उत्पादनाची साधने आणि विनियम व्यवहारांसाठी आवश्यक चलनपुरवठा या दोन गोष्टींमुळे अर्थसंस्कृती विकसित झालेली होती.

(२) श्रुती-स्मृती-पुराणे

भारतात इ.स. पूर्व २००० ते इ.स. पूर्व १४०० या काळात वस्तू विनिमय पद्धती प्रचलित होती. मनुस्मृतीत ठेवी, अग्रीमे, तारण इ. संकल्पनांची चर्चा आढळते. पुराणांमध्ये विनिमयाचे माध्यम म्हणून पैशांचा वापर व गरजेचे वेळी कर्जे घेणे या गोष्टींचा उल्लेख आहे.

(३) जातक कथा

'इ.स. पूर्व ७०० ते इ.स. पूर्व २०० या कालखंडात कर्ज-व्यवहार अस्तित्वात होते.' असे बौद्ध धर्मीय जातक कथांवरून सिद्ध होते.

त्या काळी सावकरांना 'श्रेष्ठी' असे संबोधित व ते बँकर म्हणून कार्य करीत. पैशांचे हस्तांतरण व पतपैशांची निर्मिती यांचे स्पष्ट पुरावे आढळतात. तत्कालीन 'व्यापारी संघ' अत्यंत कार्यरत होते व ते राजांना गरजेच्यावेळी कर्जपुरवठा करीत. लोकांनी त्यांच्याकडे ठेवलेल्या ठेवींवर ते व्याज देत असत. व्यापार, कर्जे आणि बँकिंग एकमेकांशी निगडित होते.

(४) कौटिल्यीय अर्थशास्त्र

सम्राट चंद्रगुप्त मौर्यांचे गुरू आर्य चाणक्य (कौटिल्य) यांनी लिहिलेल्या 'कौटिल्यम् अर्थशास्त्रम्' या ग्रंथात कर्जे, व्याजदर, आर्थिक व्यवहार, चलन पद्धती इ. चा ऊहापोह केलेला आहे. कर्जावर किती टक्के व्याजदर आकारावा, याचेही मार्गदर्शन कौटिल्याने आपल्या ग्रंथात करून ठेवले आहे.

१६ / बँक व्यवसाय व वित्तपुरवठा

(ब) मध्ययुगीन काळ

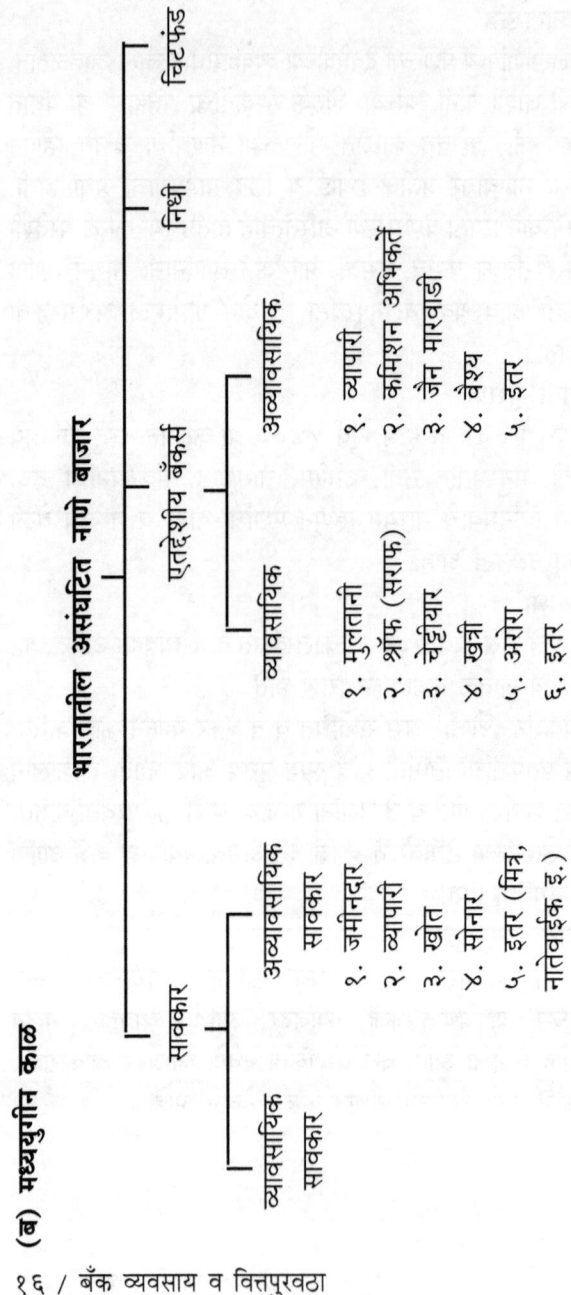

भारतातील असंघटित नाणे बाजार

- सावकार
  - व्यावसायिक सावकार
  - अव्यावसायिक सावकार
    1. जमीनदार
    2. व्यापारी
    3. खोत
    4. सोनार
    5. इतर (मित्र, नातेवाईक इ.)
- एतद्देशीय बँकर्स
  - व्यावसायिक
    1. मुलतानी
    2. श्रॉफ (सराफ)
    3. चेट्टीयार
    4. खत्री
    5. अरोरा
    6. इतर
  - अव्यावसायिक
    1. व्यापारी
    2. कमिशन अभिकर्ते
    3. जैन मारवाडी
    4. वैश्य
    5. इतर
- निधी
- चिटफंड

(१) सावकार : सावकार शक्यतो लोकांकडून ठेवी स्वीकारत नाहीत. ते स्वत:च्या संपत्तीतून गरजू लोकांना जमीन, घर, सोन्या-चांदीचे दागिने यांच्या तारणावर कर्जे देतात. गढीवजा घरात असणाऱ्या मोठ्या तिजोऱ्यांमध्ये पैसा व तारणाच्या मौल्यवान वस्तू ठेवल्या जात. कोणी मनुष्य परगावी अथवा तीर्थाटनाला जायचा असेल तर तो आपला पैसा व धन सावकाराकडे सुरक्षेसाठी ठेवीत असे.

संयुक्त हिंदू सावकारी कुटुंबामध्ये कर्त्या भावांच्या मदतीने आपला परंपरागत व्यापारधंदा अगर शेती सांभाळून सावकारीचे काम करीत असे. कर्ज देतेवेळी कर्जदाराकडून कर्जहमीसाठी लेखी वचनचिट्ठी लिहून घेतली जाते.

(२) व्यापारी हुंड्या : भारतात बाराव्या शतकात व्यापारी हुंड्यांचा वापर सुरू झाला. त्या काळापासून जैन लोक सावकारी व्यवसायात स्थिरावले व निष्णात झाले. फ्रेंच प्रवासी जे. बी. ताव्हान्स याने लिहिले आहे की, "सतराव्या शतकात भारतातील जवळपास प्रत्येक खेड्यात सराफ लोक बँकिंगसदृश्य व्यवसाय करीत होते." त्याकाळी परदेशी व्यापाराची देखील भरभराट झाली होती. सुरत शहरावर काढलेल्या हुंड्या तेव्हा वापरात होत्या. महाजन, सावकार व सराफ मोठ्या गावांत आणि शहरांत कर्जे देणे, हुंड्या लिहिणे तसेच त्या स्वीकारणे, वठविणे अशी कामे करीत. त्या हुंड्या परदेशांतही वापरल्या जात असत. त्यांची हिशेब लेखन पद्धती बिनचूक होती.

(३) मुघलकाळ : मुघलकाळात सावकार व सराफांची संख्या मोठी होती. मोठ्या सावकारांना 'जगत सेठ' असे संबोधित असत. सम्राट अकबराने लिहिलेल्या 'ऐन-ए-अकबरी' या ग्रंथात कर्ज व्यवहारांविषयीचे मार्गदर्शक उल्लेख आढळतात. मात्र, औरंगजेब सत्तेवर आल्यावर त्याने 'व्याजावर पैसे देणे' इस्लामविरोधी असल्याने त्याने राज्याच्या खजिन्यातून पैसे कर्जाऊ देण्यावर बंदी घातली. सराफी व्यवसायावरही त्याच्या कारकिर्दीत प्रतिकूल परिणाम झाला.

(४) एतद्देशीय बँकर्स : भारतात मध्ययुगात विविध प्रांतात, विविध नावांनी एतद्देशीय बँकर्स कार्यरत होते. उत्तर भारतात साहुकार, बनिया, महाजन, पठाण व काबुली, उत्तर प्रदेशात किश्तावाला, ओरिसामध्ये नागा, बिहारमध्ये गोसाई, मध्यप्रदेशात रोहिला तर मद्रास प्रांतात चेट्टीयार अशी काही उदाहरणे देता येतील.

हे लोक मिश्र-बँकिंग राबवीत असत. त्यांचे कर्जावरील व्याजदर मोठे होते. देशातील ग्रामीण अर्थव्यवस्था दीर्घकाळ त्यांच्यावर अवलंबून होती.

(५) निधी व चिटफंड्स : दक्षिण भारतात निधी व चिटफंड्स हे बँकिंगचे आद्य प्रकार विशेष लोकप्रिय होते. निधी याचा अर्थ एकमेकांना कर्ज देणाऱ्या

संस्था होत्या, तर चिटफंड म्हणजे ग्रामीण भागात लोकांकडून बचती गोळा करणाऱ्या संस्था होय.

(६) राजांना कर्जपुरवठा : सावकारांकडून राजे लोक युद्ध खर्चासाठी कर्ज घेत असत. पेशव्यांनी अशी कर्जे घेतल्याचे दाखले मिळतात. प्रत्येक राज्याचे स्वतंत्र चलन होते. शिवाजी महाराजांची सोन्याची नाणी 'होन' या नावाने ओळखली जात. एका राज्याचे चलन दुसऱ्या राज्यात चालत नसे त्यामुळे सावकार या एका चलनाच्या बदल्यात दुसरे चलन देत असत व त्या व्यवहारांत कमिशन मिळवित असत. इ.स. १८३५ साली ब्रिटिश सरकारने सर्व देशभर एकच चलन वापरण्याचा कायदा करेपर्यंत सावकारांचा हा चलनबदलीचा व्यवसाय चालू होता.

(क) स्वातंत्र्यपूर्व (ब्रिटिश) काळ

(१) एजन्सी हाऊसेस

आधुनिक बँकिंगची पद्धती भारतात ब्रिटिशांनी रुजविली. ते सोळाव्या शतकाच्या उत्तरार्धात व्यापाराच्या निमित्ताने आले आणि नंतर राज्यकर्ते बनले. भारताबरोबरच्या व्यापारासाठी सन १६०० साली 'ब्रिटिश ईस्ट इंडिया' कंपनी स्थापन करण्यात आली. कोलकाता आणि मुंबई येथे ईस्ट इंडिया कंपनीच्या व्यवहारांना मदत करण्यासाठी एजन्सी हाऊसेस स्थापन करण्यात आली. अलेक्झांडर ॲण्ड कं. या नावाचे एक एजन्सी हाऊस कोलकाता व मुंबई येथे व्यापाराला आर्थिक मदत करत होते. ही एजन्सी हाऊसेस प्रामुख्याने व्यापारी संस्था होत्या, मात्र त्या बँकिंगचा व्यवसायही करत असत. त्यांच्या आधारावर भारतात आधुनिक बँकिंगची सुरुवात झाली.

(२) बँक ऑफ हिंदुस्थान, १७७०

ब्रिटिश लोकांच्या पुढाकाराने कोलकाता येथे इ.स. १७७० साली 'बँक ऑफ हिंदुस्थान' ही देशातील पहिली बँक स्थापन करण्यात आली. तिच्याद्वारे भारतात संस्थात्मक बँकिंगचा पाया रचला गेला. या बँकेचे सर्वाधिक व्यवहार अलेक्झांडर ॲण्ड कं. या एजन्सी हाऊसशी चालत असे. परंतु, दुर्दैवाने ते एजन्सी हाऊस बंद पडल्याने बँकेचेही सन १८३२ साली विसर्जन झाले.

(३) प्रेसिडेन्सी बँक्स

बँक ऑफ हिंदुस्थानच्या स्थापनेनंतर सन १७८५ साली 'बेंगॉल बँक' व 'जनरल बँक ऑफ इंडिया'ची स्थापना करण्यात आली. मात्र, त्या बँका अल्पायुषी ठरून १७९१ साली बंद पडल्या.

सन १८०६ साली 'बँक ऑफ कोलकाता'ची स्थापना करण्यात आली. तिचे बँक ऑफ बेंगॉल असे सन १८०९ साली नामकरण करण्यात आले. देशातील ही पहिली प्रेसिडेन्सी बँक होय. ईस्ट इंडिया कंपनीने या बँकेला २० टक्के भांडवल पुरविले होते. १८२३ साली सरकारने या बँकेला चलनी नोटा छापण्याची परवानगी दिली.

त्यानंतर १८४० साली 'बँक ऑफ बॉम्बे' ही दुसरी तर १८४३ साली 'बँक ऑफ मद्रास' ही तिसरी प्रेसिडेन्सी बँक स्थापन करण्यात आली. या तीनही प्रेसिडेन्सी बँकांच्या संचालक मंडळावरील सचिव व खजिनदार या दोन्ही पदांवर आय.सी.एस. दर्जाचे अधिकारी नेमले जात. सन १८६२ साली सरकारने या बँकांकडील चलनी नोटा छपाई व वितरणाचा अधिकार काढून घेतला.

अमेरिकेतील नागरी युद्धामुळे भारतातील कापसाच्या किमती प्रचंड वाढल्या. त्याचा परिणाम १८६८ साली 'बँक ऑफ बॉम्बे' बंद होण्यात झाला. मात्र, त्याच वर्षी त्याच नावाने मुंबईमध्ये एक दुसरी बँक स्थापन करण्यात आली. सन १८१३ ते १८६० या दरम्यान युरोपातील उद्योगघराण्यांनी भारतात अनेक खाजगी बँका स्थापन केल्या. मात्र, त्या फार काळ टिकल्या नाहीत. ब्रिटिश कंपनीने १८६३ साली स्थापन केलेली पहिली भूतारण बँक १८८३ साली बंद झाली.

(४) खासगी-व्यापारी-संयुक्त-भांडवली बँका

इंग्लंडप्रमाणेच भारतात सन १८६० साली कंपनी कायदा संमत करण्यात आला. त्याचवर्षी 'बँक ऑफ अलाहाबाद' ही पहिली व्यापारी संयुक्त भांडवली बँकिंग कंपनी स्थापन झाली. त्याचवर्षी मर्यादित दायित्वाचे तत्त्व लागू केल्याने बँकांची संख्या वाढली आणि भारतातील बँकिंगच्या प्रगतीचा नवा अध्याय सुरू झाला. १८७३ साली अलायन्स बँक ऑफ सिमला, १८८१ साली अवध कमर्शियल बँक (संपूर्ण भारतीय स्वरूपाची), १८८४ साली पंजाब नॅशनल बँक इ. स्थापन झाल्या.

(५) स्वदेशी बँका

सन १९०५-०६ सालच्या स्वदेशी चळवळीमुळे देशात स्वदेशी बँकांच्या स्थापनेस चालना मिळाली. बँक ऑफ इंडिया (१९०६), इंडियन बँक (१९०७), बँक ऑफ बरोडा (१९०८), पीपल्स बँक ऑफ इंडिया (१९०९), सेंट्रल बँक ऑफ इंडिया (१९११), बँक ऑफ म्हैसूर (१९१३) अशा एकूण ९८ नव्या बँका सन १९०६ ते १९१३ या दरम्यान स्थापन झाल्या. पहिल्या महायुद्धामुळे

बँकांच्या प्रगतीला चालना मिळाली. १९१८ साली स्थापन झालेली 'टाटा इंडस्ट्रीयल बँक' केवळ दीर्घ मुदतीची कर्जे व अनुभवी व्यवस्थापनाचा अभाव यांमुळे १९२३ साली सेंट्रल बँक ऑफ इंडियात विलीन करावी लागली.

(६) सहकारी बँका

१८८२ साली नेमलेल्या निकोल्सन कमिटीने मद्रास सरकारला जर्मनीतील 'रफायसन'च्या धर्तीवर भारतात शेती सहकारी बँका स्थापन करण्याची महत्त्वपूर्ण सूचना केली. बडोदा येथे १८८९ साली 'अन्योन्य सहकारी मंडळी' ही पहिली नागरी सहकारी पतसंस्था विठ्ठल लक्ष्मण कवठेकर यांनी सुरू केली. पहिला सहकारी कायदा १९०४ साली संमत झाला व त्याचवर्षी कांजीवरम येथे देशातील पहिली सहकारी बँक स्थापन झाली. पुढच्याच वर्षी धारवाड व बेंगलोर येथे सहकारी बँका स्थापन झाल्या. उत्तरप्रदेश येथे १९०६ साली व अजमेर येथे १९१० साली जिल्हा मध्यवर्ती बँका स्थापन झाल्या. १९१२ सालच्या सहकारी कायद्याने सहकारी बँकिंगला चालना मिळाली. १९२० साली थांग, पंजाब येथे पहिली भारतीय भू-विकास बँक तर १९२९ साली मद्रास येथे केंद्रीय भू-तारण बँक स्थापन झाली. प्रांतिक सरकारांनी १९२५ साली आपापले सहकारी कायदे पास केले. त्यानुसार सहकारी बँकांनी ग्राहकांना बँकिंग सुविधा देण्यास प्रारंभ केला.

(७) विदेशी बँका

मुंबई येथे १८४२ साली दी ओरिएंटल बँकिंग कॉर्पोरेशन ही देशातील पहिली चार्टर्ड विदेशी बँक स्थापन झाली, ती १८८४ साली बंद पडली. सन १८५३ साली चार्टर्ड बँक ऑफ इंडिया, ऑस्ट्रेलिया ॲण्ड चायना व 'चार्टर्ड बँक ऑफ आशिया' (मर्कंटाईल बँक ऑफ इंडिया) या आणखी दोन चार्टर्ड बँका स्थापन झाल्या. सन १९०६ नंतर स्थापन झालेल्या बँक ऑफ रंगून, दी इंडियन स्पायसी बँक फार काळ टिकल्या नाहीत. जपान व तैवान येथून आलेल्या बँका दुसऱ्या महायुद्धात बंद पडल्या. १९५० साली आलेली 'ब्रिटिश बँक ऑफ मिडलईस्ट' अजूनही कार्यरत आहे.

(८) इम्पिरियल बँक ऑफ इंडिया

तिन्ही प्रेसिडेन्सी बँकांचे एकत्रीकरण करून 'बँक ऑफ इंडिया' या नावाने मोठी बँक स्थापन करण्याची सूचना १८६७ साली करण्यात आली. मात्र, ही मोठी बँक सरकारवर वर्चस्व ठेवेल व नीट काम करणार नाही या भीतीने त्या सूचनेची अंमलबजावणी करण्यात आली नाही.

तथापि, फाऊलर कमिटी (१८९८) व चेंबरलीन कमिटी (१९१३) यांच्या सूचनेवरून तिन्ही प्रेसिडेन्सी बँका (बेंगॉल, बॉम्बे व मद्रास) एकत्र करून १९२० साली इम्पेरियल बँक ऑफ इंडियाची स्थापना करण्यात आली. या बँकेने रिझर्व्ह बँकेची स्थापना होईपर्यंत या बँकांची बँक व सरकारची बँक म्हणून काम पाहिले.

(९) रिझर्व्ह बँक ऑफ इंडिया

१९२० सालीच इम्पेरियल बँकेला देशाची मध्यवर्ती बँक बनविण्याचे ठरले होते. मात्र तसे झाले नाही. १९२६ सालच्या हिल्टन यंग कमिशनने देशासाठी एक स्वतंत्र केंद्रीय बँक 'रिझर्व्ह बँक ऑफ इंडिया' या नावाने स्थापण्याची सूचना केली. त्या सूचनेवर बरीच चर्चा होऊन दि. १ एप्रिलला १९३४ कायदा करण्यात येऊन त्यानुसार दि. १ एप्रिल १९३५ रोजी रिझर्व्ह बँक ऑफ इंडियाची स्थापना होऊन ती देशाची मध्यवर्ती बँक म्हणून कार्य करू लागली.

कालांतराने रिझर्व्ह बँकेचे काही विभाग अलग करण्यात येऊन त्यांच्या काही शिखर बँका निर्माण करण्यात आल्या. उदा. आय. डी. बी. आय., एक्झिम बँक, यु.टी.आय. तसेच दि. १२ जुलै १९८२ रोजी नाबार्डची स्थापना कृषी व ग्रामीण विकासाला चालना देण्यासाठी करण्यात आली.

(ड) स्वातंत्र्योत्तर काळ

(१) बँकिंग नियमन कायदा

१९४७-४८च्या दरम्यान युद्ध सदृश्य परिस्थिती आणि चलनवाढ यांमुळे व्यापारी बँकांमधील ठेवी वाढल्या. मात्र, देशाच्या फाळणीमुळे बँकिंग पद्धतीत अडथळे निर्माण झाले. आर्थिक सुरक्षा आणि बँकिंगवरील नियंत्रणाच्या दृष्टीने १९४८ साली रिझर्व्ह बँकेचे राष्ट्रीयीकरण करण्यात आले.

बँकिंग नियमन कायदा, १९४९ हा महत्त्वपूर्ण कायदा संमत करण्यात आला. पुढे १९६६ साली तो सहकारी बँकांनाही लागू करण्यात आला. १९४७ ते १९४९ या केवळ दोन वर्षांच्या काळात व्यापारी बँकांचे मोठ्या प्रमाणावर एकत्रीकरण झाले. असूचित बँकांची संख्या ६१९ वरून ३९३ वर आली. इम्पिरियल बँकेच्या राष्ट्रीयीकरणातून १९५५ साली भारतीय स्टेट बँकेची निर्मिती करण्यात आली. स्टेट बँकेच्या ७ आनुषंगिक बँकांचे १९५९ साली राष्ट्रीयीकरण करण्यात आले.

सन १९६२ साली ठेव विमा महामंडळाची स्थापना करण्यात आली. तिचे रूपांतर ठेव विमा आणि कर्ज हमी महामंडळात सन १९७२ साली करण्यात आले.

(२) व्यापारी बँकांचे राष्ट्रीयीकरण

व्यापारी बँका या केवळ आपला नफा वाढविण्यात मग्न होत्या. ग्रामीण भागासाठी किंवा देशाच्या अर्थव्यवस्थेसाठी त्यांचा काहीच उपयोग नव्हता. त्यामुळे दि. १ जुलै, १९६९ रोजी १४ मोठ्या व्यापारी बँकांचे राष्ट्रीयीकरण करून त्यांचे भांडवल केंद्रसरकारच्या मालकीचे झाले. राष्ट्रीयीकरणानंतर शाखांची संख्या प्रचंड वाढली. बँकिंग सेवांचा विस्तार देशाच्या कानाकोपऱ्यात व खेडोपाडी झाला. ठेवी व कर्जांच्या रकमा वाढल्या. प्राधान्य क्षेत्राला कर्जपुरवठा होऊन अल्पउत्पन्न गटातील लोकांचा आर्थिकस्तर उंचावण्यात आला.

या राष्ट्रीयीकरणाचा प्रयोग यशस्वी झाल्यानंतर दि. १५ एप्रिल १९८० रोजी आणखी ६ मोठ्या व्यापारी बँकांचे राष्ट्रीयीकरण करण्यात आले. त्यांपैकी न्यू बँक ऑफ इंडिया ही १९९३ साली पंजाब नॅशनल बँकेत विलीन झाल्याने राष्ट्रीयीकृत बँकांची संख्या २० वरून १९ इतकी झाली. आज देशातील ९०% बँक व्यवसाय राष्ट्रीयीकृत बँका व स्टेट बँक समूहाकडे आहे.

(३) अग्रणी बँक योजना

डॉ. धनंजयराव गाडगीळ यांच्या अध्यक्षतेखालील राष्ट्रीय पत परिषदेने, १९६९ साली 'प्रदेश दृष्टिकोन' (Area Approach) ही संकल्पना मांडली. त्यांनी असे सुचविले की, 'प्रत्येक राष्ट्रीयीकृत बँकेस एक विशिष्ट प्रदेश सोपविण्यात यावा व त्या बँकेने तेथे शाखाविस्तार करून बँकिंग सुविधा पुरवाव्यात.' नरीमन कमिटीने ऑगस्ट, १९६९ मध्ये त्याच धर्तीवर 'अग्रणी बँक योजना' सुचविली. त्यानुसार प्रत्येक जिल्हा हा कोणत्यातरी राष्ट्रीयीकृत बँकेकडे सोपविण्यात आला व ती बँक त्या जिल्ह्याची अग्रणी बँक बनली.

या योजनेच्या कार्यवाहीमुळे आर्थिक विकासाचा असमतोल दूर करण्यासाठी शासनाला ग्रामीण विकासाच्या विविध योजना राबविण्यात आल्या व जिल्ह्याच्या सर्वांगीण विकासाचा प्रयत्न करण्यात आला. देशाच्या बँकिंग आणि आर्थिक विकासात या योजनेची मोठी मदत झाली आहे.

(४) प्रादेशिक ग्रामीण बँका

दुर्लक्षित भागातील आर्थिक दुर्बल घटकांना बँकिंग सुविधा पुरविण्यासाठी ग्रामीण बँका स्थापन कराव्यात अशी सूचना १९७२ सालच्या बँकिंग कमिशनने केली. या सूचनेचा विचार करण्यासाठी श्री. नरसिंहम् यांच्या अध्यक्षतेखाली नेमलेल्या अभ्यासगटाने ही प्रादेशिक ग्रामीण बँकांच्या स्थापनेची शिफारस केली. त्यानुसार दि. २ ऑक्टोबर, १९७५ रोजी ५ प्रादेशिक ग्रामीण बँका स्थापन

करण्यात आल्या. सर्व राष्ट्रीयीकृत बँकांना अशा बँका स्थापण्यास सांगण्यात आल्याने त्यांची संस्था १९६ वर पोहोचली. या बँका प्रायोजक राष्ट्रीयीकृत बँकेच्या आनुषंगिक (Subsidiary) बँका म्हणून कार्य करू लागल्या.

या बँकांमुळे ग्रामीण भागातील गरीब कारागीर, शेतमजूर यांना अर्थसाहाय्य देण्यात येऊन त्यांचा आर्थिक विकास साधण्याचा प्रयत्न झाला. मार्च २००८ मध्ये महाराष्ट्रात ७ तर देशभरात ९१ प्रादेशिक ग्रामीण बँका कार्यरत होत्या.

(५) विकासात्मक बँकिंग

१९७० ते १९८० या दशकात बँकिंग व्यवसायातील गुणवत्ता विकास संकल्पनेचा प्रारंभ झाला. १९८२ साली नाबार्डची स्थापना कृषी व ग्रामीण विकासाकडे लक्ष देण्यासाठी करण्यात आली. नागरी सहकारी बँकांना १९८७ साली गृहकर्ज देण्याची तसेच १९८८ साली परकीय चलनाचे व्यवहार करण्याची परवानगी देण्यात आली. त्याचवर्षी व्यापारी बँकांनी अल्पसंख्याक गटांसाठी कर्जपुरवठा कक्ष सुरू केले. प्रादेशिक ग्रामीण बँकांच्या दशवार्षिक प्रगतीचा आढावा घेण्यासाठी विजय केळकर अभ्यासगटाची नियुक्ती करण्यात आली. ५० कोटी रुपयांपेक्षा अधिक ठेवी असणाऱ्या नागरी सहकारी बँकांना सूचित सहकारी बँकांचा दर्जा देण्यात आला.

(६) नरसिंहम् कमिटी

देशाची अर्थव्यवस्था १९९१ साली खुली करण्यात येऊन खासगीकरण, उदारीकरण व वैश्विकरणाचे नवे पर्व सुरू झाले. बँकिंग क्षेत्रातही क्रांतिकारक निर्णय घेण्यात आले. रिझर्व्ह बँकेचे माजी गव्हर्नर श्री. एम. नरसिंहम् यांच्या अध्यक्षतेखाली देशातील बँकांची संरचना, संघटन व कामकाज याबाबत अभ्यास करण्यासाठी समिती नेमण्यात आली. या कमिटीने एन. पी. ए., बुडीत व थकीत कर्जासाठी तरतूद, भांडवल पर्याप्तता यासंबंधीच्या महत्त्वपूर्ण सूचना केल्या. थकीत कर्जाच्या तरतुदी नफ्यातून कराव्या लागल्याने सुरुवातीला अनेक बँका तोट्यात गेल्या. मात्र हळूहळू त्या आर्थिकदृष्ट्या सुदृढ बनल्या. पर्याप्त भांडवलामुळे आणखी सामर्थ्य प्राप्त झाले. या शिफारशी सहकारी बँकांना १९९६ साली लागू करण्यात आल्या.

(७) नवे पर्व

जुलै, १९९१ मध्ये लघुउद्योजक व ठेवीदारांसाठीच्या फॅक्टरिंग सेवेची बँकांनी सुरुवात केली. सूचित सहकारी बँकांना राज्यात कुठेही शाखा उघडण्यास परवानगी देण्याची शिफारस मराठे कमिटीने १९९२ साली केली. १९९२ साली

घेतलेल्या खालील चार निर्णयांमुळे देशातील बँकिंग क्षेत्रात नवे पर्व सुरू झाले–

(i) व्यापारी बँकांच्या उत्पन्न संकल्पना, तरतुदी व भांडवल संरचनेविषयी नवे नियम.

(ii) व्यापारी बँकांच्या नफा-तोटाखाते व ताळेबंदपत्रकाचा नवा नमुना.

(iii) खासगी बँका स्थापनेसंबंधातील रिझर्व्ह बँकेची नवी मार्गदर्शक तत्त्वे.

(iv) शेअर घोटाळा व रोखे व्यवहारातील त्रुटींचा अभ्यास करण्यासाठी जानकीरमण समितीची स्थापना.

१९९४ साली खाजगी बँका स्थापनेची परवानगी देण्यात आल्याने काही वर्षांतच एकूण ९ नव्या पिढीतील खाजगी बँका उदा. आय.सी.आय.सी.आय. बँक, आय.डी.बी.आय. बँक इ. स्थापन झाल्या. त्यांनी झपाट्याने प्रगतीकरून त्या राष्ट्रीयीकृत बँकांशी स्पर्धा करण्याइतपत थोड्याच कालावधीत कार्यक्षम झाल्या.

त्याचवर्षी सार्वजनिक क्षेत्रातील बँकांना त्यांचे ४९ टक्क्यांएवढे भांडवल खाजगी क्षेत्राला विकण्याची मुभा देण्यात आली. तसेच त्यांना पर्याप्त भांडवलासाठी खुल्या बाजारातून भांडवल उभारण्याची परवानगी देण्यात आली.

१९९५ या साली बँकिंग ओंबडसमन योजना सुरू झाली. १९९६ या वर्षी ठेव विमा योजनेची मर्यादा रु. ३०,००० वरून रु. १ लाख इतकी करण्यात आली. त्याचवर्षी मक्तेदारी नियंत्रण कायदा रद्द करण्यात येऊन बँकिंग क्षेत्रात उदारीकरण व खासगीकरणास प्रोत्साहन देण्यात आले.

(८) तंत्रज्ञान व जागतिक स्पर्धा

माहिती तंत्रज्ञानातील क्रांतीचा भारतातील बँकिंग पद्धतीवरही अनुकूल परिणाम झाला. संगणाचा वापर, ऑनलाईन बँकिंग, कोअर बँकिंग, एटीएम सुविधा, डेबीट व क्रेडीट कार्ड्स, आरटीजीएस व स्वीफ्ट सुविधा यांद्वारे भारतीय बँका ग्राहक सेवेत सुधारणा करीत आहे. बहुराष्ट्रीय बँका भारतात शाखा उघडत आहेत. त्यांच्याशी भारतीय बँकांना स्पर्धा करावी लागणार आहे. परकीय गुंतवणुकीचा ओघ भारतीय बँकांमध्ये वाढत आहे. बँकांनी विमा व्यवसायात प्रवेश केला असून त्या ग्राहकांना बँकइन्शुरन्स सेवा देत आहेत.

खासगी कंपन्यांना स्वतःच्या बँका स्थापण्यास नुकतीच परवानगी देण्यात आली आहे. महिलांसाठी एक स्वतंत्र राष्ट्रीय बँक स्थापन करण्याचा सरकारकडे प्रस्ताव आहे. जागतिक दर्जाच्या केवळ ३ ते ४ बँकाच भारतात असण्यासाठी तसेच नजीकच्या काळात बँकांच्या एकत्रीकरणावर भर दिला जाण्याची शक्यता आहे.

सारांश, इतर अनेक देशांतील अर्थव्यवस्थांची व तेथील बँकिंगची गेल्या

काही वर्षांत पडझड सुरू असताना भारतीय बँकिंग मात्र सुदृढ व भक्कम पायावर उभे असलेले दिसते. याचे श्रेय भारतीय माणसाची काटकसर करण्याची वृत्ती, स्त्रियांची बचतीची सवय आणि रिझर्व्ह बँकेने केलेले उत्कृष्ट मार्गदर्शन व काटेकोर नियंत्रण यांना द्यावे लागेल.

१.४ भारतीय बँक-व्यवसाय प्रणालीची रचना

भारतात ब्रिटिशांनी सतराव्या शतकात एजन्सी हाऊसेसच्या रूपात आधुनिक बँकिंगची मुहूर्तमेढ रोवली. इंग्लंडमध्ये शाखा पद्धतीची बँकिंग रचना विकसित झालेली होती. त्यामुळे भारतातदेखील त्याच धर्तीवर शाखा पद्धतीची बँकिंग प्रणाली रुजली गेली. एकल बँकिंग, समूह बँकिंग, साखळी बँकिंग हे बँकिंग रचनेचे इतर प्रकार भारतात फारसे आढळत नाहीत.

भारतीय अर्थव्यवस्था मिश्र स्वरूपाची असली तरी भारतीय बँकिंग प्रणाली मात्र पूर्णपणे नियंत्रित आहे. संघटित बँकिंग हे देशाच्या मध्यवर्ती बँकेच्या आदेशानुसारच चालते. असंघटित क्षेत्रातील सावकार लोकांनाही कर्जे देण्याचा व्यवसाय सुरू करण्याअगोदर मध्यवर्ती बँकेचा रितसर परवाना घ्यावा लागतो. मध्यवर्ती बँकेच्या परवानगीशिवाय देशात कोणालाही बँकिंग व्यवसाय करता येत नाही.

भारतीय बँकिंग प्रणालीमध्ये रिझर्व्ह बँक ही देशाची मध्यवर्ती बँक म्हणून काम पाहते. स्वतंत्र कायद्याने स्थापन केलेली ही बँक इतर सर्व बँकांची बँक आहे. तिच्या नियंत्रणाखाली देशातील सर्व सूचित व असूचित बँका कार्य करतात. सूचित बँकांमध्ये व्यापारी बँका व सहकारी बँका असे दोन प्रकार पडतात. व्यापारी बँकांमध्ये सार्वजनिक क्षेत्रातील बँका तसेच खाजगी बँका येतात. सार्वजनिक क्षेत्रातील बँकांमध्ये भारतीय स्टेट बँक समूह, राष्ट्रीयीकृत बँका आणि प्रादेशिक ग्रामीण बँकांचा समावेश होतो, तर खाजगी बँकांमध्ये भारतीय व विदेशी बँका असे दोन प्रकार पडतात.

भारतातील सहकारी बँका या सूचित व असूचित अशा दोन्ही प्रकारच्या असतात. सहकारी बँकांवर रिझर्व्ह बँकेप्रमाणेच त्या त्या राज्यातील राज्य सहकारी विभागाचे नियंत्रण असते. राज्यातील सहकारी बँकिंगची रचना ही त्रिस्तरीय म्हणजे राज्य सहकारी बँक-जिल्हा मध्यवर्ती सहकारी बँक आणि प्राथमिक सहकारी बँक अशी असते.

खालील तक्त्यावरून भारतीय बँकिंग प्रणालीच्या रचनेची कल्पना येईल.

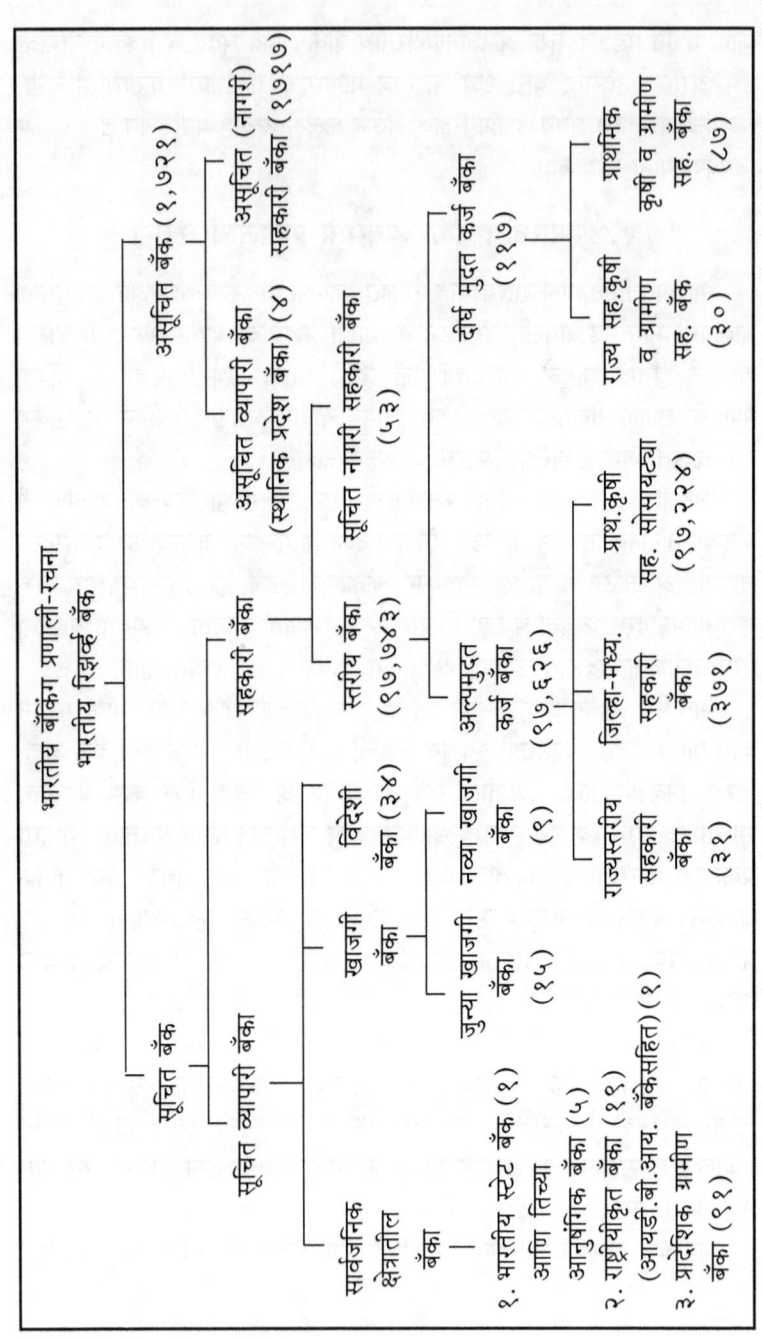

सूचित बँक
असूचित बँक (१,७२१)
सूचित व्यापारी बँका
सहकारी बँका
असूचित व्यापारी बँका (स्थानिक प्रदेश बँका) (४)
असूचित (नागरी) सहकारी बँका (१७१७)
खाजगी बँका
विदेशी बँका (३४)
स्तरीय बँका (९७,७४३)
सूचित नागरी सहकारी बँका (५३)
जुन्या खाजगी बँका (१५)
नव्या खाजगी बँका (९)
अल्पमुदत कर्ज बँका (९७,६२६)
दीर्घ मुदत कर्ज बँका (११७)
राज्यस्तरीय सहकारी बँका (३१)

भारतीय रिझर्व्ह बँक : भारतीय रिझर्व्ह बँक कायदा, १९३४ अन्वये दि. १ एप्रिल, १९३५ रोजी रिझर्व्ह बँकेची स्थापना झाली. स्वातंत्र्यानंतर लगेचच सन १९४८ साली तिचे राष्ट्रीयीकरण करण्यात आले आणि सरकारच्या मालकीची मध्यवर्ती बँक म्हणून ती दि. १ जानेवारी १९४९ पासून कार्यरत झाली. बँकिंग नियमन कायदा, १९४९ अन्वये रिझर्व्ह बँकेला देशाच्या बँकिंग प्रणालीचे पर्यवेक्षण आणि नियंत्रणाचे अधिकार देण्यात आले आहेत.

सूचित बँका : भारतीय रिझर्व्ह बँक कायदा, १९३४च्या कलम (६) (अ) अनुसार या कायद्याच्या सूची क्र. २ मध्ये ज्या बँकांची नावे समाविष्ट केली जातात त्यांना सूचित बँका असे म्हणतात. एखाद्या बँकेला सूचित बँकेचा दर्जा प्राप्त होण्यासाठी खालील निकष आहेत–

(i) या बँकांचा भागधारक निधी (वसूल भागभांडवल + निधी) हे किमान रु. २ कोटी असावेत.

(ii) ठेवीदारांच्या हिताला बाधक असा कोणताही व्यवहार ही बँक करीत नसल्याबद्दल रिझर्व्ह बँकेची खात्री पटली पाहिजे.

(iii) कंपनी कायदा, १९५६ प्रमाणे ती कंपनी असावी, अगर राज्य सहकारी बँक, सरकारी कंपनी अगर महामंडळ असावे.

सन १९६६ पासून राज्य सहकारी बँकांना सूचित बँकेचा दर्जा देण्यास प्रारंभ झाला.

असूचित बँका : सूचित बँका सोडून इतर बँकांना असूचित बँका असे म्हणतात. असूचित बँकांची संख्या पूर्वी अधिक होती. सन १९६० साली ३३५, सन १९६९ साली १४ तर मार्च, २००७ मध्ये फक्त ४ असूचित व्यापारी बँका होत्या. या ४ बँका स्थानिक प्रदेश बँका (Local area banks) या प्रकारच्या आहेत. सूचित बँकांप्रमाणे असूचित बँकांना रिझर्व्ह बँकेकडून आर्थिक साहाय्य अगर इतर सवलती मिळत नाहीत.

भारतीय स्टेट बँक समूह : भारतीय इम्पिरियल बँक कायदा, १९२० अन्वये बँक ऑफ बेंगॉल, मद्रास आणि बॉम्बे या तीन इलाखा बँकांचे एकत्रीकरण करून दि. २७ जानेवारी १९२१ रोजी इम्पिरियल बँकेची स्थापना करण्यात आली. रिझर्व्ह बँकेची स्थापना होईपर्यंत या बँकेने देशाची मध्यवर्ती बँक म्हणून काम पाहिले. १९५५ साली या बँकेचे राष्ट्रीयीकरण करण्यात आले आणि तिचे भारतीय स्टेट बँक असे नामकरण करण्यात आले. पूर्वी स्टेट बँकेच्या आनुषंगिक बँकांची संख्या ७ होती, आता ती २०१० पासून ५ झाली आहे. (स्टेट बँक

ऑफ बिकानेर ॲण्ड जयपूर, हैदराबाद, त्रावणकोर, म्हैसूर व पतियाळा.)

राष्ट्रीयीकृत बँका : देशात बँकिंगचा विस्तार व्हावा व बँकिंगच्या माध्यमातून तळागाळातील लोकांपर्यंत विकासयोजना पोहोचाव्यात यासाठी १४ मोठ्या व्यापारी बँकांचे दि. १९ जुलै, १९६९ रोजी राष्ट्रीयीकरण करण्यात आले. त्यानंतर दि. १५ एप्रिल, १९८० साली आणखी ६ बँकांचे राष्ट्रीयीकरण करण्यात आले. त्यापैकी न्यू बँक ऑफ इंडियाचे पंजाब नॅशनल बँकेत अलीकडेच विलीनीकरण झाल्याने एकूण राष्ट्रीयीकृत बँकांची संख्या २० वरून १९ वर आली.

देशाच्या आर्थिक प्रगतीत राष्ट्रीयीकृत बँकांनी फार मोठी कामगिरी पार पाडली आहे.

प्रादेशिक ग्रामीण बँका : ग्रामीण भागातील भूमिहीन शेतमजूर व कारागीर यांना अर्थसाहाय्य करण्यासाठी श्री. एम. नरसिंहम् यांच्या अध्यक्षतेखालील अभ्यासगटाने प्रादेशिक ग्रामीण बँका स्थापण्याची शिफारस केली त्यानुसार २ ऑक्टोबर, १९७५ रोजी पहिल्या ५ बँकांची स्थापना करण्यात आली. या बँकेच्या भागभांडवलात केंद्र सरकारचा वाटा ५० टक्के, राज्य सरकार १५ टक्के आणि स्थानिक प्रायोजक राष्ट्रीयीकृत बँकेचा वाटा ३५ टक्के इतका असतो. आज प्रादेशिक ग्रामीण बँकांची देशभरातील एकूण संख्या ९१ आहे.

खाजगी बँका : भारताच्या आधुनिक बँकिंगच्या इतिहासात प्रारंभीपासून खाजगी बँका अस्तित्वात आहेत. १९६९ व १९८० साली ज्यांचे राष्ट्रीयीकरण करण्यात आले नाही अशा जुन्या खाजगी बँकांची संख्या सध्या १५ आहे. १९९१ साली देशात आर्थिक व वित्तीय क्षेत्रातील सुधारणा स्वीकारण्यात आल्यानंतर नव्या खाजगी बँकांना खालील अटींवर परवानगी देण्यात आली.

(i) किमान भांडवल व निधी रु. २०० कोटी असावे.

(ii) वसूल भाग – भांडवलातील प्रवर्तकांचा हिस्सा किमान २५ टक्के असावा.

(iii) स्थापनेपासून ३ वर्षांच्या आत बँकेने जनतेसाठी भागविक्री खुली करावी व बँकेचे भांडवल व निधी रु. ३०० कोटींपर्यंत वाढवावे.

नव्या पिढीच्या या खाजगी बँकांची संख्या सध्या ९ आहे. अतिशय आक्रमकपणे व्यवसाय करून या बँकांनी प्रगतीची मोठी मजल कमी कालावधीत गाठली आहे. सार्वजनिक बँकांच्या तोडीस तोड त्या व्यवसाय करीत आहेत.

विदेशी बँका : या बँकांची नोंदणी विदेशात झालेली असते. त्यांचे मुख्यालय त्या संबंधित देशात असते मात्र शाखा भारतात असतात. बँकिंग नियमन कायदा,

१९४९ कलम २२ नुसार विदेशी बँकांना भारतात शाखा उघडण्यापूर्वी रिझर्व्ह बँकेची परवानगी घ्यावी लागते. भारतात कार्यरत विदेशी बँकांची संख्या ३४वर पोहोचली आहे. या बँकांनी आधुनिक तंत्रज्ञान व आधुनिक बँकिंग कार्यपद्धती भारतात आणली. त्यामुळे भारतीय बँकांनीही त्यांचे अनुकरण करून आपल्यात सुधारणा केली आहे. विदेशी बँकांच्या भारतातील विस्तारीकरणाची योजना केंद्र सरकार राबवित आहे.

सहकारी बँका : सहकार हा विषय राज्यशासनाच्या अखत्यारित येत असल्याने प्रत्येक राज्यात सहकार खाते कार्यरत असते व ते त्या राज्यातील सहकारी संस्था व बँकांच्या नियंत्रणाचे कार्य करते. प्रत्येक राज्यातील सहकारी बँका या संबंधित राज्यातील सहकार कायद्यानुसार स्थापन झालेल्या असतात. प्रत्येक राज्यातील सहकारी बँकिंगची रचना ही त्रिस्तरीय असते. खेडेगाव पातळीवर शेतकऱ्यांच्या प्राथमिक कृषी सहकारी सोसायट्या (वि. का. स. सेवा संस्था), जिल्हा स्तरावर जिल्हा मध्यवर्ती सहकारी बँक तर राज्य स्तरावर राज्य सहकारी शिखर बँक असते. प्राथमिक कृषी सोसायट्या या संबंधित जिल्ह्यातील जिल्हा मध्यवर्ती बँकेच्या सभासद असतात; तर राज्यातील सर्व जिल्हा मध्यवर्ती सहकारी बँका या त्या राज्यातील राज्य शिखर सहकारी बँकेच्या सभासद असतात. सध्या देशभरात एकूण ३१ राज्य शिखर सहकारी बँका अस्तित्वात आहेत. सर्व देशभरातील विशेषत: महाराष्ट्र, गुजरात या राज्यातील शेती व ग्रामीण विकासामध्ये या त्रिस्तरीय सहकारी बँकांनी मोलाची भूमिका बजावली आहे.

या बँकांबरोबरच अनेक शहरात व गावांत नागरी सहकारी बँकाही कार्यरत आहेत. त्यांपैकी ५५ नागरी सहकारी बँकांनी सूचित बँकेचा दर्जा प्राप्त केला आहे. त्यांपैकी काही तर बहुराज्य सूचित बँका झाल्या आहेत. नागरी भागातील सभासदांना तत्पर बँकिंग सेवांबरोबरच भक्कम आर्थिक पाठबळ देण्याचे कार्य नागरी सहकारी बँका करीत आहेत.

सन १९६६ साली सहकारी बँकांनाही बँकिंग कायदे लागू केले गेले. बँकिंग नियमन कायदा, १९४९ चे कलम ५ मध्ये सहकारी बँकांसाठीच्या तरतुदी आहे. त्यामुळे सहकारी बँकांवर रिझर्व्ह बँक व सहकार खाते असे दुहेरी नियंत्रण असते.

थोडक्यात, भारतीय बँकिंग प्रणालीच्या रचनेचा अभ्यास करताना असे दिसून येते की, भारतातील इतर क्षेत्रातील विविधतेप्रमाणे बँकिंग क्षेत्रातही विविधता आहे. बँकिंग पद्धतीमध्ये बदलत्या काळानुरूप बदल होत आहेत. जनतेच्या पर्यायाने देशाच्या आर्थिक प्रगतीसाठी या बँका अहोरात्र कार्यमग्न आहेत.

जगभरातील अनेक देशांतील अर्थव्यवस्थांची पडझड चालू असताना, बँकिंग व्यवस्था कोलमडून पडत असताना देखील भारतीय अर्थव्यवस्था व बँकिंग प्रणाली भक्कम पायावर उभी आहे, याचे सर्व श्रेय भारतीयांच्या काटकसरी वृत्तीला व रिझर्व्ह बँकेच्या सक्षम मार्गदर्शन व नियंत्रणाला द्यावे लागेल.

स्वाध्याय

अ. दीर्घोत्तरी प्रश्न –

(१) युरोप, अमेरिका आणि आशियातील बँक व्यवसायाची उत्क्रांती सविस्तर लिहा.

(२) भारतातील बँक व्यवसायाची उत्क्रांती तपशीलासहीत स्पष्ट करा.

ब. मध्यमोत्तरी प्रश्न –

(१) भारतीय बँक व्यवसाय प्रणालीची रचना स्पष्ट करा.

क. टिपा लिहा.

(१) बँकेचा अर्थ व व्याख्या.

(२) 'बँक' या शब्दाची व्युत्पत्ती.

प्रकरण २

बँकेची कार्ये

२.१ बँकेची प्राथमिक कार्ये
२.२ बँकेची दुय्यम कार्ये

प्रस्तावना

ग्राहकांना त्यांच्या गरजेनुसार व्यापार, उद्योग, व्यवसाय, वस्तू अथवा वाहन खरेदी, घरबांधणी अशा अनेक कारणांसाठी भांडवलाची व पैशाची गरज असते. ह्या गरजा ग्राहकांची आर्थिक स्थिती पाहून तारण अगर विनातारण, अल्प, मध्यम किंवा दीर्घ मुदतीच्या कर्जांद्वारे पूर्ण केल्या जातात व हेच बँकांचे आद्य व मुख्य कार्य आहे. मात्र कर्जे देण्यासाठी लागणारा पैसा उभा करण्यासाठी त्या विविध प्रकारच्या ठेवी स्वीकारतात. कर्जावर मिळालेले व्याज आणि ठेवींवर दिलेले व्याज यातील फरक हा बँकेच्या उत्पन्नाचा मुख्य स्रोत होय.

या व्यतिरिक्त बँका आपल्या ग्राहकांसाठी काही अभिकर्ता व उपयोगिता सेवा पुरवून आपले उत्पन्न वाढविण्याचा प्रयत्न करतात. औद्योगिक, आर्थिक तसेच तांत्रिक प्रगतीमुळे समाजाचा विकास होतो, त्याबरोबर बँकेच्या कार्यांची व सेवा-सुविधांची व्याप्ती वाढते. बँकांद्वारे ग्राहकांना पुरविल्या जाणाऱ्या सेवांमध्ये दिवसेंदिवस वाढ होत आहे.

खालील तक्त्यावरून बँकेच्या कार्यांची कल्पना येते.

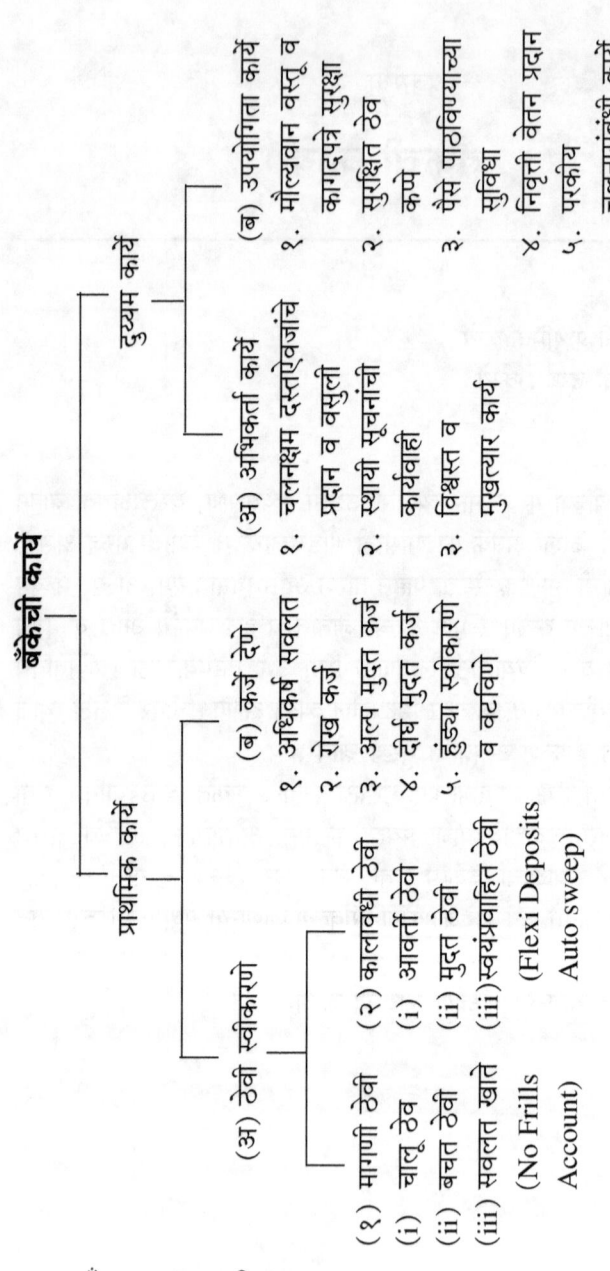

बँकेची कार्ये

- प्राथमिक कार्ये
  - (अ) ठेवी स्वीकारणे
    - (१) मागणी ठेवी
      - (i) चालू ठेव
      - (ii) बचत ठेवी
      - (iii) सवलत खाते (No Frills Account)
    - (२) कालावधी ठेवी
      - (i) आवर्ती ठेवी
      - (ii) मुदत ठेवी
      - (iii) स्वयंप्रवाहित ठेवी (Flexi Deposits Auto sweep)
  - (ब) कर्जे देणे
    - १. अधिकर्ष सवलत
    - २. रोख कर्ज
    - ३. अल्प मुदत कर्ज
    - ४. दीर्घ मुदत कर्ज
    - ५. हुंड्या स्वीकारणे व वटविणे
- दुय्यम कार्ये
  - (अ) अभिकर्ता कार्ये
    - १. चलनक्षम दस्तऐवजांचे प्रदान व वसुली
    - २. स्थायी सूचनांची कार्यवाही
    - ३. विश्वस्त व मुखत्यार कार्य
  - (ब) उपयोगिता कार्ये
    - १. मौल्यवान वस्तू व कागदपत्रे सुरक्षा
    - २. सुरक्षित ठेव कप्पे
    - ३. पैसे पाठविण्याच्या सुविधा
    - ४. निवृत्ती वेतन प्रदान
    - ५. परकीय चलनासंबंधी कार्ये

२.१ बँकेची प्राथमिक कार्ये

(अ) ठेवी स्वीकारणे

बँकिंग व्यवसायाचा प्रारंभ ठेवी स्वीकारणे या कार्यातूनच झालेला दिसतो. पूर्वीच्या काळी ठेवी या केवळ सुरक्षिततेसाठी स्वीकारल्या जायच्या. कालांतराने जेव्हा कर्जे देण्यास सुरुवात झाली, तेव्हा ठेवीदारांना ठेवींच्या सुरक्षेबरोबरच त्यावर व्याजही मिळू लागले. ठेवी या प्रामुख्याने दोन प्रकारच्या असतात– मागणी ठेवी व कालावधी ठेवी.

(१) मागणी ठेवी : ज्या ठेवी ठेवीदारांनी मागताक्षणी त्या त्यांना परत करावयाच्या असतात त्यांना मागणी ठेवी असे म्हणतात. या ठेवींचा बँकांना कर्जे देणे अथवा पुनर्गुंतवणूक यांसाठी फारसा उपयोग होत नाही. त्यामुळे मागणी ठेवींचा व्याजदर कमी असतो. मात्र, जास्तीतजास्त व्यापारी व सामान्य ग्राहकांना बँकेकडे आकर्षित करण्यासाठी या ठेवी उपयोगी पडतात. मागणी ठेवी या मुख्यत: दोन प्रकारच्या असतात. चालू ठेवी व बचत ठेवी.

(i) चालू ठेवी : व्यापारी, उद्योजक, व्यावसायिक व उत्पादक लोकांसाठी चालू ठेव खाते उपयुक्त असते, कारण या खात्यांत दिवसात कितीही वेळा पैसे ठेवता येतात व पैसे काढता येतात. त्यामुळे या वर्गाला आपले दैनंदिन आर्थिक व्यवहार रोजच्या रोज पूर्ण करणे शक्य होते. खातेदारांना खातेपुस्तिका, भरणापुस्तिका व धनादेशपुस्तिका दिली जाते. चालू ठेव खात्यांवर सहसा व्याज दिले जात नाही, काही थोड्या बँका त्यावर केवळ अर्धा ते एक टक्का व्याज देतात. खातेदाराला आपल्या खात्यात काही किमान रक्कम शिल्लक ठेवावीच लागते. प्रत्येक बँकेनुसार शिल्लक रकमेची मर्यादा ही वेगवेगळी म्हणजे रु. ५००, रु. १००० अशी असते. चालू ठेव खात्यावर खातेदाराला त्याची पत आणि ऐपतीनुसार अधिक उचल करण्याची अधिकर्ष सवलत दिली जाऊ शकते.

(ii) बचत ठेवी : सामान्य ग्राहक पगारदार नोकर, छोटे व्यापारी, लघु-व्यावसायिक यांसाठी बचत ठेव खाते उपयुक्त असते. या खात्यात दिवसांतून कितीही वेळा पैसे ठेवता येतात. सामान्य ग्राहक व पगारदार नोकरांना बचतीची सवय लागावी हा या खात्यामागचा मुख्य हेतू असतो. अज्ञान मुले (पालकांसह संयुक्त) व गृहिणी यांनाही बचत खाते उघडता येऊ शकते. दोन ग्राहक संयुक्तपणे एकच खाते उघडू शकतो. खातेदारांना खातेपुस्तिका दिली जाते. मागणी केल्यास

धनादेशपुस्तिकाही दिली जाते. बचत ठेव खातेदारांची संख्या सर्वाधिक असते, त्यामुळे या खात्यांमधून बँकेला कर्जे देण्यासाठी काही निधी उपलब्ध होऊ शकतो व त्यातून उत्पन्न मिळविता येते. या कारणास्तव बचत ठेवींवर चालू ठेवींपेक्षा थोडे अधिक २॥ टक्के ते ३॥ टक्के या दरम्यानच्या दराने व्याज दिले जाते. सहकारी बँकांमध्ये हा दर आणखी अधिक ४ टक्के ते ४॥ टक्के इतका असू शकतो. बचत ठेव खात्यांवरही खातेदाराला रु. १००, रु. २००, रु. ५०० अगर रु. १००० अशी बँकेच्या प्रकारानुसार वेगवेगळी रक्कम किमान शिल्लक म्हणून ठेवावी लागते. बचत खात्यातून पैसे काढताना पैसे काढण्याच्या (with-drawal) स्लीप बरोबरच खातेपुस्तिकाही सादर करावी लागते. या खात्यातून मोठी रक्कम काढायची झाल्यास बँक-अधिकाऱ्यांना अगोदर तशी कल्पना द्यावी लागते.

(iii) सवलतीचे खाते (No Frills Account) : सवलतीचे खाते हा बँकांमधील नव्याने सुरू करण्यात आलेला एक बचत ठेव प्रकार आहे. खात्यातील किमान शिल्लक रकमेबाबत या खात्याला सवलत देण्यात येते. नेहमीच्या बचत ठेव खात्यात प्रत्येक खातेदाराला त्याच्या खात्यात किमान शिल्लक रुपये ५००/- किंवा रुपये १०००/- अशी ठेवावी लागते; मात्र, सवलतीच्या खात्यात किमान शिल्लक शून्य रुपये किंवा फारच कमी किमान शिल्लक असते. या अर्थाने ते सवलतीचे खाते ठरते.

या प्रकारच्या खात्यांचा मूळ उद्देश म्हणजे गरिबांना बँकिंग सेवेचा लाभ उपलब्ध करून देणे होय. खाते उघडण्याच्या क्लिष्ट व जाचक प्रक्रियेमुळे तसेच किमान शिल्लक रकमेच्या अटीमुळे ते बँकेत खाते उघडण्यास धजत नाहीत. त्यांच्यासाठी बचत खाते उघडण्याचे व चालविण्याचे नियम सोपे करून त्यांना बँकिंगची व पर्यायाने बचतीची सवय लावण्यासाठी सवलतीचे खाते सुरू करण्यात आले. या खात्यांवर किमान शिल्लक रकमेची सवलत देण्यात येत असली तरी नेहमीच्या बचत खात्यांवर मिळणारे फायदे या खात्यांवर दिले जात नाहीत. उदा. या खात्यांवर काही बँका धनादेशपुस्तिका देत नाहीत तर काही बँका ए.टी.एम. सुविधा पुरवित नाहीत या अर्थाने ते No frills (सुविधांची झालर नसलेले) खाते ठरते.

पार्श्वभूमी

रिझर्व्ह बँक ऑफ इंडियाने आपल्या सन २००५-०६ च्या वार्षिक योजना पत्रकात सर्व भारतीय बँकांना सवलतीच्या खात्याची रचना करण्याचे व ते सुरू

करण्याचे प्रथमत: आवाहन केले होते. जेणेकरून देशातील लोकसंख्येचा फार मोठा भाग बँकिंग सेवांच्या छत्राखाली आणता येईल. अशाप्रकारे सवलतीची खाती म्हणजे बँकिंगची सुविधा गोरगरिबांच्या घरांपर्यंत किंवा सामान्य व आर्थिक दुर्बल घटकांना बँकेपर्यंत नेणारे एक माध्यम आहे, असे म्हणता येईल.

सवलतीच्या खात्यांची वैशिष्ट्ये :

१. पात्र व्यक्ती – ग्रामीण जनता, निवृत्त लोक, विद्यार्थी, स्वयं-रोजगारीत व्यक्ती, शेतमजूर, असंघटित क्षेत्रातील कर्मचारी, स्वयंसाहाय्यता गटाचे सदस्य इ.

२. अपात्र व्यक्ती – बँक कर्मचारी, अनिवासी भारतीय, संस्था, संघटना इ.

३. किमान शिल्लक – किमान शिल्लक रकमेची अट नसते. बऱ्याच वेळा शिल्लक रक्कम शून्य असली तरी चालते. त्याबद्दल कोणताही दंड आकारला जात नाही. केवळ रु. ५ भरून सवलतीचे खाते उघडता येते आणि रु. ५ इतकीच किमान शिल्लक रक्कम ठेवली तरी चालते.

४. ग्राहक परिचय प्रमाणके – खाते उघडताना आवश्यक असणारे ग्राहक परिचय प्रमाणके (के.वाय.सी.नॉर्म्स्) सवलतीच्या खात्यांबाबत सोपे व काही प्रमाणात शिथिल केले जातात.

५. पुराव्याची कागदपत्रे – ओळखीचा अगर रहिवासाचा पुरावा म्हणून कागदपत्रांची मागणी सवलतीच्या खात्यासाठी बँका करीत नाहीत. मात्र, ज्याने ग्राहक परिचय प्रमाणकांची पूर्तता केली असेल अशा बँकेच्या सध्याच्या खातेदाराकडून सवलतीच्या खातेदाराचा संदर्भ घेतला जातो.

६. सुविधा – या खात्यावरील सुविधा प्रत्येक बँकेगणिक भिन्न असतात. काही बँका मोफत मागणी धनाकर्ष (Demand Draft), ए.टी.एम. इ. सुविधा पुरवितात तर काही बँका त्या पुरवित नाहीत.

सवलतीच्या खात्यांचे फायदे

१. ग्रामीण स्त्रियांना त्यांच्या काटकसरीतून वाचलेले पैसे जतन करण्यासाठी उपयुक्त.

२. सवलतीच्या खात्याआधारे कर्ज मिळण्यास सुलभता.

३. सवलतीच्या खात्यांचे नेहमीच्या बचत खात्यात रूपांतर करता येते.

४. सवलतीचे खाते हे आर्थिक समावेशन (Financial Inclusion) – सशक्तीकरण विकास यांचे माध्यम आहे.

५. गरीब लोकांना आपले पैसे सुरक्षित ठेवण्यासाठी हक्काची जागा मिळते.

सवलतीच्या खात्यांच्या मर्यादा

१. इंटरनेट बँकिंग, फोन बँकिंग अशा सुविधा (Frills) नसतात; पण याची सामान्य लोकांना गरजही नसते.

२. खात्यातून पैसे काढण्यावर मर्यादा येतात. आठवड्यातून फक्त एकदाच पैसे काढता येतात.

३. या खात्यात वर्षभरात केलेल्या जमा रकमांची बेरीज रु. १ लाखांच्यावर होता कामा नये. तसेच खात्यातील शिल्लक रु. ५०,००० हून अधिक असता कामा नये.

अशाप्रकारे सवलतीच्या खात्यांमुळे अनियमित व कमी उत्पन्न असलेल्या लोकांचे बँकेत खाते उघडण्याचे स्वप्न साकार होत आहे. आज अनेक व्यापारी बँकांनी सवलतीच्या खात्यांची सोय सुरू केली आहे. त्यामध्ये एच.डी.एफ.सी. बँक, आय.सी.आय.सी.आय. बँक, स्टेट बँक ऑफ इंडिया, सिटी बँक इ. बँकांचा समावेश होतो.

(२) कालावधी ठेवी : या ठेवी खातेदार बँकेकडे विशिष्ट काळासाठी ठेवत असल्याने त्यांना कालावधी ठेवी असे म्हणतात. या ठेवी त्या विशिष्ट कालावधीच्या आत ठेवीदारांनी परत घेऊ नयेत अशी अपेक्षा असते. या ठेवी मुदतपूर्व मोडायच्या झाल्यास ठेवीदारांना उर्वरित काळातील व्याजासाठी मुकावे लागते. काही बँका तर त्यासाठी काही शुल्क अथवा दंडही आकारतात.

कालावधी ठेवी बँकेच्या उत्पन्नाच्या दृष्टीने फायदेशीर असतात कारण बँकेला या ठेवींची रक्कम निश्चित काळासाठी कर्जाऊ देता येते व त्यापासून उत्पन्न मिळविता येते. ज्यामुळे कालावधी ठेवींवर दिला जाणारा व्याजदार हा मागणी ठेवींवरील व्याजदरापेक्षा अधिक असतो. कालावधी ठेवी या मुख्यत: दोन प्रकारच्या असतात– आवर्ती ठेवी व मुदत ठेवी.

(i) आवर्ती ठेवी : दरमहा निश्चित उत्पन्न असणाऱ्या पगारदार लोकांसाठी अत्यंत उपयुक्त असा हा ठेवप्रकार आहे. दर महिन्याच्या उत्पन्नातून ठराविक रक्कम बाजूला काढून ती दरमहा ठराविक कालावधीपर्यंत नियमितपणे भरली जाते. व तो कालावधी संपल्यावर जमा रक्कम व्याजासह खातेदाराला परत मिळते. खात्यावर पुन:पुन्हा विशिष्ट कालावधीनंतर (दरमहा) भरली जात असल्याने या खात्याला आवर्त ठेव असे नाव देण्यात आले आहे. ठेवीचा कालावधी हा १

वर्षापासून ते १० वर्षांपर्यंत असू शकतो. ठेवींवर मिळणारा व्याजदर हा ५ टक्क्यांपासून ते ७.५० टक्क्यांपर्यंत दिला जातो. कालावधी जेवढा अधिक तेवढा व्याजदर अधिक मिळतो. काही वर्षांनंतर एखादा मोठा खर्च होणार असेल तर तेवढ्या वर्षाचे आवर्ती ठेव खाते उघडून सामान्य ग्राहक दरमहा त्या खात्यावर रक्कम जमा करू शकतो व गरजेच्या वेळी व्याजासहीत मोठी जमा रक्कम मिळवू शकतो. आवर्ती ठेव खात्यातील जमा रकमेच्या तारणांवर खातेदाराला काही दिवसांच्या मुदतीचे कर्ज मिळू शकते. बँकांप्रमाणेच टपाल कार्यालयातही आवर्ती ठेव खात्यांची सुविधा उपलब्ध असते.

(ii) मुदत ठेवी : बँकांसाठी सर्वात उत्पादक तसेच खातेदारांसाठी सर्वात अधिक उत्पन्न (व्याजदाराच्या रूपाने) देणारा असा हा ठेवप्रकार आहे. या ठेवीची रक्कम व कालावधी निश्चित असा असतो. ठराविक रकमेची ठेव काही दिवस ते १० वर्षे पर्यंतच्या मुदतीसाठी ठेवता येतात. एकदा ठेव ठेवल्यानंतर तो कालावधी पूर्ण होईपर्यंत ती रक्कम काढता येत नाही. मुदत ठेवींवर मुदतींप्रमाणे ७॥ टक्के ते ८॥ टक्के इतका व्याजदार दिला जातो. ज्येष्ठ नागरिकांकडे निवृत्तीच्या वेळी मिळणारी मोठी रक्कम असल्याने ती आकर्षित करण्यासाठी त्यांना अर्धा ते १ टक्का ज्यादा व्याजदर दिला जातो. ठेवीदाराला ठेव ठेवल्याबद्दल मुदत ठेव पावती दिली जाते. ठेवीदाराला मुदतीअगोदर पैशांची निकड भागल्यास मुदत ठेव पावतीच्या तारणावर कर्ज दिले जाते. या कर्जावरील व्याजदर हा साधारणपणे मुदत ठेवीवर व्याजदर असेल त्याच्या २ टक्के अधिक असतो. मुदत ठेव पावती हस्तांतर करता येऊ शकत नाही.

बँकांतील ठेवींचे वर नमूद केलेले प्रकार हे मूलभूत प्रकार आहेत. मात्र, काही बँका त्या ठेव प्रकारांबरोबरच आणखी काही आकर्षक ठेवप्रकार आपल्या ग्राहकांसाठी उपलब्ध करून देत असतात. त्यावर ग्राहकांना काही अधिक सोयी व सवलती दिल्या जातात. हल्ली मिश्र स्वरूपाचे ठेवप्रकार उपलब्ध करून देण्याकडे बँकांचा कल वाढला आहे.

(iii) स्वयंप्रवाहीत ठेव खाते (Flexi Deposits) : स्वयंप्रवाहीत ठेव खाते हा ठेव खात्याचा अगदी अलीकडचा प्रकार आहे. मागणी ठेव खाते आणि मुदत ठेव खाते या दोन्ही खात्यांचे फायदे या प्रकारच्या ठेव खात्यामध्ये देण्याचा प्रयत्न केलेला आढळतो.

स्वयंप्रवाहीत ठेव खात्याचे नियम

१. स्वयंप्रवाहीत मुदत ठेव खात्याबरोबरच खातेदाराचे त्याच बँकेत एक चालू किंवा बचत ठेव खाते असावे. खाते उघडण्याच्या अर्जावर 'स्वयंप्रवाहीत मुदत' असे शब्द छापलेले असतात. यात ठेवीदाराला मुदत ठेव पावती दिली जात नाही; तर खातेउतारा मिळतो.
२. व्यक्तिगत किंवा संयुक्त स्वयंप्रवाहीत ठेव खाते उघडता येते.
३. बचत ठेव खातेदाराला सुरुवातीची किमान शिल्लक रु. १०,००० तर चालू ठेव खातेदाराला सुरुवातीची किमान शिल्लक रु. २०,००० (आय.सी.आय.सी.आय. बँक) इतकी ठेवावीच लागते. त्यानंतर या खात्यांमध्ये रु. ५०००च्या पटीत ठेवी ठेवाव्या लागतात अन्यथा खातेदाराला दंड बसतो.
४. बचत ठेव खात्यात अगर चालू ठेव खात्यात किमान शिल्लक रकमेपेक्षा ज्यादाची रुपये ५,०००/-च्या पटीतील रक्कम त्यांच्या स्वयंप्रवाहीतयुक्त मुदत ठेव खात्यात आपोआप वर्ग होते. याउलट, बचत किंवा चालू ठेव खात्यात किमान शिल्लक रकमेपेक्षा कमी रक्कम झाली तर स्वयंप्रवाहीत मुदत ठेव खात्यातून आवश्यक तेवढी रक्कम या खात्यात वर्ग होते.
५. ग्राहकाच्या स्थायी आदेशानुसार स्वयंप्रवाहीत मुदत ठेवींची मुदत ही १५ दिवसांपासून ते ९१ दिवस इतकी असते.
६. स्वयंप्रवाहीत खाते हा मुदत ठेवीचा एक प्रकार असल्याने त्यावर मुदत ठेव खात्यावरील व्याजदराइतका व्याजदर दिला जातो. ज्येष्ठ नागरिकांना अर्धा ते एक टक्का जादा व्याजदर दिला जातो.
७. स्वयंप्रवाहीत बचत ठेव खात्यांवर वारस नामांकनाची सोय उपलब्ध असते.
८. खातेदाराच्या सूचनेप्रमाणे स्वयंप्रवाहीत मुदत ठेव खात्याची मुदतपूर्ती झाल्यावर त्या मुदत ठेवीचे आपोआप पुनर्नवीकरण (renewal) होते.
९. स्वयंप्रवाहीत मुदत ठेवीच्या तारणावर ठेवीदाराला कर्ज दिले जात नाही.

स्वयंप्रवाहीत मुदत ठेवखात्याची उपयोगिता

स्वयंप्रवाहीत मुदत ठेव खात्यांमुळे खातेदाराला एकाचवेळी रोखता आणि लाभता असा दुहेरी फायदा मिळतो. बचत/चालू ठेव खाते व मुदत ठेव खाते यांमधील ज्यादाची रक्कम परस्पर गरजेनुसार एका खात्यातून दुसऱ्या खात्यात वर्ग केली जाते. बचत/ठेव खात्यात किमान शिल्लक ठेवून आवश्यक तेवढी

रक्कम काढता येते तर मुदत ठेव खात्यात कमी पडणारी रक्कम बचत/चालू ठेव खात्यातून घेऊन त्यावर मिळणाऱ्या जादा व्याजदराचा फायदा घेता येतो. रकमा आवश्यकतेनुसार आपोआप वर्ग होत असल्याने ठेव रकमेतील लवचिकताही साधता येते.

स्वयंप्रवाहीत मुदत ठेव खात्याची वैशिष्ट्ये

१. स्वयंप्रवाहीत मुदत ठेव खाते हे त्याच खातेदाराच्या बचत/चालू ठेव खात्याशी निगडित (Link) केलेले असते.
२. ही ठेव-खाते सुविधा फक्त भारतीय नागरिकांसाठी उपलब्ध असते.
३. नेहमीचे बचत/चालू ठेव खात्यावरील व्यवहार चालू ठेवता येतात.

थोडक्यात, गरजेनुसार अधिक रोखता व उत्पन्न देणारा हा ठेव खाते प्रकार आधुनिक काळात बँकांनी खातेदारांसाठी उपलब्ध करून दिला आहे.

(ब) कर्जे देणे

वेगवेगळ्या प्रकारच्या ग्राहकांसाठी बँका विविध प्रकारची कर्जे उपलब्ध करून देत असतात. कर्ज देताना कर्जदाराची पत, उत्पन्न, कर्जाची रक्कम, परतफेडीची क्षमता, कर्जाची मुदत, कर्जासाठी तारण व जामीनदार या सर्व गोष्टींचा काळजीपूर्वक विचार केला जातो. कर्जदारांकडून वचनचिठ्ठी लिहून घेतली जाते. कर्जांचे सामान्यत: पुढील प्रकार असतात.

(१) अधिकर्ष सवलत : चालू खात्यातील जमा रकमेपेक्षा एका ठराविक मर्यादेपर्यंत ज्यादा रक्कम काढण्याची चालू खातेदाराला बँकेने दिलेली सवलत म्हणजे 'अधिकर्ष' किंवा 'अधिविकर्ष' सवलत होय. खातेदार व बँक यांच्यातील करारानुसार सुरुवातीला रक्कम व कालावधी ठरवून दिला जातो. त्यानंतर खातेदाराला जेव्हा व मर्यादेपर्यंत जेवढी गरज असेल तेवढी रक्कम काढता येते. या फक्त ज्यादा काढलेल्या रकमेवरच बँक व्याज आकारते. बँकेत चालू खाते व्यापारी व उद्योजक लोकांसाठी अत्यंत सोयीचा व उपयुक्त असा हा कर्जप्रकार आहे. खातेदाराने एकदमच रक्कम घेतली पाहिजे असे बंधन नसते, तर त्याला जरुरी लागेल तेवढी रक्कम तो काढत असतो व उपलब्धतेप्रमाणे सवडीने रक्कम जमा करतो व गरजेनुसार पुन्हा रक्कम उचलू शकतो आणि आपली प्रासंगिक गरज तो भागवू शकतो. खातेदार त्रयस्थ व्यक्तीला ठराविक रकमेपर्यंत धनादेश देऊ शकतो व चालू खात्यावरील शिल्लक रकमेपेक्षा अधिक रकमेच्या या धनादेशांचा

बँक आदर (प्रदान) करते. इतर कर्जप्रकारांपेक्षा अत्यंत सोपा व सुटसुटीत असा हा कर्जप्रकार आहे. ही सवलत देण्यासाठी बँक खातेदाराकडून भाग कर्जरोखे, विमा पॉलिसी इ. तारण घेऊ शकते अगर खातेदाराच्या वैयक्तिक तारणावर ही सवलत मर्यादित कालावधीसाठी देऊ शकते.

(२) रोख कर्ज : रोख कर्जासाठी अर्ज दिलेल्या कर्जदाराची गरज लक्षात घेऊन कर्ज मर्यादा ठरविली जाते. काही तारणावर आणि जामिनावर कर्ज मंजूर करून, कर्जदाराचे रोख कर्ज खाते उघडून त्या खात्यावर ती रक्कम जमा केली जाते. या प्रकारचे कर्ज हे कर्जदाराला फायदेशीर ठरते कारण फक्त त्याने काढलेल्या रकमेवरच व्याज आकारणी केली जाते आणि जेव्हा गरज असेल तेव्हाच तो रक्कम काढू शकतो. त्याच्याकडे शिल्लक रक्कम असल्यास तो या खात्यावर भरू शकतो. रोख कर्जाची सुविधा मिळण्यासाठी तो कर्जदार कर्ज घेतेवेळी बँकेचा खातेदार असलाच पाहिजे असे बंधन नसते. मोठ्या व्यापारी व औद्योगिक घटकांमध्ये रोख कर्ज हा प्रकार लोकप्रिय आहे.

मंजूर झालेली रक्कम विशिष्ट मर्यादेपर्यंत खातेदाराने न घेतल्यास बँकेला व्याजाचे नुकसान होऊ शकते यासाठी या कर्जप्रकाराला 'अर्ध्या किंवा एक चतुर्थांश व्याजाचे तत्त्व' लागू करण्यात येते. त्यानुसार कर्जदाराने कर्जाची रक्कम उचलली नाही तरी त्याला मंजूर रकमेवरील व्याजाच्या अर्धे किंवा एक-चतुर्थांश व्याज बँकेला द्यावेच लागते.

(३) अल्पमुदत पतपुरवठा : बँक एक वर्षपेक्षा कमी कालावधीसाठी कर्ज रक्कम अग्रीम म्हणून कर्जदाराला देऊ शकते. या अल्पमुदत कर्जासाठी तारण म्हणून व्यवसायाचा माल, भाग, रोखे, कर्जरोखे, विमा पॉलिसी, मौल्यवान दागिने अगर स्थावर मिळकत तारण म्हणून गहाण ठेवली जाते. कर्जदार कर्जाची रक्कम एकदम काढतो व ती व्याजासहीत एकरकमी एकदम परत करू शकतो अगर हप्त्याहप्त्याने मुदतीच्या आत परतफेड करू शकतो.

कर्जासाठी तारण असल्याने जामिन असलाच पाहिजे याचे बंधन नसते. मात्र, कर्जदाराकडून वचनचिठ्ठी लिहून घेतली जाते. अल्पकालीन कारणांसाठी अशा प्रकारचा कर्जपुरवठा केला जातो.

(४) मुदत कर्ज : व्यापारी, कारखानदार आणि सध्या शेतकऱ्यांनादेखील आनुषंगिक तारणाच्या आधारे बँका मुदतीची कर्जे देतात. कर्जाची रक्कम कर्जदाराच्या कर्ज खात्याला नावे टाकून ती त्याच्या चालू खात्यावर जमा केली जाते, अथवा त्यांना रोख स्वरूपात दिली जाते. चालू खात्यावर रक्कम जमा केली असेल तर

कर्जदार त्याच्या आवश्यकतेनुसार ती रक्कम काढू शकतो. मात्र, कर्जाच्या संपूर्ण रकमेवर बँक व्याज आकारत असते. 'कर्जाची रक्कम बँक मागेल तेव्हा परत केली जाईल' या अटीवर कर्ज दिले जाते. कर्जदाराला हप्त्याहप्त्याने कर्जाची परतफेड करावी लागते. दरमहा हप्त्याची रक्कम बँक ठरवून देते. त्या हप्त्यात व्याज रकमेचाही समावेश होतो. शक्य असल्यास कर्जदारास मुदती पूर्वी एकदम परत करू शकतो. कर्जाची रक्कम एकदा परत केली म्हणजे बँकेत भरली की, कर्जदाराला ती परत मिळत नाही. त्याला गरज भासल्यास पुन्हा नव्याने कर्ज काढावे लागते.

मुदत कर्जासाठी तारण म्हणून भाग, सरकारी कर्जरोखे, मालमत्ता, स्थावर जिंदगी विमापत्रे, सोने इत्यादी रोखता अधिक असलेल्या वस्तू घेतल्या जातात, त्यामुळे ही कर्जे सुरक्षित असतात. मुदत खर्चाची मुदत ही साधारणपणे एक वर्ष ते १० वर्षे इतकी असते. त्यावरून या कर्जाचे तीन प्रकार पडतात.

(i) लघुमुदत कर्ज : या कर्जाची मुदत १ वर्षापर्यंत असते. शेतकरी शेतीच्या उत्पादनासाठी अथवा पिकांच्या खरेदी-विक्रीसाठी अशी कर्जे घेतात. व्यापारी व व्यावसायिक खेळत्या भांडवलाच्या गरजेसाठी अशी कर्जे घेतात.

(ii) मध्यम मुदत कर्जे : या कर्जाची मुदत १ वर्ष ते ५ वर्षे इतकी असते. व्यापारी लोक मालाची मोठ्या प्रमाणावर खरेदी, व्यावसायिक लोक कार्यालयाच्या आधुनिकीकरणासाठी तर शेतकरी लोक अवजारे व गुरे खरेदीसाठी अशी कर्जे घेतात.

(iii) दीर्घ मुदत कर्जे : या कर्जाची मुदत ५ वर्षे ते १० वर्षे इतकी असते. स्थिर मालमत्ता बांधकाम, यंत्रसामग्री, फर्निचर, वाहन खरेदी, विहीर खोदाई इ. कारणांसाठी ही कर्जे घेतली जातात. स्थिर मालमत्तेपासून भविष्यात मिळणाऱ्या उत्पन्नातून या कर्जाची परतफेड केली जाते. त्यामुळे अशी कर्जे मंजूर करताना कागदपत्रांची छाननी व कर्ज रक्कम यांबाबत बँकेला काळजी घ्यावी लागते. या कर्जाची परतफेड कर्ज घेतल्यानंतर साधारणपणे १ ते २ वर्षांनी सुरू होते. कर्जदाराला मोठ्या रकमेचे कर्ज द्यावयाचे असल्यास एका बँकाऐवजी २ किंवा अधिक बँका एकत्र येऊन ते देतात.

(५) हुंड्या खरेदी व वठविणे : व्यापार आणि उद्योगक्षेत्रात अल्पमुदतीच्या अर्थसाहाय्यासाठी हुंडी हा उत्तम मार्ग आहे. हुंडी हा एक चलनक्षम दस्तऐवज आहे. त्या दस्तऐवजांमध्ये आदेशक व्यक्ती आदेशिती व्यक्तीला एका विशिष्ट कालावधीनंतर विशिष्ट रक्कम त्याला स्वत:ला अगर तो सांगेल त्याला किंवा त्या

हुंडीच्या वाहकाला विनाअट देण्याची लेखी आज्ञा देतो. ही रक्कम देण्याची मुदत साधारणत: तीन महिने इतकी असते. हुंडी स्टँम्पपेपरवर लिहिली जात असल्याने व त्यावर ऋणकोची स्वीकृतीदर्शक स्वाक्षरी असल्याने तिला कायदेशीर अस्तित्व प्राप्त होते.

घाऊक व्यापाऱ्याने किरकोळ व्यापाऱ्याला उधारीवर माल विकला असेल तर घाऊक व्यापारी हुंडी लिहून त्यावर किरकोळ व्यापाऱ्याची स्वीकृती घेऊन ती स्वत:कडे ठेवतो. घाऊक व्यापाऱ्याला जेव्हा मुदतीपूर्वी रोख रक्कमेची गरज भासते, तेव्हा तो ती हुंडी त्याच्या बँकेकडे वठवितो. बँक काही कसर (Discount) कापून हुंडीची उर्वरित रक्कम घाऊक व्यापाऱ्याला देतो. हुंडीची मुदत संपल्यावर बँक किरकोळ व्यापाऱ्याकडून हुंडीची पूर्ण रक्कम वसूल करते. या हुंडीच्या व्यवहारामुळे किरकोळ व्यापाऱ्याला उधारीवर माल खरेदी करता येऊन त्याला त्याचा व्यवसाय करून उत्पन्न मिळविता येते. घाऊक व्यापाऱ्याला विकलेल्या मालाची रक्कम लगेच मिळते तर बँकेला Discount च्या स्वरूपात उत्पन्न मिळते. बँका या अशा अनेक हुंड्या वठवीत असल्यामुळे त्यांना त्यापासून मोठे उत्पन्न मिळते. हुंड्या या व्यापार उदिमाला पर्यायाने अर्थव्यवस्थेला गती देतात. दरम्यानच्या काळात बँक स्वत: देखील गरज असेल तर वठविलेल्या हुंड्या मध्यवर्ती बँकेकडे पुनर्वठवणूक करून त्या तारणावर कर्ज घेऊ शकतात. अशाप्रकारे हुंड्या वठविणे या कार्यातून वाणिज्य व उद्योगाला बँका खेळते भांडवल पुरवीत असतात. हुंड्यांमध्ये स्वयंरोखता असल्याने त्यासाठी कोणत्याही आनुषंगिक तारणाची गरज नसते.

२.२ बँकेची दुय्यम कार्ये

'जी कार्ये करणे बँकांवर बंधनकारक नसते, मात्र व्यावसायिक स्पर्धेत टिकून राहण्याच्या उद्देशाने जास्तीत जास्त ग्राहकांना आकर्षित करण्यासाठी बँका ज्या सेवा-सुविधा पुरवितात, त्यांना दुय्यम कार्ये असे संबोधतात.'

(अ) अभिकर्ता कार्ये

'बँका जी कार्ये आपल्या ग्राहकांचा प्रतिनिधी या नात्याने ग्राहकांसाठी पार पाडीत असतात, त्यांना अभिकर्ता कार्ये असे संबोधतात. अशी कार्ये सामान्यपणे ग्राहकांकडून सूचना आल्यानंतर त्यांच्यावतीने केली जातात.'

(१) चलनक्षम दस्तऐवजांचे प्रदान व वसुली : धनादेश, हुंडी व वचनचिठ्ठी

हे तीन चलनक्षम दस्तऐवज आहेत. अनेक वेळा खातेदार हा त्याची त्रयस्थ व्यक्तीला देय असलेली रक्कम ही धनादेशाद्वारे देत असतो. हा धनादेश त्रयस्थ व्यक्ती त्याच्या बँकेला सादर करतो. ती बँक खातेदाराच्या बँकेकडे हा धनादेश पाठविते. खातेदाराच्या वतीने त्याची बँक या धनादेशाचा आदर करून खातेदाराच्या खात्यातून ती रक्कम देते. याप्रमाणेच खातेदाराने देय असलेल्या हुंडी व वचनचिठ्ठीचे पैसे बँक त्याच्या खात्यातून अदा करतात.

ज्या वेळी खातेदाराला काही रक्कम धनादेशाद्वारे मिळते, त्या वेळी तो हा धनादेश बँकेत देतो. बँक हा चेक ज्या बँकेचा असेल त्या बँकेकडे पाठवून निरसन क्रियेद्वारे त्याचे पैसे मिळविते व खातेदाराच्या खात्यावर जमा करते. याप्रमाणेच खातेदारांच्या हुंडी व वचनचिठ्ठीचे पैसे खातेदारांच्या खात्यावर कसर कापून जमा करतात व मुदतीनंतर या दस्तऐवजांचे पैसे ज्यांचेकडून येणे असतील त्यांचेकडून वसूल करतात.

(२) स्थायी सूचनांची कार्यवाही : खातेदार आपल्या बँकांना काही विशिष्ट व्यक्ती अथवा संस्थांना नियमितपणे द्यावयाच्या रकमांविषयी अगर स्वीकारावयाच्या वा वर्ग करावयाच्या रकमांविषयी स्थायी आदेश देऊ शकतात. बँका काही शुल्क आकारून खातेदारांच्या या स्थायी आदेशांची अंमलबजावणी करतात. हे स्थायी आदेश सामान्यपणे पुढीलप्रमाणे असतात.

स्थायी आदेश

रक्कम प्रदान करण्याचे स्थायी आदेश	रक्कम जमा वा वर्ग करण्याचे स्थायी आदेश
१. सोसायट्या, क्लब्ज यांची मासिक/वार्षिक वर्गणी	१. एका खात्यातून दुसऱ्या खात्यात पैसे वर्ग करणे
२. विमा हप्ते भरणे	२. खातेदारांचा लाभांश जमा करून घेणे
३. विशिष्ट तारखेला रोखे खरेदी	३. विशिष्ट तारखेला रोखे विक्री
४. इतर बँक खात्यांत नियमितपणे पैसे पाठविणे	४. निवृत्तीवेतनाची रक्कम गोळा, जमा करणे
५. जागाभाडे, वीज बिल दरमहा भरणे	५. डिव्हीडंड वॉरंटीवरील पैसे जमा करणे

६. आयकर व आयकर पत्रके भरणे.	६. मिळणारे भाडे, पगार खात्यात जमा करून घेणे.
७. ट्रेझरीत विक्रीकर भरणे.	७. भाग, कर्जरोखे, सोने-चांदी विकणे.
८. भाग, कर्जरोखे, सोने-चांदी खरेदी करणे.	
९. नगरपालिका कर, इतर बँकांचे कर्जहप्ते भरणे.	

(३) विश्वस्त व मुखत्यार म्हणून कार्य : खातेदाराच्या पश्चात त्याच्या मालमत्तेची व्यवस्था पाहण्याचे काम, विश्वस्त या नात्याने त्याची अंमलबजावणी करण्याचेही काम बँका करतात. या कामांसाठी बँका काही कर्मचारी नेमतात व मालमत्तेचे विश्वस्त व मृत्युपत्राचे मुखत्यार ही कामे अत्यंत चोखपणे पार पाडतात. त्यासाठी काही शुल्क आकारतात.

बँकांना पॉवर ऑफ ॲटर्नी दिल्यास त्या खातेदारांच्या भागावरील लाभांश व रोख्यांवरील व्याज स्वीकारतात व त्याचे वैध वितरण करतात. भागांची खरेदी विक्री तसेच हस्तांतरण करण्यासाठी बँकांना वर्ग अर्जांवर सह्या करण्याचा अधिकार दिला जावू शकतो. अशाप्रकारे मालमत्तेचे व मृत्युपत्रांचे बँकेच्यावतीने नामांकन केल्यास ती आपल्या खातेदाराच्या मालमत्तेचे व त्यासंबंधी हितांचे काळजीपूर्वक संरक्षण व जतन करते.

(ब) उपयोगिता कार्ये

"ग्राहकांना त्यांच्या दैनंदिन जीवनात तसेच व्यापार व्यवसायात उपयोगी पडतील अशी काही कार्ये, सेवा-सुविधा बँक पुरवित असते, त्यांना बँकेची उपयोगिता कार्ये असे म्हणतात." ही कार्ये पुढीलप्रमाणे आहेत.

(१) सुरक्षा ताबा : सध्याच्या काळात मौल्यवान वस्तू उदा. सोन्या-चांदीचे दागिने व भांडी, हिरे व इतर मौल्यवान खडे, धातू, तसेच महत्त्वाची कागदपत्रे उदा. चलनक्षम दस्तऐवज, मालकीहक्कासंबंधींची कागदपत्रे, करारपत्रे, प्रतिभूती इ. घरात अथवा कार्यालयात ठेवणे धोक्याचे असते. या गोष्टी सुरक्षित ठेवण्यासाठी बँकेच्या ताब्यात दिल्या जाऊ शकतात. त्यांचे आग, चोरी इ. धोक्यांपासून संरक्षण केले जाते. यासाठी काही बँकांमध्ये सुरक्षा गृहे व तिजोऱ्या बांधलेल्या

असतात. अशाप्रकारे बँक नाममात्र शुल्क आकारून ग्राहकांच्या मौल्यवान वस्तू व कागदपत्रे स्वत:च्या ताब्यात ठेवून त्यांच्या सुरक्षिततेची जबाबदारी घेते.

(२) सुरक्षा ठेव कप्पे : सुरक्षा ताबा या कार्यातूनच सुरक्षा ठेव कप्पे अगर सुरक्षा खणांची कल्पना पुढे आली. बँक आपल्या वास्तूत शक्यतो तळघरात भक्कम अशी सुरक्षा खोली बांधते. या खोलीत लहान-मोठ्या आकाराचे सुरक्षा कप्पे अथवा खण असलेल्या मजबूत तिजोऱ्या बसविल्या जातात. हे कप्पे बँक ग्राहकांना वार्षिक भाडे तत्त्वांवर उपलब्ध करून देते. ग्राहक त्यामध्ये त्याच्या कुटुंबियांचे मौल्यवान दागिने, दुर्मिळ वस्तू, दस्तऐवज इत्यादी ठेवतात. प्रत्येक कप्प्याला एक स्वतंत्र्य क्रमांक दिलेला असतो. तसेच प्रत्येक कप्प्याला दोन चाव्या असतात. त्यातील एक चावी बँकेच्या सुरक्षा ठेव अधिकाऱ्याकडे तर दुसरी चावी ग्राहकाकडे दिलेली असते. या दोन किल्ल्या कुलूप पद्धतीमध्ये दोन्ही किल्ल्या एकाचवेळी वापरल्याशिवाय त्या कप्प्याचे कुलूप उघडू शकत नाही. त्यामुळे कप्प्यांना दुहेरी सुरक्षितता प्राप्त होते. ग्राहक सणासुदीच्या काळात अगर त्याला हव्या त्या दिवशी सुट्टी सोडून कार्यालयीन वेळेत आपल्या कप्प्यांतील हव्या त्या वस्तू वा कागदपत्र घेऊ शकतो व परत ठेवू शकतो. त्या घेताना व परत ठेवताना प्रत्येक वेळी सुरक्षा ठेव अधिकाऱ्याजवळ असलेल्या नोंदणीपुस्तकात त्यांची नोंद करावी लागते. कप्प्यांच्या लहान-मोठ्या आकारानुसार त्यांचे वार्षिक भाडे ठरलेले असते.

(३) पैसे पाठविण्याच्या सुविधा : आधुनिक काळात वैयक्तिक कारणांसाठी अगर व्यापार-व्यवसायासाठी लहान-मोठ्या रकमा एका ठिकाणाहून दुसऱ्या ठिकाणी त्वरित पाठविणे अत्यंत गरजेचे असते. या रकमा स्वत: घेऊन जाणे खर्चिक, वेळखाऊ असते, तसेच ते धोक्याचे ठरू शकते. यासाठी बँक पैसे पाठविण्याच्या विविध सुविधा आपल्या ग्राहकांसाठी उपलब्ध करून देत असतात. फार मोठी रक्कम धनादेशाच्या साहाय्याने विनाशुल्क दुसऱ्या व्यक्तीला पाठविणे अत्यंत सोयीचे ठरते. बँकेत खाते असो अगर नसो बँक ग्राहकाला विशिष्ट रकमेचे मागणी विपत्र (डिमांड ड्राफ्ट) उपलब्ध करून देते. तो ड्राफ्ट ज्या व्यक्तीला रक्कम देय आहे, तिच्याकडे पाठवून दिला जातो व मग ती व्यक्ती त्याच्या गावातील बँकेतून त्याची रक्कम घेते. मागणी विपत्राप्रमाणेच टपालप्रेषण (मेल ट्रान्सफर) व तार प्रेषण (Telegraphic transfer) या द्वारे बँक स्वत: ग्राहकांची रक्कम दुसऱ्या ठिकाणच्या संबंधित व्यक्तीला पाठविण्याची व्यवस्था करते. आधुनिक काळात कोअर बँकिंगमुळे एन. ई. एफ. टी. व आर. टी. जी. एस. प्रणालीचा वापर करून काही मिनिटांमध्ये एका ठिकाणच्या खात्यातून दूरवरच्या

खात्यांतही पैसे वर्ग होतात. परदेशात पैसे पाठविण्यासाठी स्वीफ्टचा वापर करण्यात येतो. ऑनलाईन बँकिंगमुळे रक्कम पाठविण्याच्या सेवेत आमूलाग्र क्रांती झाली आहे. धनादेशाव्यतिरिक्त इतर सुविधांसाठी बँक काही शुल्क आकारते. मात्र, या सुविधांमुळे वेळेचा अपव्यय, खर्च व धोका टाळता येतो. शिवाय दुसऱ्या व्यक्तीला पैसे दिले आहेत याचा पुरावा राहतो. धनादेशासारख्या चलनक्षम दस्तऐवजांचे केवळ पृष्ठांकन करून त्यात नमूद केलेल्या रकमांचे विनासायास हस्तांतरण करता येते. पैसे पाठविण्याच्या सर्व सुविधांमुळे देशी तसेच विदेशी व्यापार त्वरित व सुकर होण्यास व त्यात वाढ होण्यास मोलाची झाली आहे.

(४) **निवृत्ती वेतन प्रदान :** निवृत्त शासकीय कर्मचाऱ्यांना व त्यांच्या विधवांना केंद्र व राज्य सरकारकडून दरमहा निवृत्ती वेतन मिळत असते. हे निवृत्त कर्मचारी त्यांच्या बँकांना त्यांच्यावतीने त्यांचे निवृत्तीवेतन घेण्याची व त्यांच्या खात्यात जमा करण्याची विनंती करू शकतात.

निवृत्तीवेतनाचे बिल बँकेच्या नावे काढण्यात येते तसेच निवृत्तीवेतनाच्या रकमेचा धनादेश बँकेच्या नावे काढण्यात येतो. वयोवृद्ध निवृत्तीधारकांसाठी ही योजना अत्यंत सोयीची आहे. केंद्रसरकार निवृत्त कर्मचाऱ्यांचे निवृत्तीवेतन भारतीय स्टेट बँक वितरित करते तर राज्य सरकारी निवृत्त कर्मचाऱ्यांचे वेतन बँक ऑफ महाराष्ट्र वितरित करते.

(५) **परकीय चलनासंबंधी कार्ये :** अलीकडे अनेक बँका विदेशी व्यापारासाठी मदत करतात. आयात-निर्यात व्यापारासाठी आवश्यक असणाऱ्या परकीय चलनांचे भारतीय चलनात रूपांतर करण्याची सेवा पुरविण्यासाठी या बँकांमध्ये 'परकीय चलन' विभाग या नावाने स्वतंत्र कक्ष उभारण्यात आलेला असतो. ज्या बँकांना परकीय चलनाचे व्यवहार करावयाचे असतात, त्यांना रिझर्व्ह बँकेकडून तशी रितसर परवानगी घ्यावी लागते. बँकांचे स्वत:चे शाखांचे जाळे असते, त्याचप्रमाणे परदेशातही संबंधित बँका असतात, त्यांच्या साहाय्याने आयात-निर्यातीचे आंतरराष्ट्रीय व्यवहार करण्यासाठी मदत केली जाते. परकीय चलनाच्या अदलाबदलीत त्या चलनाचा खरेदीचा दर आणि विक्रीचा दर यातील फरकावर बँकेचा नफा अवलंबून असतो.

विदेश व्यापारासाठी बँका पुढीलप्रमाणे मदत करतात :

(i) आयात व्यापाऱ्याकडे निर्यात मालाविषयीची मालकीपत्रे पोहोचविणे.

(ii) आयात व्यापाऱ्याकडून रक्कम वसूल करून ती निर्यातदाराला देणे.

(iii) आयात मालाविषयीची मालकीपत्रे प्राप्त करून ती आयात व्यापाऱ्याला देणे.

(iv) आयात-निर्यातीसाठी आवश्यक अशा परकीय चलनाची व्यवस्था करणे.

(v) एका देशाच्या चलनाचे रूपांतर दुसऱ्या देशाच्या चलनामध्ये करून ते पुरविणे.

(vi) इतर वित्तीय संस्थांच्याकडून वित्तपुरवठा घेण्यासाठी आवश्यक असलेली पतपत्रे खातेदारांच्याबाबतीत तयार करून देणे. खातेदारांना आवश्यक असल्यास प्रमाणपत्रही बँका उपलब्ध करून देतात.

स्वाध्याय

अ. दीर्घोत्तरी प्रश्न
   (१) बँकेची प्राथमिक व दुय्यम कार्ये सविस्तर स्पष्ट करा.

ब. मध्यमोत्तरी प्रश्न
   (१) बँकेची प्राथमिक कार्ये तपशीलवार लिहा.
   (२) बँकेची दुय्यम कार्ये कोणती ते लिहा.

क. टिपा लिहा.
   (१) बँकेची अभिकर्ता म्हणून कार्ये
   (२) बँकेची उपयोगिता कार्ये
   (३) सवलतीचे खाते (No Frills A/c)
   (४) स्वयंप्रवाहीत खाते (Flexi Fixed Deposit A/c)

प्रकरण ३

ठेव खाते उघडण्याची व चालविण्याची प्रक्रिया

३.१ बँकेत ठेव खाते उघडण्याची प्रक्रिया

३.२ बँकेत ठेव खाते चालविण्याची प्रक्रिया

३.३ खाते बंद/वर्ग करण्याची प्रक्रिया.

३.४ खातेदारांचे प्रकार

प्रस्तावना

बँकेचा खातेदार होण्यासाठी खातेदाराला एक विशिष्ट प्रक्रिया पूर्ण करावी लागते. सुरक्षिततेच्या दृष्टीने खातेदाराची खरी व पूर्ण ओळख होण्याकरीता बँका अलीकडच्या काळात ग्राहक परिचय प्रमाणके तपासण्याच्या पद्धतीचा अवलंब करतात. बँकेत खाते उघडण्यासाठी अर्ज, ओळखीचा व रहिवासाचा पुरावा, नमुना सही, वारसाचे नाव निर्देशित करणे या गोष्टींची आवश्यकता असते.

बँकेमध्ये सामान्यपणे चालू, बचत, आवर्ती आणि मुदत या प्रकारची ठेव खाती उपलब्ध असतात. प्रत्येक खात्याच्या प्रकारानुसार ती खाती चालविण्याची प्रक्रिया थोडी थोडी भिन्न असते. खात्यात पैसे भरण्यासाठी व काढण्यासाठी वेगवेगळ्या पावत्या असतात. बँक चालू आणि बचत ठेव खातेदाराला बँक खाते-पुस्तिका आणि मागणी केल्यास पैसे भरणा पावती पुस्तिका व धनादेश पुस्तिका देते. आवर्ती ठेव खातेदाराला आवर्ती ठेव खाते पत्रक तर मुदत ठेवीदाराला मुदत ठेव पावती दिली जाते. आवर्ती व मुदत ठेव खात्यावरील रकमेच्या आधारे ठेवीदाराला कर्ज मिळू शकते.

बँकेचा ठेवीदार हा अभ्यासू व जागरूक ठेवीदार असला पाहिजे. त्याला ठेव खाते उघडण्याची, चालविण्याची तसेच खाते बंद करण्याची किंवा ते खाते त्याच बँकेच्या दुसऱ्या शाखेत, अगर दुसऱ्या बँकेत वर्ग करण्याची प्रक्रिया ठाऊक

असणे गरजेचे असते. तसेच आवर्ती आणि मुदत ठेवी मुदतीपूर्वी वठवायच्या झाल्यास काय करावे लागते याची माहिती असल्यास वेळप्रसंगी ते उपयुक्त पडू शकते.

बँकेचे व्यक्तिगत आणि संस्थात्मक खातेदार विभिन्न प्रकारचे असतात. या प्रत्येक खातेदारांच्या बाबतीत त्यांची खाती उघडताना बँकांना अनेक प्रकारची दक्षता घ्यावी लागते अशी दक्षता घेतल्यास बँक संभाव्य धोके व नुकसान टाळू शकते.

३.१ बँकेत ठेव खाते उघडण्याची प्रक्रिया

ठेवी स्वीकारणे हे बँकेच्या प्राथमिक कार्यांपैकी एक कार्य आहे. बँक व्यवसायासाठी लागणाऱ्या निधीचा मोठा भाग हा ठेवीदारांनी ठेवलेल्या ठेव-रकमेद्वारे बँकांना उपलब्ध होत असतो. बँकेत कोणतेही खाते उघडताना किमान काहीतरी रक्कम ही बँक खात्यात ठेव म्हणून ठेवावीच लागते, त्यामुळे या खात्यांना ठेव खाती असे संबोधण्यात येते. बँक आणि तिचा ग्राहक यांच्यातील संबंधांची सुरुवात ग्राहकाने बँकेत खाते उघडल्यानंतर होते. बँक आणि ग्राहक यांच्यातील संबंध हे कायदेशीर संबंध असतात. त्यामुळे हे संबंध प्रस्थापित करताना, अर्थात बँकेत खाते उघडताना काही औपचारिक बाबींची पूर्तता करावी लागते. खाते उघडल्यानंतर खातेदाराच्या बाबतीत बँकेवर काही जबाबदाऱ्या येऊन पडतात, त्यामुळे ग्राहकाच्या नावे खाते उघडताना बँकेला विशेष दक्षता घ्यावी लागते. बँकेत ठेव खाते उघडण्याची एक विशिष्ट प्रक्रिया असते, ती पुढीलप्रमाणे राबविली जाते.

I. बँकेची निवड

आपल्याकडे सार्वजनिक क्षेत्र, खाजगी क्षेत्र, सहकारी अशा विविध प्रकारच्या बँका कार्यरत असतात. त्यातून संभाव्य ग्राहकाला बँकेची निवड करावी लागते. प्रत्येकाला आपल्या इच्छेनुसार व सोयीनुसार कोणत्याही बँकेत ठेव खाते उघडता येते. बँकेची निवड करताना साधारणपणे त्या बँकेची आर्थिक स्थिती, ठेवीवर दिली जाणारा व्याजदर, व्यवहाराच्या दृष्टीने सोईस्कर ठिकाण व कामकाजाच्या वेळा, ग्राहक सेवेचा दर्जा इ. बाबींचा प्रामुख्याने विचार केला जातो.

II. ग्राहक परिचय प्रमाणके (के. वाय. सी. नॉर्म्स्)

बँकिंग नियमन कायदा, १९४९ कलम ३५ (अ) तसेच मनी लाँड्रिंग प्रतिबंध नियम, २००५ अंतर्गत रिझर्व्ह बँकेने ग्राहकांची ओळख पटविण्या

संदर्भातील काही मार्गदर्शक तत्त्वे दिली आहेत. एखाद्या नव्या ग्राहकाबरोबर संबंध प्रस्थापित करण्यापूर्वी बँकेने त्याची ओळख आणि कायदेशीर अस्तित्व या संबंधात पुरेशी माहिती मिळविली पाहिजे. या संदर्भात तपासावयाच्या घटकांना ग्राहक परिचय प्रमाणके असे संबोधतात.

ग्राहक परिचय प्रमाणकांचा उद्देश

ग्राहक परिचय प्रमाणके ही ग्राहकाची खरी ओळख तपासण्याची प्रक्रिया आहे. त्यामध्ये खालील बाबींची तपासणी केली जाते :-

(i) ग्राहकाचा सत्य परिचय

(ii) खात्याचा उपयोगी मालकीहक्क

(iii) निधीचा उद्‌गम (रक्कम कोठून आणली)

(iv) ग्राहकाच्या व्यवसायाचे स्वरूप

(v) ग्राहकाच्या व्यवसायासंदर्भात खाते चालविण्याची योग्यता कारणमीमांसा (पर्याप्तता)

या तपासणीमुळे बँकांना त्यांच्या धोक्यांचे दूरदृष्टीने यशस्वी व्यवस्थापन करता येऊ शकते. ग्राहक परिचय प्रमाणकांचा मुख्य उद्देश म्हणजे गुन्हेगारी स्वरूपाच्या घटकांकडून कळत अगर नकळतपणे बँकांचा मनी लाँड्रिंग म्हणजेच काळ्या पैशांचे रूपांतर पांढऱ्या पैशांत करण्यासाठी उपयोग करून घेतला जाऊ नये, हा आहे. या ठिकाणी काळा पैसा याचा अर्थ अवैध मार्गांनी मिळविलेले व ज्यावर आयकर भरला नाही असे उत्पन्न होय.

ग्राहक परिचय प्रमाणकांची वैशिष्ट्ये–

१. ग्राहक परिचय प्रमाणकांचे दोन घटक आहेत – ओळख आणि पत्ता. ग्राहकाची ओळख ही तीच राहू शकते, मात्र त्याचा पत्ता बदलला जाऊ शकतो, त्यामुळे बँकेने आपल्या ग्राहकांच्या संबंधित कागदपत्रे व नोंदी ठराविक कालावधीनंतर अद्ययावत करावीत.

२. ग्राहक परिचय प्रमाणके ही बँकेच्या सर्व ग्राहकांना लागू पडतात. या ठिकाणी ग्राहक याचा अर्थ त्या व्यक्तीचे त्या बँकेत खाते आहे किंवा त्या बँकेशी व्यवसाय संबंध आहेत. बँकेचा ग्राहक ही व्यक्ती असू शकते अगर संस्था असू शकते.

३. ग्राहक परिचय याचा अर्थ ग्राहकाला ओळखणे आणि विश्वसनीय व स्वतंत्र कागदपत्रे, माहिती, नोंदींच्या आधारे त्याची ओळख सिद्ध करणे होय.

४. ग्राहक ओळख प्रक्रिया ही बँकेने खालील विभिन्न टप्प्यांवर राबविणे

हितकारक असते–

(i) ग्राहकाशी बँकिंग संबंध प्रस्थापित करताना (खाते उघडताना)

(ii) ग्राहकाशी एखादा मोठा आर्थिक व्यवहार करताना

(iii) ग्राहकाने पुराव्यासाठी दिलेली कागदपत्रे पुरेशी नाहीत असे वाटल्यास

(iv) ग्राहकाने सादर केलेल्या कागदपत्रांविषयी शंका निर्माण झाल्यास

५. बँकेने आपल्या प्रत्येक ग्राहकाचा संक्षिप्त वर्णन लेख (Profile) तयार करावा. त्यामध्ये खालील बाबींचा समावेश असावा :

(i) ग्राहकाची सामाजिक व आर्थिक स्थिती.

(ii) त्याच्या व्यवसाय-उद्योगाचे स्वरूप.

(iii) त्याच्या व्यवसायाची व व्यवसाय ठिकाणाची माहिती.

(iv) बँकेत खाते उघडण्याचा हेतू व कारणे.

(v) संबंधांमध्ये वापरल्या जाणाऱ्या निधीचा अपेक्षित उद्‌गम (Source).

(vi) ग्राहकाचा रोजगार किंवा नोकरी असल्यास त्याची माहिती.

(vii) संपत्ती व उत्पन्नाचे उद्‌गम.

(viii) दरमहा पैसे पाठविण्याची (remittances) अपेक्षित रक्कम.

(iv) दरमहा अपेक्षित उचल (withdrawals) रक्कम.

६. जेव्हा ग्राहकाच्या खात्यातील व्यवहार हे त्याच्या संक्षिप्त वर्णन लेखातील माहितीशी सुसंगत नसेल त्यावेळी बँकेने त्याच्याकडून गरजेनुसार आणखी तपशील किंवा कागदपत्रे मागवावित. या मागचा उद्देश एवढाच आहे की कोणीही बँक खात्याचा उपयोग अवैध पैसा (Money Laundering) दहशतवादी अगर गुन्हेगारी स्वरूपाच्या कामासाठी करू नये.

७. ग्राहकाच्या पत्त्याची खात्री करण्यासाठी त्याचा जुन्या पत्ता असलेली कागदपत्रे विचारात न घेता सध्याचा पत्ता दर्शविणारी कागदपत्रे मागावीत. वाहन परवाना, पारपत्र, पॅनकार्ड, निवडणूक ओळखपत्र, इ. वर छापलेला पत्ता हा पूर्वीचा जुना असू शकतो. त्यामुळे बँकेने ग्राहकाकडे वरील कागदपत्रांच्या प्रतींबरोबरच चालू दूरध्वनी बिल, वीज बिल, याचीही मागणी करावी.

८. एखाद्याच्या व्यक्तीच्या नावावर बँकेत खाते उघडायचे असेल आणि तिच्या नावावर चालू पत्त्याचा पुरावा नसेल तर ती ज्यांच्याबरोबर रहात असेल त्या नातेवाईकांचा चालू पत्त्याचा पुरावा ग्राह्य धरला जातो. मात्र, त्या व्यक्तीने तसे लेखी निवेदन बँकेला टपालामार्फत पाठवून द्यावे. टपालाने पत्त्याची अधिकृतता सिद्ध होते.

९. कमी उत्पन्न गटातील व्यक्तीकडे ओळख व पत्त्याचा पुरावा देणारी कागदपत्रे नसण्याची शक्यता असते. अशा व्यक्तींनी बँकेच्या सध्याच्या खातेदार व्यक्तीचा संदर्भ देऊन, त्याच्याकडून प्रमाणपत्र घेऊन बँक खाते उघडू शकते. प्रमाणपत्र देणाऱ्या खातेदाराचे ग्राहक परिचय प्रमाणके व निकष परिपूर्ण असावीत व त्याचे खाते सहा महिन्यांपेक्षा अधिक जुने असावे. खाते उघडणारा व परिचय करून देणारा या दोहोंच्या खात्यातील शिल्लक रकमा रु. १ लाखांपेक्षा अधिक नसाव्यात.

१०. बँकेत खाते उघडताना ग्राहक परिचय प्रमाणकांतर्गत खातेदाराची सर्व माहिती बँकेने गुप्त ठेवावी लागते. बँकेला हा तपशील इतर कोणत्याही कारणासाठी वापरता येत नाही अगर तो तिसऱ्या पक्षाला देता येत नाही.

११. क्रेडिट कार्ड, डेबिट कार्ड, स्मार्ट कार्ड इ. देतानाही बँकेने संबंधित कार्ड धारकाची 'ग्राहक परिचय प्रमाणके' प्रक्रिया पूर्ण करणे अत्यावश्यक असते.

१२. बँकेत खाते उघडण्यासाठी व ते चालविण्यासाठी प्रत्येक ग्राहकासंबधीची ग्राहक परिचय प्रमाणके प्रक्रिया बँकेला पूर्ण करावीच लागते. जर एखाद्या नव्या अथवा जुन्या खातेदाराने या प्रक्रियेसाठी नकार दिल्यास बँक त्याला तशी सूचना (कारणांसहित) देऊन त्याचे खाते बंद किंवा निष्कासित करू शकते.

१३. ठेवखात्यात रु. ५०,००० किंवा अधिक ठेवणाऱ्या खातेदाराला भरणा पावतीमध्ये त्याचा पॅन नमूद करणे आवश्यक असते. तसेच रु. १० लाख किंवा अधिक रकमेची ठेव, उचल अगर खात्यातून स्थानांतर या व्यवहाराची नोंद बँकेला एका स्वतंत्र नोंदणी पुस्तकात ठेवावी लागते आणि या व इतर संशयास्पद व्यवहारांचा तपशील बँकेचे नियंत्रण कार्यालय अगर मुख्यालयाला कळवावा लागतो.

III. विहीत नमुन्यातील अर्ज

खाते उघडण्यासाठी इच्छुक असलेल्या ग्राहकाने बँकेकडून खाते उघडण्याचा विहीत नमुन्यातील अर्ज घ्यावा. काही बँकांमध्ये ठेव खात्याच्या प्रकारानुसार वेगवेगळे अर्ज असतात तर काही बँकांमध्ये एकच सर्वसाधारण अर्ज असतो. हा अर्ज ग्राहकाने पूर्ण भरावा लागतो व खाते चालविताना बँकेच्या नियमांचे पालन केले जाईल अशी लेखी हमी या अर्जाद्वारे बँकेला द्यावी लागते. या अर्जात साधारणपणे पुढील माहिती भरावी लागते–

(i) खातेदाराचे पूर्ण नाव व पत्ता (एकाचा किंवा दोघांचा)

(ii) खातेदाराचा व्यवसाय व व्यवसायाचा पत्ता

(iii) खातेदाराच्या ओळखीचा विवरण पुरावा

(iv) खातेदाराच्या रहिवासाचा पुरावा

(v) खातेदाराची नमुना सही

(vi) खातेदाराच्या मालमत्ता व त्याने घेतलेल्या कर्जांचा तपशील

(vii) खाते कोण व कसे चालविणार याचा तपशील

(viii) खातेदाराला बँकेकडून हव्या असलेल्या अपेक्षित सेवा (ए.टी.एम्., इंटरनेट बँकिंग, इ.)

(ix) वारसदाराचे नाव

(x) साक्षीदार/संदर्भ म्हणून बँकेच्या विद्यमान खातेदाराचा तपशील व सही.

IV. ओळखीचा पुरावा

संभाव्य खातेदाराकडून काही अपहार घडू नये तसेच गैरकृत्यांसाठी बँकखात्याचा वापर केला जाऊ नये यासाठी बँकेने दक्षता म्हणून खातेदाराची माहिती घ्यावी. ओळखीचा पुरावा म्हणून खालील प्रमाणपत्रांच्या साक्षांकित प्रती अर्जाला जोडाव्या लागतात.

(i) पारपत्र

(ii) मतदार ओळखपत्र

(iii) पॅन कार्ड / अर्ज नमुना क्र. ६०

(iv) शासनाचे / संरक्षण विभागाने दिलेले ओळखपत्र

(v) प्रतिष्ठीत मालकाने / संस्थेने दिलेले ओळखपत्र

(vi) वाहन परवाना

(vii) टपाल खात्याने दिलेले छायाचित्रासहीत ओळखपत्र इ.

V. पत्त्याचा पुरावा

संभाव्य खातेदाराने अर्जामध्ये आपला सविस्तर पत्ता लिहावा; जेणेकरून त्याच्याशी संपर्क करावयाचा असले, त्याची चौकशी करायची असेल अगर त्याला टपालाने पत्र पाठवायचे असेल तर ते सोपे जाते. लिहिलेला पत्ता खरा आहे, याचा पुरावा म्हणून खातेदाराने खालील प्रमाणपत्रांच्या साक्षांकित प्रती अर्जाला जोडाव्यात :

(i) क्रेडिट कार्ड विवरण

(ii) वेतनपावती

(iii) आयकर/संपत्तीकर मूल्यांकन आदेश

(iv) वीज बिल

(v) टेलिफोन बिल

(vi) बँक खातेपत्रक

(vii) प्रतिष्ठीत मालक / संस्थेकडून त्याबाबतची पत्रे

(viii) मान्यताप्राप्त जन-प्राधिकाऱ्याकडून त्यासंबंधीचे पत्र

(ix) रेशनकार्ड

वरील पुराव्यांपैकी चालू काळातील वीज बिल किंवा टेलिफोन बिल सध्याच्या पत्त्याचा अधिक चांगला पुरावा असू शकतात.

VI. संदर्भ व छायाचित्र

ओळखीचा किंवा पत्त्याचा पुरावा दिला तरी जोपर्यंत त्या व्यक्तीविषयी बँक अधिकाऱ्यांची खात्री पटत नाही, तोपर्यंत ते त्या ग्राहकाचे खाते उघडण्यास संमती देत नाहीत. यासाठी त्या ग्राहकाला ओळखणारा बँकेचा सध्याचा खातेदार किंवा बँक-कर्मचारी त्या ग्राहकाचा संदर्भ देणारा म्हणून अर्जावर स्वाक्षरी करू शकतो. ही काळजी घेतल्याने चुकीच्या व्यक्तीचे खाते उघडले जात नाही.

ग्राहकाची आणखी ओळख प्रस्थापित व्हावी या उद्देशाने त्याची एक किंवा दोन पारपत्र आकाराची छायाचित्रे अर्जासोबत घेतली जातात.

VII. नमुना सही

बँकेत ठेव खाते उघडू इच्छिणाऱ्या व्यक्तीने आपल्या सहीचा नमुना बँकेकडे अर्जासोबत सादर करावा लागतो. यासाठी बँक जाड कागदाचे मात्र लहान आकाराचे नमुना सहीचे पत्रक छापून घेते. त्यावर संभाव्य खातेदाराने आपली नेहमीची स्वाक्षरी करून ते अर्जाला जोडावे.

नमुना सही पत्रकाचा नमुना (मागील बाजू)

नमुना सही पत्रक	
खाते क्रमांक : ग्राहक क्र. :	दिनांक : / /२०
खातेदारांचे संपूर्ण नाव :	स्वाक्षरी :
१. --------------------------	------------
२. --------------------------	------------
३. --------------------------	------------
१. फोटो २. फोटो ३. फोटो	प्राधिकृत अधिकारी नाव : हुद्दा :

बँकेशी व्यवहार करताना खातेदाराने प्रत्येक कागदपत्रावर या नमुना सहीप्रमाणेच सही करावी. खात्यात पैसे भरताना कोणताही धोका नसतो. मात्र, खात्यातून पैसे काढतेवेळी बँकेने दक्षता घ्यावी लागते. जेव्हा खातेदार खात्यातून पैसे काढतो तेव्हा त्याने उचलपावती किंवा धनादेशावर नमुना सहीप्रमाणेच सही करावी. बँक अधिकारी बँकेच्या संग्रहात असलेल्या संबंधित नमुना सही पत्रकावरील सही ही उचलपावती अगर धनादेशावरील सहीशी ताडून पाहते. दोन्ही सह्या एकसारख्या असल्याची खात्री पटल्यानंतरच खातेदाराला त्याच्या खात्यातील मागणी केलेली रक्कम प्रदान केली जाते.

अशा प्रकारे नमुना सहीपत्रकामुळे बनावट सहीद्वारे केला जाणारा अपहार टाळला जाऊ शकतो. हेच नमुना सहीचे महत्त्व आहे.

VIII. वारसनामनिर्देशन

आपल्या खात्यासाठी वारसदाराचे नाव नोंदवून ठेवण्याची सुविधा बँका आपल्या खातेदारांसाठी उपलब्ध करून देतात. वारसदार ही खातेदाराशी संबंधित कोणीही व्यक्ती असू शकते. अज्ञान मुलाचे नाव देखील वारसदार म्हणून नोंदले जाऊ शकते.

साधारणपणे कुटुंबातील कर्ता व्यक्ती आपल्या खात्याचा वारस म्हणून पत्नी किंवा मुलाचे नाव देते. खातेदाराचा मृत्यू झाल्यास ज्याचे नाव वारस म्हणून नोंदविले गेले असेल त्याला त्या खात्यातील संपूर्ण रक्कम मिळण्याचा अधिकार प्राप्त होतो.

नामांकन पत्रक

पत्रक –डी ए-१

[बँक ठेवींबाबत बँकिंग नियमन कायदा, १९४९ कलम ४५ (झेड) (ए) व बँकिंग कंपन्या (नामांकनाचे) नियम, १९८५ च्या नियम २ (१)च्या अधिन नामांकन]

मी/आम्ही (नाव) --

पत्ता : --

पुढील व्यक्तीला नामित करीत आहे/आहोत, ज्यांना माझ्या/आमच्या/ अज्ञानाच्या मृत्युनंतर खालील तपशीलाची ठेव 'अभिनव बँक लि., पुणे- -------------- शाखा यांचेकडून परत केली जावी.

ठेवप्रकार------------खाते क्र.---------- वारसाचे नाव-----------

----

वय : ------ वर्षे, जन्मदिनांक (अज्ञानसाठी) ------------- ठेवीदाराशी नाते ----------------------

आजच्या दिनांकास वारस अज्ञान असल्यामुळे मी/आम्ही वारस अज्ञान असेपर्यंत माझा/आमचा/अज्ञानाचा मृत्यू झाल्यास वारसाच्या वतीने रक्कम घेण्यास

श्री./सौ. --

संपूर्ण पत्ता : --

यांना नेमित आहे/आहोत.

ठिकाण : -------- दिनांक : -----------

साक्षीदार

	नांव	पत्ता	स्वाक्षरी
१.	--------------------	-----------------	----------
२.	--------------------	-----------------	----------

१. अज्ञानाच्या नावे ठेव असल्यास अज्ञानाच्या पालकाने नामांकनासाठी स्वाक्षरी करावी.

२. केवळ अंगठा असेल तरच दोन साक्षीदारांच्या स्वाक्षरी घ्याव्यात, अन्यथा आवश्यक नाही.

३. विश्वस्त/सहकारी संस्था, इ. नोंदणी प्रमाणपत्र व ठरावाची प्रत जोडावी.

नामांकनाचे महत्त्व

१. नामांकन सुविधेमुळे खातेदारांची मोठी सोय होते. या सुविधेमुळे ग्राहक सेवेचा दर्जा सुधारतो.

२. नामांकन सुविधा नव्या खात्यांसाठी तसेच ज्या जुन्या खात्यांना उपलब्ध नाही त्यांच्यासाठीही दिली जाते.

३. सर्व प्रकारची ठेवखाती, सुरक्षा ठेव कप्प्यांतील वस्तू, ऐवज व कागदपत्रे तसेच सुरक्षा कक्षामध्ये ठेवण्यासाठी दिलेली मालमत्ता यांच्याबाबतीत बँका नामांकनाची सुविधा पुरवितात.

४. नामांकनामुळे खातेदाराच्या पश्चात खऱ्या वारसदाराला खात्यातील रक्कम मिळणे सोपे जाते. कायदेशीर कटकटी टळतात. खोटे वारसदार रकमेसाठी त्रास देऊ शकत नाहीत.

५. अज्ञानालाही वारस म्हणून नेमण्याची सोय असल्याने नामांकनामुळे त्याला आपल्या हक्कापासून वंचित राहता येत नाही.

६. खातेदाराला गरज वाटल्यास तो नामांकन रद्द करू शकतो तसेच बदलू शकतो. त्यासाठी त्याला संबंधित बँकेकडे विहीत नमुन्यातील अर्ज द्यावा लागतो.

वरील सर्व गोष्टींची पूर्तता केल्यानंतर बँक अर्जदाराच्या नावाने ठेव खाते उघडते. बँकिंगच्या नियमाप्रमाणे चालू व बचत ठेव खात्यात किमान रक्कम ही ठेवावीच लागते. खाते उघडतानाही अर्जासोबत इतर कागदपत्रांबरोबर भरणा पावती भरून संबंधित बँकेच्या नियमाप्रमाणे रु. २००/- रु. ५००/- अगर रु. १०००/- भरावे लागतात. चालू अगर बचत ठेव खाते उघडल्यावर बँक खातेदाराला खातेपुस्तिका देते. खातेदाराने मागणी केल्यास त्याला भरणा पावती पुस्तिका तसेच धनादेश पुस्तिकाही देते.

३.२ बँकेत खाते चालविण्याची प्रक्रिया

'बँकेत खाते चालविणे याचा अर्थ बँकेच्या कामकाजाच्या वेळेत खातेदाराने आपल्याकडील शिल्लक रक्कम भरणा पावतीने आपल्या खात्यात रोख अथवा धनादेशाद्वारे पैसे जमा करणे तसेच गरजेच्या वेळी आपल्या खात्यातून उचल पावती अगर धनादेशाच्या साहाय्याने रक्कम काढणे तसेच ऋणकोला धनादेशाद्वारे खात्यातील रक्कम देणे आणि त्यावेळी बँकेला खातेपुस्तिका सादर करून ती बँकेकडून भरून घेणे होय.'

वरील व्याख्येवरून एक गोष्ट लक्षात येते की, खातेदार ज्या ज्या वेळी त्याच्या बँकेतील खात्याशी संबंधित व्यवहार करतो, त्या त्या वेळी तो कोणते ना कोणते कागदपत्र अगर दस्तऐवज यांचा व्यवहाराला आधार म्हणून उपयोग करतो. कागदपत्रांमुळे व्यवहाराला वैधता प्राप्त होते. प्रत्येक कागदपत्रे लेखी, दिनांकित, शिक्का मारलेले, साक्षांकित व पूर्ण भरलेले असावे.

सामान्यपणे खाते चालविताना खालील कागदपत्रे, पुस्तिकांचा वापर केला जातो. त्या प्रत्येकाची सविस्तर माहिती व उपयोग खातेदारास असणे अत्यंत गरजेचे आहे.

१. भरणा पावती
२. उचल पावती
३. खातेपुस्तिका
४. धनादेश पुस्तिका

१. भरणा पावती पुस्तक (Pay-in-Slip/Paying Slip Book)

(अ) भरणा पावतीची माहिती :

* बँकेत रोख रक्कम व धनादेश जमा करण्यासाठी भरणा पावतीचा उपयोग करतात.

* भरणा पावती छापील स्वरूपात आडव्या आयताकृती आकाराची असते.

* छिद्रांकित रेषेमुळे (perforated line) तिचे मुख्य भरणा पावती व जोड भरणा पावती (Counter Foil) असे दोन भाग पडतात.

* भरणा पावतीच्या दोन्ही भागातील मजकूर खातेदाराने भरावा लागतो. हा मजकूर सामान्यत: दोन्हीकडे सारखाच असतो. मात्र, मुख्य पावतीवर अधिक तपशील असतो.

* भरणा पावतीमध्ये बँकेची शाखा, दिनांक, खातेदाराचे पूर्ण नाव, खाते क्रमांक, खात्याचा प्रकार, भरावयाची अंकी व अक्षरी रक्कम, रोख रक्कम असल्यास नोटांचा व नाण्यांचा तपशील तर धनादेश असल्यास धनादेश क्रमांक, दिनांक व बँकेचे नाव, सर्वात शेवटी जमाकर्त्याची स्वाक्षरी असा मजकूर लिहावा लागतो.

* भरलेली भरणापावती बँक अधिकाऱ्याला दाखवून तिच्यावर (Scroll No.) मांडून घ्यावा लागतो. नंतर ती पावती रोख रकमेसह रोखपालाकडे द्यावी लागते.

* रोखपाल पैसे मोजून, भरणा पावतीवरील मजकूर तपासून, जोड पावतीवर शिक्का मारून ती जमाकर्त्याला परत करते. शिक्का 'पैसे मिळाले' असा दिनांकासहीत असतो, त्यामुळे तो पैसे भरल्याचा पुरावा असतो.

* धनादेश भरावयाचा असेल तर भरणापावतीसह तो लेखनिकाकडे द्यावा लागतो. लेखनिक जोडपावतीवर शिक्का मारून जमाकर्त्याला परत करते.

* मुख्य भरणा पावतीवरील मजकुराच्या आधारे खातेदाराच्या खतावणीत रक्कम जमा दाखवून शिल्लक वाढविली जाते. धनादेशाच्या बाबतीत तो संबंधित बँकेकडे निरसनासाठी पाठवून त्याचे निरसन झाल्यावर दोन-तीन दिवसांनी खतावणीत नोंद केली जाते.

* रोख रक्कम जमा केल्यावर त्याच दिवशी खातेपुस्तकात तशी नोंद करता येते. मात्र, धनादेशाच्या बाबतीत खातेपुस्तकात धनादेशाचे निरसन झाल्यावर बँक नोंद करते.

भरणा पावतीचा (Pay-in-Slip) नमुना

बँक ऑफ बडोदा दि. ---------

-------------------- शाखेत पैसे भरले

--------------- शाखेत माझे खाते आहे.

पूर्ण नाव --------------------------

खाते क्र. --------------------------

खात्याचा प्रकार ----------------------

तपशील	रुपये	पैसे
रोख/धनादेश (एकूण)		

रुपये (अक्षरी) -----------------------

अधिकारी/रोखपाल/टेलर

बँक ऑफ बडोदा **भरणापावती** दिनांक ------------

-------------------- शाखेत पैसे भरले --------------शाखेत माझे खाते आहे.

पूर्ण नाव - ---

खाते क्र. ------------------ खात्याचा प्रकार -----------------------

बँकेचे नाव व शाखा	रुपये	पैसे	मूल्य	संख्या	रुपये	पैसे
(धनादेश क्र. व दिनांक)			१०००×			
			५००×			
			१००×			
			५०×			
			२०×			
			१०×			
			५×			
			नाणी			
				एकूण		

रुपये (अक्षरी) -------------------------------- पैसे भरण्याची सही

पॅन क्रमांक -------------------------------- ---------------

टेलिफोन/मोबाईल क्र. ---------------------------

अधिकारी / रोखपाल / टेलर ----------------------- जमाकर्ता अधिकारी

(ब) बँकेत पैसे भरावयाचे नियम

१. खातेदारानेच खात्यात पैसे भरावेत असे बंधन नसते. खातेदाराशी संबंधित कोणीही रोख रक्कम अगर धनादेश बँकेत भरू शकतो, त्याला जमाकर्ता असे म्हणतात.

२. रोख रकमेबरोबर धनादेश, धनाकर्ष, लाभांश कूपन, व्याजाचे कूपन इ. वसुलीसाठी खात्यात जमा करता येते.

३. चालू खाते व बचत खात्यांवर कितीहीवेळा पैसे भरता येतात. आवर्ती ठेवींवर दरमहा तर मुदतबंद ठेवींवर फक्त एकदाच पैसे भरता येतात.

४. प्रत्येक प्रकारच्या खात्यासाठी खाते उघडण्याचा अर्ज स्वतंत्र असतो. मात्र, सर्व प्रकारच्या खात्यांसाठी भरणापावती ही सारखीच असते.

५. चालू, बचत व आवर्ती खात्यात पैसे जमा केल्यास बँक संबंधित खाते-पुस्तकात तशी नोंद करून देते.

६. चालू, बचत व आवर्ती ठेव खातेदाराने मागणी केल्यास बँक त्याला भरणा पावती पुस्तक देते. त्यात मागणीनुसार १०, २० किंवा ५० भरणा पावत्या असतात. चालू खात्यावर साधारणपणे दररोज पैसे भरावे लागत असल्याने चालू ठेव खातेदाराला भरणा पुस्तक सोयीचे ठरते.

२. उचल पावती (Withdrawal Slip)

(अ) उचल पावतीची माहिती :

* चालू किंवा बचत ठेव खात्यातून पैसे काढण्यासाठी उचल पावती अर्थात पैसे काढण्याच्या पावतीचा उपयोग होतो.

* भरणा पावती पुस्तकाप्रमाणे उचल पावती पुस्तक नसते; तर खातेदाराला पैसे काढताना बँकेत येऊन काऊंटरवर ठेवलेली अगर लेखनिकाकडे असलेली उचल पावती घेऊन त्यात तपशील भरावा लागतो.

* उचल पावतीमध्ये दिनांक, खातेक्रमांक, पैसे कोणाला द्यायचे त्याचे नाव (खातेदार स्वत: आला असेल तर त्याने 'स्वत:ला (Self)' असे लिहावे. इतर व्यक्तीला पाठविले असल्यास त्याचे नाव लिहावे.) काढावयाची रक्कम (अंकी व अक्षरी) व खाली शेवटी खातेदाराची सही असा मजकूर लिहावा लागतो.

* उचल पावतीच्या पाठीमागे खातेदाराने स्वत:ची सही पुन्हा करावी. जर इतर व्यक्तीला पाठविले असल्यास त्या व्यक्तीने स्वत:चे नाव लिहून सही करावी.

* पूर्ण भरलेल्या उचल पावतीसह खातेपुस्तिका लेखनिकाकडे द्यावी. लेखनिक उचल पावतीवरील मजकूर तपासून खातेदाराला पैसे काढणाऱ्या व्यक्तीला टोकन देते व खतावणीत पैसे काढल्याची नोंद करून उचलपावती रोखपालाकडे पाठविते. रोखपाल पैसे काढणाऱ्याला बोलावून उचल पावतीच्या मागे पुन्हा सही करायला सांगतो. मूळची सही व नंतरची सही तपासून सही एकसारखी असल्याची खात्री करून मगच पैसे देतो.

* पैसे मिळाल्यावर खातेदार किंवा ती व्यक्ती लेखनिकाकडून अद्ययावत (update) केलेले भरलेले खातेपुस्तक घेते.

उचल पावतीचा (Withdrawal Slip) नमुना

बँक ऑफ महाराष्ट्र शाखा –	दिनांक						

(बँकेतून पैसे काढावयाच्या या चलनाबरोबर खातेपुस्तिका आवश्यक आहे. कृपया मागे सही करून अपेक्षित नोटांचा तपशील लिहावा.)

कृपया मला वा धारकाला रुपये ------------------------------------

----

बचत खाते क्र. | | | | | | | | | ला नावे टाकून रोख द्यावेत.

खातेदाराचे नाव – --

-------------------   ----------------------   रु. _____

खातेदाराचे हस्ताक्षर   तपासणी अधिकाऱ्याची सही

(ब) बँक खात्यातून पैसे काढण्याचे नियम

१. चालू ठेव खात्यावर पैसे भरण्याचे अथवा काढण्याचे बंधन नसते. कितीही वेळा पैसे ठेवू अगर काढू शकतात.

२. बचत ठेव खात्यावर कितीही वेळा पैसे ठेवता येतात मात्र आठवड्यातून फक्त दोनदाच काढता येतात.

३. आवर्ती व मुदत ठेव खातेदाराला मुदतीपूर्वी पैसे काढता येत नाहीत. मात्र, अपवादात्मक परिस्थितीत ठेव पावत्या वठवून पैसे घेता येतात.

३. खातेपुस्तिका (Pass Book)

* बँकेत खाते उघडल्यानंतर बँक चालू, बचत आणि आवर्ती ठेवीदाराला खातेपुस्तिका देते.

* खातेपुस्तिकेच्या पहिल्या पानावर खातेदाराचे छायाचित्र व नाव, पत्ता, खातेप्रकार, खातेक्रमांक, बँक अधिकाऱ्याचा शिक्का, सही इ. तपशील असतो, तर आतील सर्व पानांवर व्यवहारांची नोंद करण्यासाठी रकाने आखलेले असतात. त्यामध्ये दिनांक, तपशील, रक्कम काढली, रक्कम ठेवली, शिल्लक, शेरा असे रकाने असतात.

* खातेपुस्तिका म्हणजे खातेदाराचे बँकेच्या खतावणीतील जे खाते असते त्यातील मजकुराची सत्यप्रत असते.

* खातेपुस्तिकेमुळे खातेदाराने बँकेशी वेळोवेळी पैसे ठेवण्याच्या अगर काढण्याच्या व्यवहारांची माहिती त्याला मिळते. मिळालेले व्याज, लाभांश, इतर उत्पन्न तसेच खात्यातून केले गेलेल्या खर्चांच्या रकमा, शुल्क कळतात.

* खातेपुस्तिकेवरून खात्यात किती रक्कम शिल्लक आहे हे समजत असल्याने खातेदाराने वरचेवर बँकेत येऊन खातेपुस्तिका मांडून घ्यावी.

* खातेदाराने न केलेल्या व खातेदारांशी संबंधित नसलेल्या व्यवहारांची नोंद जर खातेपुस्तिकेत झाली असेल तर खातेदाराने ही चूक बँकेच्या तत्काळ लक्षात आणून द्यावी व दुरुस्ती करून घ्यावी.

* हल्ली सर्व बँकांमध्ये खातेपुस्तिकेतील नोंदी या लेखनिक हाताने न करता संगणकाला जोडलेल्या छपाईयंत्राने करीत असल्याने त्यात चुका राहण्याची शक्यता कमी झालेली दिसते.

खातेपुस्तिका (Pass Book) (पहिले पान)

बँक ऑफ इंडिया

खातेदार ओळख क्र.	:	010892742
खाते क्र.	:	98110100008024
खातेदाराचे नाव	:	श्री. रमेश गोविंद काळे
संयुक्त खातेदार	:	सौ. राधा रमेश काळे
व्यवसाय	:	नोकरी
खाते चालविणे प्रकार	:	दोघे किंवा जिवंत राहणारा
	:	[Either or Survivor]
साधारण पत्ता	:	फ्लॅट नं. ८, तिसरा मजला साईकृपा अपार्टमेंट शितळा देवी चौक ३९, गुरुवार पेठ, पुणे - ४११०४२
वारस नामांकन	:	कु. ऋचा रमेश काळे
खाते सुरू केल्याची तारीख	:	19/12/2005

शाखाप्रबंधकाची सही व शिक्का

बँकेचे सील

खातेदाराचे छायाचित्र

खातेपुस्तिका (Pass Book) नमुना

ओळ क्र.	तारीख	तपशील	रक्कम काढली	रक्कम ठेवली	शिल्लक	स्वाक्षरी आद्याक्षर	ग्राहकां-करीता

(ब) खातेपुस्तिके संबंधीचे नियम

१. खात्यात पैसे जमा करताना खातेपुस्तिका नसली तरी चालेल मात्र बचतखात्यातून पैसे काढताना उचल पावतीबरोबर खातेपुस्तिक दाखविल्याशिवाय बँक खात्यातील पैसे काढण्यास परवानगी देत नाही.

२. खातेपुस्तिकेत खातेदार कोणतीही नोंद करू शकत नाही. सर्व नोंदी या बँक-लेखनिकानेच करावयाच्या असतात व त्यापुढे बँक अधिकाऱ्याची लघु स्वाक्षरी (initials) केलेली असते.

३. खातेपुस्तिकेत केलेल्या नोंदी बरोबर असल्याची खात्री खातेदाराने करावयाची असते, काही चुका असल्यास बँक-अधिकाऱ्यांच्या निदर्शनास आणून त्या दुरुस्त करून घ्याव्यात.

४. खातेदाराकडून त्याची खातेपुस्तिका हरवल्यास बँकेकडे तसा अर्ज करून दुसरी खातेपुस्तिका घ्यावी लागते. बँक त्यावर (Duplicate) असा शिक्का मारून ते देते.

५. बचत ठेव खाते वापरासंबंधीचे नियम खातेपुस्तिकेच्या शेवटच्या पानांवर छापील स्वरूपात दिलेले असतात.

६. चालू ठेव खातेदाराला बँका अलीकडे खातेपुस्तिका देण्याऐवजी त्याच्या खात्याची मासिक, त्रैमासिक खातेपत्रिका (Statement) छापील स्वरूपात देतात.

७. खातेदाराला अथवा व्यावसायिकाला स्वत:कडील रोख शिल्लक व बँकेतील शिल्लक यांची जुळवणी (Reconciliation) करण्यासाठी खातेपुस्तिकेचा मोठा उपयोग होतो.

४. धनादेश पुस्तिका (Cheque Book)

(अ) धनादेशाची माहिती :

 * बँकेतून चालू अगर बचत ठेव खात्यातून पैसे काढण्यासाठी उचल पावतीप्रमाणे धनादेशाचाही उपयोग होतो. तिसऱ्या व्यक्तीला पैसे देण्यासाठी रोख रकमेऐवजी धनादेश देता येतो व तो सुरक्षित मानला जातो.

 * धनादेशावरील तपशील उचल पावतीप्रमाणेच असतो. दिनांक, कोणाला पैसे द्यायचे त्याचे नाव (स्वत:ला अगर आदात्याचे नाव), रक्कम अंकी व अक्षरी व शेवटी खातेदाराची सही असावी लागते.

* सुरक्षिततेच्या दृष्टिकोनातून बँक खातेदाराला धनादेश पुस्तिका देताना त्या खातेदाराचा खातेक्रमांक प्रत्येक धनादेशावर शिक्क्याच्या रूपात मारून देते. त्यामुळे खातेदाराला धनादेशावर स्वत:चा खातेक्रमांक लिहायची आवश्यकता नसते.

* खातेदाराच्या मागणीप्रमाणे त्याला १०, २०, २५ धनादेश असलेली धनादेश पुस्तिका दिली जाते. प्रत्येक धनादेशावर खालच्या बाजूला सहा अंकी धनादेश क्रमांक असतो.

* खातेदाराला धनादेश पुस्तिका देताना त्याला किती ते किती क्रमांकाचे धनादेश दिले याची नोंद बँक लेखनिक बँक खतावणीत सुरक्षिततेच्या दृष्टिकोनातून करून ठेवते.

* प्रत्येक धनादेश पुस्तिकेत शेवटच्या दोन धनादेशांअगोदर एक धनादेश मागणी पावती असते. पहिले पुस्तक संपत असताना खातेदाराने धनादेश मागणी पावतीवर सही करून बँकेला दिल्यास बँक त्याला नवीन धनादेश पुस्तिका देते.

* काही बँकांमध्ये छिद्रांकित रेषा (Perforated line) ठेवून जोड धनादेशाची सोय असते. तर काही बँका धनादेश पुस्तिकेच्या शेवटी दिलेल्या धनादेशांचा तपशील ठेवण्यासाठी एक कोष्टक देतात त्यावर खातेदाराने आपल्या माहितीसाठी दिलेल्या धनादेशाचा तपशील भरावा लागतो.

धनादेशाचा (Cheque) नमुना

दि वाई अर्बन को-ऑप. बँक लि., वाई

सेव्हिंग्ज No. 733714 मुख्यालय : वाई, जि. सातारा. दिनांक –

शाखा –

श्री. ---------------------------------------यांस अगर घेऊन येणारास

रक्कम रुपये -------------------------------- रु.

----------------------------------- द्यावेत.

खाते क्रमांक ---------------------------- सही -----------
-

धनादेश-पुस्तिकेचे मुखपृष्ठ

<table>
<tr><td colspan="3">दि वाई अर्बन को-ऑप. बँक लि. वाई   शाखा-टिळक रोड, पुणे
खाते क्र. ------------------</td><td rowspan="3">बचत ठेव
खाते
Savings
Account</td></tr>
<tr><td colspan="2">नाव : श्री. सतीश वामन जोशी
SB/2006/OG</td><td>733701 to 733720</td></tr>
<tr><td>नामांकन सुविधा
उपलब्ध</td><td>रक्कम नजीकच्या रुपयांत
पूर्णांकात लिहावी.</td><td>०१/८०२४</td></tr>
</table>

(ब) धनादेश वापराचे नियम

१. धनादेशाचे वाहक, आदेश व रेखांकित असे तीन प्रकार पडतात. वाहक धनादेशाचे पैसे तो घेऊन येणारास व आदेश धनादेशाचे पैसे धनादेशात ज्याचे नाव लिहिले आहे त्याला अगर तो सांगेल त्याला दिले जातात.

२. धनादेशाच्या वरच्या बाजूला डाव्या कोपऱ्यात दोन तिरप्या रेषा मारल्यास तो रेखांकित बनतो. त्याचे पैसे काऊंटरवर न मिळता ते आदात्याच्या (Payee) खात्यात जमा होतात. रेखांकित धनादेश सर्वात सुरक्षित मानला जातो.

३. वाहक धनादेश धोक्याचा असतो, कारण तो हरविल्यास ज्याला तो मिळतो, त्याने त्वरित बँकेत सादर केल्यास त्याला पैसे मिळू शकतात.

मुदत ठेव खाते संबंधी माहिती नियम

‘काही विशिष्ट काळाकरिता बँक ठेवीदाराकडून ठेवी स्वीकारीत असते. त्यांना मुदत ठेवी असे म्हणतात.’

* मुदत ठेवी हा बँक आणि खातेदार यांच्यातील ठराविक कालावधीसाठीचा एक करार असतो. या कालावधीत ठेवीदाराने मुदत ठेवीची रक्कम परत मागावयाची नसते.

* मुदत ठेवीची रक्कम बँकेला विशिष्ट कालावधीसाठी कर्ज देण्यासाठी व उत्पन्न मिळवण्यासाठी वापरता येत असल्याने बँक इतर ठेव खात्यांच्या तुलनेत मुदत ठेवींवर अधिक व्याजदर देते.

* मुदत ठेवींचा बँकांना जसा चांगले उत्पन्न मिळवण्यासाठी उपयोग होतो

तसा खातेदारांनाही हा ठेव प्रकार अनेक कारणांनी उपयुक्त असतो. उदा. :

(i) मोठी रक्कम घरात ठेवणे असुरक्षित असते. ती बँकेत सुरक्षित रहाते.

(ii) बँकेतील ठेवींना विम्याचेही संरक्षण असते. बँकेवर रिझर्व्ह बँकेचे नियंत्रण असते.

(iii) ठेवींवर अधिक दराने व्याजाचे उत्पन्न मिळते.

(iv) बँक व्यवहार सोपे व सोयीचे असतात.

(v) मुदत ठेव पावतीच्या तारणावर ठेवीदाराला कर्ज मिळू शकते.

∗ मुदत ठेव खात्यासाठी विहीत नमुन्यात अर्ज करावा लागतो.

∗ मुदत ठेव खाते संयुक्त नावाने उघडता येते. त्यासाठी दोघांच्याही सह्या लागतात.

∗ व्यक्तींप्रमाणे संस्थांनाही मुदत ठेव खाती सुरू करता येतात.

∗ मुदत ठेवींची मुदत ही १ महिन्यांपासून ते १० वर्षांपर्यंत असू शकते. जेवढी मुदत अधिक तेवढा अधिक व्याजदर दिला जातो.

∗ राष्ट्रीयकृत, खाजगी बँका मुदतठेवींवर वर्षासाठी साधारणपणे ८ ते ९ टक्के व्याजदर देतात. सहकारी बँकेत यापेक्षा अर्धा ते १ टक्का व्याजदर अधिक असतो.

∗ ज्येष्ठ नागरिकांना निवृत्ती वेळी मोठी रक्कम मिळत असल्याने ती आकर्षित करण्यासाठी त्यांना अर्धा ते १ टक्का व्याजदर अधिक दिला जातो.

∗ ठेवीदाराने आपल्या नावातील बदल सुचवल्यास विशेषत: विवाहानंतर मुलीचे नाव बदलले असल्यास व तिचे विवाहापूर्वी मुदत ठेव ठेवली असल्यास बँकेने तिच्याकडून विवाह प्रमाणपत्र व शासकीय राजपत्रातील नोंदींच्या प्रती मागवून घ्याव्यात व नाव बदलावे. संयुक्त ठेव असल्यास इतर ठेवीदारांची त्यास लेखी संमती घ्यावी.

मुदत ठेव पावतीचा नमुना (Fixed Deposit Receipt)

बँक ऑफ बडोदा **मुदत ठेव पावती** ग्राहक संदर्भ क्र. १०१२३४५

मुख्य कार्या. मांडवी, बडोदा | परिपक्वता मूल्य रु. ६५,५८५/- | ठेवीची तारीख १७/०८/२०१२

शाखा-कर्वेनगर, पुणे देय तारीख १७/०८/२०१३

श्री. प्रमोद गजानन मराठे ------------------------ जन्मतारीख (अज्ञानाच्या बाबतीत) –

-------------- यांचेकडून आभारासहित मिळाले. खाते क्र. ९८११०३०००८०२४

रुपये साठ हजार फक्त -------------------- टीडी १०१ योजनेनुसार मुदत ठेव.

पावती क्र.	मूल्यतारीख	देय तारीख	कालावधी	व्याजदर	रक्कम रु.
४३६३७४	१७/०८/२०१२	१७/०८/२०१३	१२ महिने	९.००%	६०,०००/-

चालविण्याचा आदेश स्वत: धारणाधिकार नोंदणी दि. – धारणाधिकार रद्द दि.

वारसा नोंदणी क्र.	बँक ऑफ बडोदाकरिता	बँकेचे सील
अहस्तांतरणीय	वरिष्ठ प्रबंधक	प्रबंधक
अटी मागील पानावर	हप्ता क्र.	हप्ता क्र.

मुदत ठेव पावती व तिच्या तारणावरील कर्ज

* बँकेत मुदत ठेव ठेवल्यावर बँक ठेवीदाराला मुदत ठेव पावती देते.

* या छापील स्वरूपातील पावतीवर बँकेचे नाव, शाखा, दिनांक, ठेवीदाराचे नाव, पत्ता, अंकी व अक्षरी रक्कम (ठेवीची), मुदत, व्याजदर, वारसाचे नाव व बँक अधिकाऱ्याची सही व शिक्का असतो.

* मुदत ठेव पावती अहस्तांतरणीय असते.

* ठेवीदाराशिवाय इतरांना मुदत ठेवीचे पैसे मिळत नाहीत. अपवादात्मक परिस्थितीत ठेवीदाराने लेखी अर्ज दिल्यास बँक त्याप्रमाणे इतर व्यक्तीस मुदतपूर्तीनंतर ठेवीचे पैसे देऊ शकते.

ठेव खाते उघडण्याची व चालविण्याची प्रक्रिया / ६९

* मुदतपूर्तीनंतर ठेवीचे पैसे घेताना ठेवीदाराने मुदत ठेव पावतीवर तिकीट लावून सही करावी.

* गरजेच्या वेळी ठेवीदाराला मुदत ठेव पावतीच्या तारणावर अल्प मुदतीचे कर्ज मिळू शकते. या कर्जाचा व्याजदर मुदत ठेवीवरील व्याजदरापेक्षा २ टक्के अधिक असतो.

* मुदत ठेव पावतीच्या तारणावरील कर्ज हे साधारणपणे मुदत ठेवीच्या ८० टक्के रकमेइतके दिले जाते; तारण ठेवलेली मुदत ठेव पावती बँकेच्या ताब्यात कर्ज परतफेड होईपर्यंत ठेवली जाते.

* मुदत ठेव पावतीच्या तारणावरील कर्जाचे व्याज हे दर तीन महिन्यांनी आकारले जाते. कर्ज घेतलेल्या ठेवीदाराने दर तिमाहीस बँकेत स्वत: जाऊन ते व्याज खात्यावर भरावे लागते.

* काही बँका दुसऱ्या बँकांच्या मुदत ठेवींच्या तारणावर कर्जे देतात. अशा वेळी ती मुदत ठेव पावती ज्या बँकेची असेल त्या बँकेची लेखी संमती असणे गरजेचे असते.

* मुदत ठेव तारणावरील कर्ज पूर्ण सुरक्षित असल्याने बँकांना याबाबतीत विशेष काळजी करावी लागत नाही.

* मुदत ठेव पावती जर संयुक्त नावाने असेल तर अशा कर्जांसाठी सर्व संयुक्त ठेवीदारांची लेख संमती असावी.

* मुदत ठेव पावती जर अज्ञानाच्या नावे असेल तर बँक त्याच्या पालकांना किंवा त्या अज्ञानालाही असे कर्ज देऊ शकत नाही.

* मुदत ठेव पावतीच्या तारणावरील कर्ज हे बँकेकडे जमा रकमेच्या आधारे दिल्याने ते सुरक्षित असते म्हणून या कर्जासाठी वचनचिठ्ठी अगर जामिनदाराची गरज नसते. कर्जदाराला फक्त एक स्वतंत्र अर्ज भरून द्यावा लागतो.

* अशा प्रकारे अल्पकालीन गरजेच्यावेळी मुदतपावती न मोडता तिच्या तारणावर कर्ज घेऊन पैशांची गरज भागविता येते व पुन्हा ते खाते सुरू ठेवता येते.

मुदत ठेव पावतीचे मुदतीपूर्वी रोखीकरण/वठविणे

* अगदी अपवादात्मक परिस्थितीत खातेदाराला अचानक पैशांची गरज निर्माण झाल्यास मुदत ठेव पावती मुदतीपूर्वी मोडता येते व तिचे रोखीकरण करता येते.

* संयुक्त मुदत ठेवीच्या बाबतीत सर्व ठेवीदारांची ही पावती मोडण्यास संमती असावी लागते.

* मुदतीपूर्वी ठेव मोडल्यास बँक १ टक्का व्याज दंड म्हणून आकारते. उदा. मुदत ठेव ३ वर्षांसाठी ८ टक्के व्याजदराने ठेवली असेल आणि २ वर्षे पूर्ण झाल्यानंतर मुदत ठेव मोडायची असल्यास बँक त्या ठेवींवर ७ टक्के दराने २ वर्षांसाठीचे व्याज देईल व मुद्दल आणि ही व्याज रक्कम ठेवीदाराला परत करेल.

* मुदत ठेव मुदत पूर्व मोडून त्याच बँकेत लगेच अधिक मुदतीसाठी दिल्यास बँक हे १ टक्का दंड व्याज आकारत नाही. याला नूतनीकरण (renewal) म्हणतात.

* मुदतीपूर्वी ठेवीदाराचा मृत्यू झाल्यास नामांकित केलेल्या वारसास कागदपत्रांची पूर्तता करून त्याच्या नावावर मुदत ठेव केली जाते.

आवर्ती ठेव खात्यासंबंधी माहिती नियम

* आवर्ती ठेव खाते हा कालावधी ठेव खात्याचा एक प्रकार आहे. याला संचित ठेव खाते असेही म्हणतात.

* पगारदार आणि नियमित मासिक उत्पन्न असणाऱ्यांना उपयुक्त असा हा ठेव खाते प्रकार आहे.

* काही विशिष्ट कालावधीनंतर मोठा खर्च होणार असेल किंवा खरेदी करण्याची इच्छा असेल तर तेवढ्या कालावधीचे व तेवढी रक्कम जमा होईल अशा बेताने आवर्ती ठेव खाते उघडून दरमहा रक्कम भरून त्या विशिष्ट वेळी व्याजासह मोठी रक्कम उपलब्ध होऊ शकते.

* आवर्ती ठेव खात्याची मुदत १ वर्षे ते १० वर्षे पर्यंत असते.

* आवर्ती ठेव खात्यात दरमहा ठराविक रक्कम भरायची असते.

* आवर्ती ठेवीदाराला एक खातेपुस्तिका अगर खातेपत्रक दिले जाते त्यामध्ये दरमहा जमा रकमेची नोंद केली जाते.

* आवर्ती ठेव खाते वैयक्तिक किंवा संयुक्त स्वरूपात उघडता येऊ शकते.

* दरमहा साधारणपणे रुपये १०० किंवा त्या पटीत रक्कम भरावी लागते. एकदा ठरलेली रक्कम बदलता येत नाही.

* दरमहा भरावयाची रक्कम भरावयास उशीर झाला तर बँक १ ते २ टक्के दंडव्याज त्यावर आकारते.

आवर्ती ठेवीच्या तारणावरील कर्ज

* आवर्ती ठेव खात्यावरील जमा झालेल्या रकमेच्या ८० टक्के इतकी रक्कम ठेवीदाराला अडचणीच्या वेळी कर्ज म्हणून उपलब्ध होऊ शकते.

* आवर्ती ठेवीच्या तारणावरील कर्जासाठी त्या ठेवीदाराला बँकेकडे स्वतंत्र अर्ज द्यावा लागतो.

* असे कर्ज बँकेकडे जमा झालेल्या रकमेच्या आधारे दिले जात असल्याने त्यासाठी वचनचिठ्ठी लिहून देण्याची अथवा जामिनदारांची आवश्यकता नसते.

* बँका स्वतःच्याच आवर्ती ठेव खातेदाराच्या जमा रकमेच्या तारणावर कर्ज देतात. त्या दुसऱ्या बँकेच्या आवर्ती ठेव खातेदारांना असे कर्ज देत नाहीत.

* आवर्ती ठेव खाते जर संयुक्त नावाने असेल तर अशा कर्जासाठी त्या सर्व खातेदारांची लेखी संमती असली पाहिजे. त्यांनी कर्जाच्या अर्जावर स्वाक्षऱ्या केलेल्या असाव्यात.

* बँका आवर्ती ठेवीच्या तारणावरील कर्जासाठी साधारणपणे १ ते २ टक्के ज्यादा व्याज आकारतात. उदा. आवर्ती ठेवीवर द.सा.द.शे. ८ टक्के दराने व्याज दिले जात असेल तर अशा कर्जावर द.सा.द.शे. १० टक्के दराने व्याज आकारले जाते.

* आवर्ती ठेव खात्याचा खातेदार अज्ञानी असेल तर बँका त्याला कर्जे देऊ शकत नाहीत.

* अशा प्रकारे अल्पकालीन गरज उद्भवल्यास आवर्ती ठेव खातेदाराने त्याचे खाते न मोडता (बंद न करता) असे कर्ज घेतल्यास त्याची गरज भागू शकते आणि पुन्हा ते खाते सुरू ठेवता येते.

आवर्ती ठेव खाते मुदतीपूर्वी वठविणे/रोखीकरण

* आवर्ती ठेव खात्यातील रक्कम मुदतीपूर्वी काढता येते. मात्र, त्यावर नियमांप्रमाणे १ टक्का व्याजाचा दंड आकारला जातो.

* आवर्ती ठेव खात्याचे मुदतीपूर्वी रोखीकरण करावयाचे प्रत्येक बँकेचे नियम असतात. असे रोखीकरण करायचे झाल्यास आवर्ती ठेव खातेदाराला तसा लेखी अर्ज देऊन त्यात खाते बंद करायचे कारण नमूद करावे लागते.

* आवर्ती ठेव खाते जर संयुक्त नावाने असेल तर अशा रोखीकरणासाठी सर्व खातेदारांची लेखी संमती आवश्यक असते. रोखीकरणाच्या अर्जावर त्या सर्वांच्या स्वाक्षऱ्या असणे आवश्यक असते.

* आवर्ती ठेव खाते मुदतीपूर्वी बंद करून त्याचे रोखीकरण करायचे झाल्यास बँका त्यावर १ टक्का दंडव्याज आकारते. उदा. आवर्ती ठेव खाते ५ वर्षांसाठी ६ टक्के व्याजदराने उघडले असेल आणि ४ वर्षे पूर्ण झाल्यावर खातेदाराला जर अचानक पैशाची गरज उद्‌भवली असेल आणि कर्जाऐवजी रोखीकरणाची त्याने मागणी केली तर बँक सर्व गोष्टींची पूर्तता करून त्याची ४ वर्षात जमा झालेली रक्कम व त्यावर ६ ऐवजी ५ टक्के दराने व्याजाची रक्कम खातेदाराला परत करते.

* काही बँका दंड व्याजाशिवाय आणखी काही रक्कम प्रशासकीय खर्च म्हणून लावतात व ती वजा करून उर्वरित रक्कम खातेदाराला परत केली जाते.

३.३ खाते बंद/वर्ग करण्याची प्रक्रिया

(अ) ठेव खाते बंद करणे

बँक आणि खातेदार यांच्या परस्पर विश्वासावर बँक व्यवसाय चालू असतो. खातेदार जेव्हा बँकेत खाते उघडतो तेव्हा त्याचे आणि बँकेचे संबंध प्रस्थापित होतात. हे संबंध करारबद्ध असतात. खातेदाराचे खाते बंद होईपर्यंत हे संबंध चालू असतात.

ग्राहक आणि बँक यांच्या परिस्थितीनुसार खाते चालू ठेवायचे की बंद करायचे याचा निर्णय अवलंबून असतो. कधी खातेदार बँकेला आपले खाते बंद करावे अशी विनंती करतो तर कधी विशिष्ट परिस्थितीत बँक खातेदाराचे खाते बंद करण्याचा निर्णय घेते.

ज्याला खाते बंद करावयाची इच्छा असते. त्याने दुसऱ्या पक्षाला योग्य ती तशी सूचना द्यावी लागते. अशी सूचना आल्यानंतर बहुधा परस्पर संमतीने खाते बंद केले जाते आणि खात्यातील शिल्लक रक्कम खातेदारास परत केली जाते. चालू ठेव खात्याच्या बाबतीत खातेदाराने जर बँकेकडून त्या खात्यावर अधिकर्ष सवलत घेतली असेल तर खात्यातून त्या कर्जाची व्याजासह रक्कम कापून घेऊन उर्वरित रक्कम बँक त्या चालू ठेव खातेदारास परत करते.

(I) खातेदाराने बँकेला खाते बंद करण्याची सूचना देणे.

पुढील परिस्थितीत बँकेचा खातेदार आपल्या बँकेस खाते बंद करावे अशी विनंती किंवा सूचना देऊ शकतो.

१. जागा बदल – काही वेळेला खातेदार आपली राहण्याची किंवा व्यवसायाची

जागा बदलतो. तेव्हा त्याला बँकेत व्यवहार करण्यासाठी येणे त्रासदायक ठरू शकते. तेव्हा तो त्या बँकेला खाते बंद करण्याची विनंती करून आपले खाते बंद करून घेतो व जवळच्या सोयीच्या बँकेत नवे खाते उघडतो.

२. कमी व्याजदर – बचत, आवर्ती व मुदत ठेव खात्यांतील शिल्लक रकमेवर बँक व्याज देत असते. ग्राहकाची बँक जर इतर बँकांपेक्षा कमी व्याजदर देत असेल तर साहजिकच खातेदार त्या बँकेतील आपले खाते बंद करून अधिक व्याजदर देणाऱ्या बँकेत खाते उघडतो.

३. असमाधानकारक सेवा – बँक व खातेदार यांच्यातील संबंध बँक देत असलेल्या सेवेच्या दर्जावरही अवलंबून असतात. खातेदाराला जर बँकेत हव्या त्या सुविधा मिळत नसतील आणि तो बँकेच्या कामकाजाबद्दल असमाधानी असेल तर तो आपले खाते बंद करतो.

४. स्थैर्याबाबत शंका – बँकेचे आर्थिक स्थैर्य कमकुवत होत असल्याबद्दल ग्राहकाला शंका आल्यास आणि त्याची तशी खात्री पटल्यास तो आपल्या खात्यातील सर्व रक्कम काढून घेऊन खाते बंद करतो.

II. बँकेने खातेदाराचे खाते बंद करणे

१. अयोग्य वर्तणूक – खातेदाराची वर्तणूक जर अयोग्य असेल, तसेच तो आर्थिक गैरव्यवहारांमध्ये सहभागी आहे अशी बँकेची खात्री पटल्यास बँक त्या खातेदाराचे खाते बंद करते. अयोग्य वर्तणुकीमध्ये खोटी कागदपत्रे व दस्तऐवज बँकेस सादर करणे, खात्यात पुरेशी शिल्लक नसताना इतरांना अधिक रकमेचे धनादेश देणे इ. बाबींचा समावेश होतो.

२. मृत्यू – खातेदाराचा मृत्यू झाल्याची सूचना बँकेला मिळाल्यावर बँक त्वरित ते खाते बंद करते आणि त्या खात्यातील शिल्लक रक्कम नामांकन पत्रकात नमूद केलेल्या वारसास परत करते. त्या खातेदाराने जर मृत्युपत्र लिहून ठेवले असेल तर त्यातील सूचनेप्रमाणे खात्यातील रकमेचे वितरण अथवा विनियोग करते.

३. मानसिक असंतुलन – काही कारणांनी खातेदाराचे मानसिक असंतुलन बिघडले असेल, तो वेडा, भ्रमिष्ट किंवा दिवाळखोर झाला असेल तर बँक त्याचे खाते बंद करते. मानसिक असंतुलनाबाबत बँकेला नातेवाइकांकडून, न्यायालयाकडून आदेश आल्यास बँकेला व्यवहार ताबडतोब बंद करावे लागतात, कारण असे व्यवहार कायद्याने ग्राह्य धरले जात नाहीत.

४. दिवाळखोरी – व्यक्तिगत खातेदार दिवाळखोर झाल्यास अगर संस्थात्मक खातेदाराचे विसर्जन झाल्यास अशी खाती बंद केली जातात. खातेदाराच्या दिवाळखोरीची माहिती कळल्यास बँकेने त्याच्या धनादेशांचा आदर करणे थांबवावे. विसर्जन झालेल्या संस्थेच्या बाबतीत नेमलेल्या प्रशासकाने सांगितल्याप्रमाणे बँकेने खात्यातील रकमेबाबत कार्यवाही करावी.

५. न्यायालयाचा आदेश (Garnishee Order) – खातेदाराच्या खात्यातून 'प्रदान थांबवावे' असा न्यायालयाने बँकेला आदेश दिल्यास बँकेने त्या खात्यावरील व्यवहार थांबवावेत. न्यायालयाचा आदेश खात्यातील सर्व रकमेविषयी असल्यास संपूर्ण खाते बंद करावे.

६. प्रदानाचा हुकूम – खातेदाराच्या ऋणकोचे पैसे खात्यातील 'शिल्लक रकमेतून द्या' असा न्यायालयाने बँकेला हुकूम दिल्यास बँकेला तशी कार्यवाही करावी लागते. या प्रदानामुळे खात्यातील सर्व रक्कम संपली तर खाते आपोआप बंद होऊन बँक – खातेदार संबंध संपुष्टात येतात. मात्र, प्रदान भागवून खात्यात पुरेशी शिल्लक रहात असेल तर हे संबंध पुढे चालू राहू शकतात.

III. खातेदाराचे खाते बंद करण्याची प्रक्रिया

खातेदाराचे खाते बंद करताना बँक पुढील प्रक्रिया राबविते –

१. खाते बंद करण्याचा प्रस्ताव ग्राहकाकडून बँकेला सादर केला जाऊ शकतो. अगर काही विशिष्ट कारणांमुळे बँक खातेदाराला खाते बंद करीत आहोत अशी सूचना देते.

२. खातेदाराकडून प्रस्ताव आल्यास बँक त्याच्याकडून तसा लेखी अर्ज मागविते. त्या अर्जात खातेदाराचा व खात्याचा तपशील आणि खाते बंद करण्याचे कारण द्यावे लागते.

३. बँकेकडून खाते बंद करण्याची सूचना आल्यावर ती ग्राहकाने स्वीकारणे अपरिहार्य असते.

४. खाते बंद करण्याचे निश्चित झाल्यावर बँक खातेदाराकडून भरणा पुस्तिका, खातेपुस्तिका व धनादेशपुस्तिका परत मागविते.

५. खातेदाराच्या शिल्लक रकमेवरील व्याजाची रक्कम किती ते पाहून बँक खातेदाराला देय असणारी रक्कम निश्चित करते. खाते एक वर्षाच्या आत बंद केल्यास नियमानुसार द्याव्या लागणाऱ्या दंडाची रक्कम त्यातून वजा केली जाते.

६. खातेदाराच्या नावे नावेबंद चिठ्ठी (Debit Note) तयार करणे, खातेपुस्तिकेतील

सर्व रक्कम नावे (Debit) दाखवून शिल्लक शून्य (दाखविणे) व त्याच पानावर 'खाते बंद केले' (Account Closed) असा शिक्का मारणे ही कामे बँक लेखनिक करतो.

७. खातेदाराला त्याची देय रक्कम परत केली जाते.

(ब) इतर शाखेत/बँकेत खात्याचे स्थानांतरण

व्यवसायाची जागा बदलल्याने अगर नोकरीतील बदल अथवा बदलीमुळे खातेदाराला शहराच्या एका भागातून दुसऱ्या भागात किंवा पूर्णपणे दुसऱ्या गावात राहायला जावे लागते. तेव्हा बँक खात्याबद्दल त्याच्यासमोर दोन पर्याय असतात.

(I) जुने खाते बंद करून नव्या ठिकाणी वेगळ्या बँकेत नवे खाते उघडणे–

या पर्यायामध्ये खातेदाराला जुने खाते बंद करण्याचा अर्ज देऊन त्या खात्यातील शिल्लक रक्कम परत घ्यावी लागते. तसेच नव्या बँकेत नवे खाते उघडण्याचा विहीत नमुन्यातील अर्ज व इतर सर्व सोपस्कार पार पाडावे लागतात. त्यामुळे तुलनेने हा पर्याय त्रासदायक ठरतो.

(II) नव्या ठिकाणी त्याच बँकेच्या शाखेत जुने खाते स्थानांतरित करणे–

सुदैवाने खातेदाराच्या नव्या ठिकाणी जर त्याच बँकेची शाखा जवळपास असेल तर त्याचा नवे खाते उघडण्याचा त्रास वाचतो. त्याला फक्त त्याच्या जुन्या ठिकाणच्या त्या बँकेच्या शाखेतून नव्या ठिकाणच्या शाखेत त्याच्या खात्याचे स्थानांतरण करावे लागते.

खात्याच्या स्थानांतरणाची प्रक्रिया पुढीलप्रमाणे असते :

१. स्थानांतरणाचा अर्ज – खातेदाराला त्याच्या जुन्या शाखेत खाते स्थानांतरणाचा विहीत नमुन्यात अर्ज करावा लागतो. या अर्जासोबत त्याला त्याची खातेपुस्तिका, भरणापुस्तिका व धनादेशपुस्तिका परत करावी लागते. नव्या ठिकाणच्या शाखेतही त्याला जुन्या शाखेतील खाते या शाखेत स्थानांतरित करा असा विनंती वजा अर्ज द्यावा लागतो.

२. स्थानांतरणाची तयारी – जुनी शाखा खाते स्थानांतरणासाठी आवश्यक तयारी करते –

(i) खात्यावरील शिल्लक रक्कम व त्यावरील व्याज काढणे.

(ii) खतावणी तसेच खातेपुस्तिकेत 'खाते... शाखेकडे वर्ग' असा शिक्का मारणे.

(iii) खातेदाराच्या नावे नावेबंद चिठ्ठी (Debit Note) तयार करणे.

३. रक्कम व कागदपत्रे पाठवणे – खातेदाराची देय रक्कम, नावेबंद चिठ्ठी, खातेपुस्तिका, धनादेश पुस्तिका, खातेदाराचा खाते उघडण्याचा (पूर्वीचा) अर्ज, नमुना सहीचे व नामांकनाचे पत्रक, इ. नव्या ठिकाणच्या शाखेत पाठवले जाते.

४. खाते स्थानांतरण – नव्या ठिकाणच्या शाखेत रक्कम व कागदपत्रे आल्यावर बँक ती शाखा खातेदाराचे खाते उघडून त्याच्या नावे जमाबंद चिठ्ठी (Credit Note) तयार करते व खातेदाराच्या खात्यात ती रक्कम जमा करते.

५. व्यवहार प्रारंभ – खातेदाराला त्याची जुनी खाते पुस्तिका व धनादेश पुस्तिका परत केली जातात अथवा नव्या पुस्तिका दिल्या जातात आणि त्याच्या खात्यावरील व्यवहार करण्यास परवानगी दिली जाते.

३.४ खातेदारांचे प्रकार

प्रत्येक बँकेमध्ये विविध प्रकारची ठेव खाती तसेच सेवा-सुविधा उपलब्ध असतात. सामान्यपणे 'जी व्यक्ती बँकेत खाते उघडते व जी बँकेच्या सेवा-सुविधांचा लाभ घेते, तिला बँकेचा खातेदार म्हणतात.'

खालील दोन अटींची पूर्तता करणारी व्यक्ती बँकेचा खातेदार बनू शकते.

(i) वैध करार करण्यास जी व्यक्ती कायद्याने सक्षम आहे आणि

(ii) बँकेने घालून दिलेल्या नियमांप्रमाणे जी व्यक्ती बँकेत खाते उघडण्याची प्रक्रिया पूर्ण करते.

भारतीय करार कायद्यानुसार अठरा वर्षे पूर्ण केलेल्या कोणत्याही सज्ञान व सुबुद्ध व्यक्तीला बँकेत खाते उघडता येते. व्यक्तींप्रमाणे ज्यांना स्वतंत्र व वैध, कायदेशीर अस्तित्व आहे, असे व्यवसाय व संस्थादेखील बँकेत खाते उघडू शकतात. बँकेत खाते उघडून बँकेचा खातेदार बनण्यासाठी इच्छुक व्यक्ती वा संस्थेला विहीत नमुन्यातील अर्ज भरून बँकेशी तसा करार करावा लागतो.

एच. एल. हार्ट यांच्या मते, "ज्या व्यक्तीचे बँकेत खाते असते किंवा जिच्यासाठी बँक विविध प्रकारची कार्ये पार पाडते, त्या व्यक्तीला बँकेचा खातेदार असे संबोधतात."

बँकेचे खातेदार विविध प्रकारचे असतात. व्यक्तिगत खातेदारांप्रमाणेच संस्थात्मक खातेदारही असतात. खालील तक्त्यावरून बँकेच्या खातेदारांची कल्पना येईल.

बँक खातेदारांचे प्रकार

(अ) व्यक्तिगत खातेदार

(१) व्यक्तिगत खाते
(२) संयुक्त खाते
(३) निरक्षर व्यक्तीचे खाते
(४) अज्ञानाचे खाते
(५) विवाहित स्त्रीचे खाते
(६) बुरखाधारी महिलेचे खाते
(७) अनिवासी भारतीयाचे खाते

(ब) संस्थात्मक खातेदार

(१) एकल मालकी संस्था
(२) भागीदारी संस्था
(३) संयुक्त भांडवली कंपनी
(४) हिंदू अविभक्त कुटुंब
(५) क्लब्ज
(६) असोसिएशनस्
(७) सोसायट्या
(८) विश्वस्त संस्था

(अ) व्यक्तिगत खातेदार

(१) व्यक्तिगत खाते (Personal Account)

बँकेचा खातेदार होऊ इच्छिणाऱ्या कोणत्याही सामान्य व्यक्तीला बँकेचा खातेदार बनता येते. कायद्यात नमूद केलेल्या तरतुदींप्रमाणे बँकेचा खातेदार होण्यासाठी व्यक्तीला काही बाबींची पूर्तता करून घ्यावी लागते.

एखाद्या व्यक्तीचे व्यक्तिगत खाते उघडताना बँकेने त्या व्यक्तीकडून खालील बाबी करवून घ्याव्यात :

(i) विहीत नमुन्यातील अर्ज पूर्ण भरून घेणे.
(ii) रिझर्व्ह बँकेच्या आदेशाप्रमाणे त्याच्याकडून ग्राहक परिचय प्रमाणके पूर्ण करून घेणे.
(iii) त्या व्यक्तीच्या ओळखीचा पुरावा (Identify Proof) देणाऱ्या कागदपत्रांच्या साक्षांकित प्रती.
(iv) त्या व्यक्तीच्या रहिवासाचा पुरावा (Address Proof) देणाऱ्या कागदपत्रांच्या साक्षांकित प्रती.
(v) त्या व्यक्तीला ओळखणारा बँकेचा खात्याचा खातेदार अगर बँक कर्मचारी यांच्याकडून त्या व्यक्तीविषयी संदर्भ घेणे.
(vi) त्या व्यक्तीची पारपत्र आकाराची दोन छायाचित्रे घेणे.
(vii) नमुना सही पत्रकावर त्या व्यक्तीची सही घेणे.

(viii) त्याच्याकडून वारसनाम निर्देशन फॉर्म भरून घेणे.

(२) संयुक्त खाते

जेव्हा दोन किंवा अधिक व्यक्ती बँकेत एकच खाते उघडतात तेव्हा त्यास संयुक्त खाते असे संबोधले जाते. साधारणपणे पती-पत्नी, भाऊ-भाऊ किंवा एकाच संस्थेचे भागीदार असे खाते उघडू शकतात. ते संयुक्त खाते चालवण्याचा अधिकार त्यापैकी फक्त एकाला किंवा सर्वांना असू शकतो. संयुक्त खातेदारांपैकी एकाचा मृत्यू झाल्यास त्या खात्यातील रक्कम जीवित खातेदारास मिळते; मात्र दोघांचाही मृत्यू झाल्यास ज्याचे नाव या खात्याचा वारस म्हणून नामांकित केले असेल त्याला मिळते.

संयुक्त खाते उघडताना व ते चालवून घेताना बँकेने खालील दक्षता घ्यावी :

(i) संयुक्त खाते कोणता खातेदार चालवणार याची स्पष्टता व तसे लेखी निवेदन घेणे.

(ii) कर्जाबद्दलची जबाबदारी व्यक्तिगत असल्याने संयुक्त खात्यावर काढलेल्या कर्जास किंवा अधिकर्ष सवलतीची परतफेड करण्यास कोणता खातेदार जबाबदार राहील अगर ती सर्वांचीच संयुक्त जबाबदारी राहील काय, याबाबतची स्पष्टता व तसे लेखी निवेदन घेणे.

(iii) धनादेश हस्तांतरण, हुंड्या वठविणे, मौल्यवान वस्तू सुरक्षा ठेव कप्प्यांत ठेवणे इत्यादीचे अधिकार कोणाला आहेत याबाबतची स्पष्टता व तसे लेखी निवेदन घेणे.

(iv) संयुक्त खातेदारांपैकी एखादा खातेदार दिवाळखोर झाल्यास त्या खात्यावरील व्यवहार थांबविणे आणि अधिकृत प्रशासक किंवा प्राप्तकर्ता याचा आदेश येईपर्यंत प्रतीक्षा करणे.

(v) संयुक्त खाते चालविण्याचा अधिकार ज्या खातेदारास देण्यात आला असेल तो खातेदार त्याच्यावतीने खाते चालवण्यासाठी त्याच्या अभिकर्त्याची नेमणूक करू शकत नाही.

(vi) संयुक्त खात्यावर काढलेल्या धनादेशांवर सर्व खातेदारांची नावे असावीत.

(vii) खाते चालविण्याचा अधिकार असलेला अगर नसलेला कोणीही खातेदार संयुक्त नावाने काढलेल्या धनादेशाचे प्रदान थांबवू शकतो.

(viii) संयुक्त खातेदारांपैकी एखाद्या खातेदाराचे नाव कमी करणे अगर एखादा नवा खातेदार घेणे सर्वांच्या संमतीने शक्य असते.

(ix) संयुक्त खातेदारांपैकी कोणताही खातेदार खाते चालविण्याच्या सूचनांपैकी कोणतीही सूचना लेखी निवेदन देऊन रद्द करू शकतो.

(३) निरक्षर व्यक्तीचे खाते

निरक्षर व्यक्तीला लिहिता-वाचता येत नसल्याने बँकेत खाते उघडताना तसेच ते खाते चालवताना अडचणी येतात. मात्र, कायद्याने निरक्षर व्यक्तीला बँकेचा खातेदार होण्याचे अधिकार दिलेले आहेत.

निरक्षर खातेदाराच्या बाबतीत बँकेने पुढील दक्षता घ्यावी :

(i) कोणत्याही साक्षर व्यक्तीकडून निरक्षर व्यक्तीचा खाते उघडण्याचा अर्ज भरून घ्यावा. त्यावर सहीच्या ठिकाणी निरक्षर व्यक्तीच्या डाव्या हाताच्या अंगठ्याची निशाणी घ्यावी. पुरावा म्हणून निशाणीशेजारी दोन साक्षीदारांच्या नावासहित सह्या घ्याव्यात. या साक्षीदार व्यक्ती साक्षर आणि बँकेच्या अधिकाऱ्याच्या परिचयाच्या असाव्यात.

(ii) सामान्य खातेदाराप्रमाणे निरक्षर खातेदाराचीही दोन छायाचित्रे घ्यावीत.

(iii) खात्यातून पैसे काढताना उचलपावती (Withdrawal Slip) अगर धनादेशावर निरक्षर खातेदाराचा डाव्या हाताचा अंगठा तसेच एका साक्षीदाराची सही असल्याची खात्री करावी.

(iv) पैसे काढण्यासाठी निरक्षर व्यक्तीला खातेपुस्तिका घेऊन बँकेत स्वत: व्यक्तिश: यावे लागते. पैसे काढताना बँकेकडे असलेल्या फोटोवरून तीच व्यक्ती असल्याची खातरजमा करावी.

(४) अज्ञानाचे खाते

भारतीय सज्ञान कायदा, १८७५ कलम ३ अन्वये अठरा वर्षांखालील कोणत्याही मुलाला अगर मुलीला अज्ञान मानले जाते. तसेच भारतीय करार कायदा, १८७२ कलम २ अ नुसार १८ वर्षे पूर्ण होण्याअगोदर न्यायालयाने अज्ञानासाठी पालक नेमला असेल तर तो अज्ञान मुलगा/मुलगी १८ ऐवजी २१ वर्षे पूर्ण होईपर्यंत अज्ञान समजला जातो.

अज्ञान व्यक्ती स्वत:च्या नावाने बँकेत खाते उघडू शकते. या खात्यावरील व्यवहार ती अज्ञान व्यक्ती स्वत: अगर तिचा सज्ञान पालक तिच्यावतीने सांभाळू शकतो.

अज्ञानाचे खाते उघडताना व चालविताना बँकेने पुढील दक्षता घ्यावी.

(i) अज्ञानाच्या नावे बँकेत खाते उघडताना त्या अज्ञानाची जन्मतारीख, पालकाचे नाव, पत्ता, व्यवसाय इ. माहिती काळजीपूर्वक तपासून घ्यावी.

(ii) अज्ञानाचे खाते उघडताना अज्ञानाचे स्वतंत्र खाते किंवा त्याचे व पालकांचे संयुक्त खाते उघडता येते. बँकेने शक्यतो एकट्या अज्ञानाच्या खात्याऐवजी तो व त्याचे पालक यांचे संयुक्त खाते उघडण्यास प्राधान्य द्यावे.

(iii) अज्ञान व्यक्तीच्या जन्मतारखेची खात्री जन्मदाखला, शाळा सोडल्याचा दाखला, शालान्त परीक्षा प्रमाणपत्र इ.वरून तपासून घ्यावी.

(iv) खाते उघडण्याच्या अर्जासोबत त्याच्या पालकाची नमुना सही घ्यावी.

(v) अज्ञान व्यक्ती करार करण्यास अपात्र असल्याने (सज्ञान होईपर्यंत) त्याच्याशी बँकेने कोणताही करार अगर कर्जव्यवहार करू नये. त्याला कोणतेही कर्ज अथवा अधिकर्ष सवलत देऊ नये; कारण थकीत कर्ज रक्कम अज्ञानाच्या मालमत्तेतून वसूल करून घेण्याचा बँकेला अधिकार नसतो.

(vi) तिसऱ्या व्यक्तीच्या जामिनावरदेखील बँकेने अज्ञानाला कोणतीही आगाऊ रक्कम अगर उचल देऊ नये.

(vii) अज्ञानाबरोबर केलेला कोणताही करार तो सज्ञान झाल्यावर तो करार पाळणे त्याच्यावर बंधनकारक रहात नाही. त्यामुळे अज्ञानाबरोबर करार करणाऱ्या व्यक्तीचे नुकसान होऊ शकते.

(viii) अज्ञानाचा पालक म्हणून ज्या व्यक्तीचे नाव खाते उघडण्याच्या अर्जात दिले असेल, ती व्यक्ती अज्ञानाशी खरोखरीच संबंधित आहे काय, याची बँकेने खात्री करावी.

(ix) अज्ञान व्यक्तीच्या चलनक्षम दस्तऐवजांसंबंधी व्यवहार करताना बँकेने नेहमी दक्ष रहावे. अज्ञानाने काढलेल्या प्रत्येक धनादेशावर संबंधित पालकाची सही असल्याची बँकेने खात्री करावी.

(x) अज्ञान व्यक्ती सज्ञान झाल्यावर बँकेने ते अज्ञानाचे खाते बंद करून त्यास सज्ञान खातेदार म्हणून नवीन खाते उघडण्यास व ते चालवण्यास सांगावे.

(xi) अज्ञान व्यक्ती सज्ञान होण्यापूर्वी त्याचा पालक मृत्यू पावल्यास, खात्यातील रक्कम अज्ञानास दिली जाते अगर न्यायालय तो अज्ञान मुलगा/मुलगी सज्ञान होईपर्यंत कायदेशीर पालकाची नेमणूक करू शकते.

(xii) अज्ञान खातेदार मृत्यू पावल्यास त्याच्या खात्यातील रक्कम काढण्याचा पालकांना अधिकार देण्यात येतो.

(५) विवाहित स्त्रीचे खाते

भारतात कायद्यान्वये स्त्री आणि पुरुष समान आहेत. स्त्रियांना पुरषांइतकेच अधिकार देण्यात आले आहेत. भारतीय करार कायदा, १८७२ अन्वये विवाहित स्त्री करार करू शकते. तसेच ती संपत्ती धारण करू शकते आणि विकू शकते. त्यामुळे ती बँकेत खाते उघडू शकते आणि स्वत:च्या नावाने व स्वत:च्यावतीने ते खाते चालवू शकते.

विवाहित स्त्रीचे खाते उघडताना आणि चालवताना बँकेने पुढील दक्षता घ्यावी :

(i) विवाहित स्त्रीचे खाते उघडताना नेहमीप्रमाणे प्रक्रिया राबवावी. तिच्याकडून विहीत नमुन्यातील अर्ज व नमुना सहीचे पत्रक भरून घ्यावे.

(ii) विवाहित स्त्री जर स्वत: कमावती असेल तर तिचे खाते उघडण्यात विशेष अडचण निर्माण होत नाही.

(iii) हिंदू वारसा कायदा, १९५६ अनुसार विवाहित स्त्रीच्या स्वत:च्या संपत्तीला 'स्त्रीधन' असे संबोधण्यात आले आहे. या स्त्रीधनावर केवळ तिचाच अधिकार असतो. तिचा पती अगर इतर कोणीही नातेवाईक त्या स्त्रीधनाचा हिस्सा अगर त्यावर हक्क सांगू शकत नाहीत. या स्त्रीधनाच्या तारणावर बँक विवाहित स्त्रीला कर्ज देऊ शकते.

(iv) स्वत:चे स्त्रीधन नसलेल्या विवाहित स्त्रीला बँकेने कर्ज देऊ नये, कारण कर्जाची परतफेड न झाल्यास बँकेला तिच्याविरुद्ध न्यायालयात जाणे अवघड पडते अगर तिच्या पतीलादेखील जबाबदार धरले जात नाही.

(v) विवाहित स्त्रीने तिच्या पतीच्या हमीवर कर्ज काढले असल्यास त्याचेकडून हमीपत्र लिहून घ्यावे. कर्ज परतफेड न झाल्यास त्या कर्जाची वसुली पतीकडून म्हणजेच त्याच्या मालमत्तेतून करून घेता येते. विवाहित स्त्री पतीची हस्तक असेल किंवा तिने जीवनावश्यक वस्तूंसाठी कर्ज काढले असेल, तर विवाहित स्त्रीच्या कर्जासाठी तिच्या पतीला जबाबदार धरले जाऊ शकते. तथापि, त्याने जर तिला जीवनावश्यक वस्तूंसाठी योग्य रक्कम दिली असेल अथवा कर्ज काढण्यास मनाई केली असेल तर आपल्या पत्नीच्या कर्जाची जबाबदारी पती नाकारू शकतो.

(vi) विवाहित स्त्रीला कर्ज देताना अगर अधिकर्ष सवलत देताना बँकेने तिच्याकडून तिच्या मालकीची पुरेशी संपत्ती तारण म्हणून घ्यावी.

(vii) विवाहित स्त्री ही केवळ तिची वैयक्तिक मालमत्ताच तारण ठेवू शकते. त्यामुळे बँकेने तिच्या खाजगी मालमत्तेच्या किमतीवर आधारित रकमेएवढे कर्ज मंजूर करावे. दरम्यान तिचा मृत्यू झाल्यास तिच्या मालमत्तेतून कर्जवसूली करावी. मालमत्तेच्या उर्वरित रकमेची मालकी आणि हस्तांतरणाबाबत बँकेने कर्ज मंजूर करतानाच स्पष्टपणे लेखी लिहून घेतलेले असावे.

(viii) थोडक्यात, विवाहित स्त्रीला कर्ज देताना बँकेने विशेष काळजी घ्यावी. कर्जाव्यतिरिक्त इतर बँकिंग सेवा-सुविधा तिला उपलब्ध करून देण्यात काहीच धोका संभवत नाही.

(६) बुरखाधारी महिलेचे खाते

काही स्त्रियांना बुरखा परिधान करावा लागतो. त्यांना पर्दानशीन महिला असेही संबोधतात. बुरखाधारी स्त्रियांचे दोन प्रकार पडतात.

(i) नकाब ठेवणाऱ्या – ज्या बुरखाधारी महिला आपला संपूर्ण चेहरा झाकून घेतात, त्यांना नकाब ठेवणाऱ्या महिला म्हणतात.

(ii) नकाब न ठेवणाऱ्या – ज्या बुरखाधारी महिला आपला चेहरा झाकत नाहीत त्यांना नकाब न ठेवणाऱ्या महिला म्हणतात.

नकाब ठेवणाऱ्या महिलांची ओळख पटविणे अवघड अथवा अशक्य असते. याउलट, नकाब न ठेवणाऱ्या महिलांची ओळख पटविणे तुलनेने सोपे जाते. अलीकडे अतिरेकी कारवाया करणारे दहशतवादी लोक बुरख्याचा वापर करून हिंसाचार व देशविघातक कृत्ये करून स्वत:ची ओळख लपवितात. त्यामुळे बुरखाधारी व्यक्तीशी कोणीही व्यवहार करताना अत्यंत दक्ष रहाणे गरजेचे झाले आहे.

बुरखाधारी महिलेचे खाते उघडताना व चालवताना बँकेने पुढील दक्षता घ्यावी :

(i) बुरखाधारी महिला तिच्या कुटुंबातील सदस्यांशिवाय इतर कोणाशीही व्यवहार करते किंवा नाही हे बँकेने पहावे.

(ii) बुरखाधारी स्त्रिया या स्वत:ला पूर्ण एकांतरूपात (Seclussion) ठेवीत असल्याने त्यांच्याशी केलेल्या करारावर अयोग्य प्रभाव (Undue influence) पडण्याची शक्यता असते, असे कायदा गृहीत धरतो. त्यामुळे तिच्याशी करण्यात आलेला करार हा तिच्या स्वत:च्या मुक्त इच्छेप्रमाणेच असेल असे नाही.

(iii) बुरख्यामुळे त्या महिलेची खरी ओळख पटविणे अवघड जाते. त्यामुळे बँकेने तिच्या नावावर खाते उघडतांना दक्षता घ्यावी. तिचे खाते उघडण्याची आवश्यकता निर्माण झाल्यास खाते उघडण्याच्या अर्जावरील सही बँकेला परिचित असलेल्या जबाबदार व्यक्तीकडून साक्षांकित करून घ्यावी.

(iv) खाते उघडलेल्या बुरखाधारी महिलेला पैसे ठेवण्या-देण्याचे व्यवहार करताना बँकेने ती महिला तिच्या साक्षांकित केलेल्या सहीप्रमाणेच करते आहे ना याची खात्री करून घ्यावी.

(७) अनिवासी भारतीयाचे खाते

सामान्यपणे अनिवासी भारतीय खालील व्यक्तीला म्हटले जाते –

(अ) जो भारतीय नागरिक परदेशामध्ये नोकरी, व्यवसाय-धंदा, अगर इतर कारणांसाठी अनिश्चित काळ वास्तव करतो.

(ब) जो भारतीय नागरिक परदेशी सरकारने सांगितलेल्या कामासाठी, शासनाचा प्रतिनिधी म्हणून अगर संयुक्त राष्ट्र संघटना, आंतरराष्ट्रीय नाणे निधी, जागतिक बँक, इत्यादींसारख्या आंतरराष्ट्रीय किंवा बहुराष्ट्रीय संस्थांमध्ये कार्य करतो.

(क) केंद्र सरकार, राज्य सरकार किंवा सार्वजनिक उपक्रमाचे अधिकारी ज्यांची नियुक्ती परदेशात तेथील सरकारी उपक्रमात, शासनाचा प्रतिनिधी म्हणून किंवा संघटनेत अगर भारताचा राजनैतिक अधिकारी म्हणून झाली असेल.

अनिवासी भारतीयाचे खाते उघडताना किंवा चालविताना बँकेने पुढील दक्षता घ्यावी.

(i) अनिवासी भारतीयाला इतर भारतीयांप्रमाणे बँकेत खाते उघडता येते. मात्र, अनिवासी असल्याबद्दलचे प्रमाणपत्र बँकेने त्याच्याकडून घ्यावे.

(ii) अनिवासी भारतीयांनी त्यांच्या भारतीय बँक खात्यांमध्ये पाठविलेल्या निधींचे परकीय चलन व्यवस्थापन कायदा, १९९५ नुसार नियंत्रण केले जाते. त्यामुळे त्या कायद्यातील तरतुदींनुसार बँकेने हा निधी खात्यात भरण्यास परवानगी द्यावी.

(iii) सामान्यपणे ज्या बँकांनी रिझर्व्ह बँकेकडून परकीय चलनाचे व्यवहार करण्याचा परवाना घेतलेला असतो, अशाच बँकांना केवळ अनिवासी भारतीयांचे भारतीय रुपयामधील किंवा परकीय चलनामधील खाते चालविता येते.

(iv) भारतीय रिझर्व्ह बँकेने काही ठराविक सूचित व्यापारी व सहकारी बँकांना, जरी त्या परकीय चलनाचे व्यवहार करीत नसल्या तरी त्यांना अनिवासी भारतीयांची

खाती उघडण्याचा व चालविण्याचा परवाना दिलेला आहे.

(v) अनिवासी भारतीयांची भारतीय चलनामधील बँक खाती विविध प्रकारची असू शकतात. उदा :

(अ) अनिवासी रुपया सामान्य खाते (NRO)

(ब) अनिवासी विशेष रुपया खाते (NRSR)

(क) अनिवासी रुपया बाह्य खाते (NRE)

(ड) अनिवासी न-परत पाठवलेले रुपया खाते (NRNR) इ.

(ब) संस्थात्मक खातेदार

(१) एकल मालकी संस्था

एकच व्यक्ती मालक असलेला हा व्यवसाय संघटन प्रकार आहे. उदा. किराणा दुकानदार, इतर दुकानमालक, हॉटेल, सल्लागार, सेवा पुरवठादार, खाजगी शिकवणी वर्ग, इलेक्ट्रॉनिक वस्तूंचे शो-रूम इ.

''ज्या व्यवसाय संघटन प्रकारामध्ये व्यवसायाची मालकी, अधिकार, जबाबदाऱ्या आणि धोके तसेच नफा स्वीकारणे या सर्व बाबी एकाच व्यक्तीकडे असतात. त्या व्यवसाय संघटनप्रकाराला 'एकल मालकी संस्था' असे म्हणतात.''

एकल मालकी संस्थेचे खाते उघडताना आणि चालवताना बँकेने पुढील दक्षता घ्यावी.

(i) व्यक्तिगत खात्याप्रमाणे एकल मालकी संस्थेचे खाते उघडता येते, हे खाते उघडता बँकेने पुढील बाबींची पूर्तता करून घ्यावी :

(अ) विहीत नमुन्यातील अर्ज भरून घेणे.

(ब) ग्राहक परिचय प्रमाणकांची पूर्तता.

(क) ओळखीचा तसेच रहिवासाचा पुरावा दर्शविणारी कागदपत्रे.

(ड) सध्याच्या खातेदाराकडून त्या मालकाची ओळख किंवा संदर्भ.

(इ) मालकाचे ओळखपत्राच्या आकाराची दोन छायाचित्रे.

(फ) नमुना सही पत्रक तसेच वारस नामनिर्देशन पत्रक.

(ग) स्थानिक स्वराज्य संस्थेकडून देण्यात आलेला दुकाने कायदा परवान्याची (Shop Act Licence) प्रत.

(ii) एकल मालकी संस्थेचे खाते त्या व्यवसाय-संस्थेच्या नावावर काढले जाते. मात्र हे खाते तो मालक स्वत: चालवितो अगर त्याचा प्रतिनिधी चालवू शकतो.

(iii) व्यवसायाचे आपण मालक असू आणि त्या व्यवसायातील सर्व व्यवहारांना आपण स्वत: जबाबदार राहू असे लेखी निवेदन मालकाने बँकेला द्यावे लागते.

(iv) साधारणपणे एकल मालकी संस्थेच्या नावाने चालू खाते उघडले जाते. मात्र, व्यवसायाच्या नावाने आवर्ती किंवा मुदत ठेव खातेही उघडले जाऊ शकते. बचत खाते उघडायचे झाल्यास ते मालकाच्या वैयक्तिक नावाने उघडावे.

२. भागीदारी संस्था

भारतीय भागीदारी कायदा १९३२, कलम ४ अनुसार ''जेव्हा काही व्यक्ती एकत्र येऊन सर्वजण व्यवसाय चालवितात किंवा सर्वांच्या वतीने त्यांपैकी एकजण व्यवसाय चालवितो आणि त्या व्यवसायात झालेला नफा अगर तोटा सर्वांनी वाटून घेण्याचे सर्वजण मान्य करतात. तेव्हा त्या व्यक्तींमधील संबंधांना भागीदारी असे संबोधण्यात येते.'' कारखाने, विविध सेवा पुरविणाऱ्या संस्था, मोठ्या व्यापारी संस्था या भागीदारी संस्थेच्या रूपात स्थापन झालेल्या दिसतात.

भागीदारी संस्था स्थापन करण्यासाठी किमान २ व कमाल २० व्यक्तींची आवश्यकता असते. बँक व्यवसाय करणाऱ्या भागीदारी संस्थेच्या बाबतीत कमाल मर्यादा १० व्यक्ती इतकी असते. संस्थेच्या कर्जांची परतफेड करण्याची सर्व भागीदारांची जबाबदारी ही अमर्यादित व संयुक्त असते.

भागीदारी संस्थेचे खाते उघडताना व चालविताना बँकेने पुढील दक्षता घ्यावी :

(i) भागीदारी संस्थेला संस्थेच्या नावाने बँकेत चालू तसेच मुदत ठेव खाते उघडता येते.

(ii) भागीदारी संस्था संबंधित कायद्यानुसार नोंदविलेली असावी. नोंदणी जरी बंधनकारक नसली तरी ती करावी कारण नोंदणी न केलेल्या भागीदारी संस्थेला भागीदारांवर अगर तिसऱ्या पक्षांवर दावा दाखल करता येत नाही. मात्र इतर लोक भागीदारी संस्थेवर दावा दाखल करू शकतात.

(iii) खाते उघडताना अर्जासोबत भागीदाराच्या कराराची प्रत, खाते उघडण्यासंबंधीचे सर्व भागीदारांच्या सह्यांचे निवेदन, व्यवसायाचे स्वरूप, सर्व भागीदारांची नावे, पत्ते, व्यवसाय, नमुना सह्या इ. तसेच सदर खाते चालविण्याचा अधिकार कोणत्या भागीदारास राहील यासंबंधीचे सर्वांच्या सहीचे निवेदन बँकेने घ्यावे.

(iv) बँकेने भागीदारीच्या कराराचे काळजीपूर्वक पालन करावे आणि बँक खाते

व्यवहारांवर परिणाम करणाऱ्या कलमांच्या नोंदी करून ठेवाव्यात.

(v) बँकेने नोंदणी प्रमाणपत्राची प्रत घेऊन ठेवावी व त्यातील महत्त्वाचे मुद्दे तपासावेत.

(vi) भागीदारी संस्थेच्या वतीने भागीदार नसलेली व्यक्ती खाते चालवू शकते. मात्र सर्वांनी त्या व्यक्तीला तसा लेखी परवाना दिला आहे काय ते पहावे.

३. संयुक्त भांडवली कंपनी

संयुक्त भांडवली कंपनी हा तिच्या भागधारक मालकांपेक्षा स्वतंत्र, कायदेशीर व कायमचे अस्तित्व असलेला एक व्यवसाय संघटन प्रकार आहे.

भारतीय कंपन्यांचा कायदा, १९५६ नुसार तिची नोंदणी व नियंत्रण केले जाते. कंपनीला स्वतंत्र कायदेशीर अस्तित्व असल्यामुळे ती दुसऱ्या पक्षाशी वैध करार करू शकते, स्वत:च्या नावे मालमत्ता खरेदी करू शकते, कायदेशीर व्यवसाय चालवू शकते तसेच देयता धारण करू शकते.

शासकीय महामंडळाची स्थापना संसदेत संमत केलेल्या ठरावानुसार होते, तर बँकिंग कंपनीची स्थापना बँकिंग नियमन कायदा, १९४९ मधील तरतुदींनुसार केली जाते. साधारणपणे कंपन्यांचे पुढील ३ प्रकार पडतात :

(अ) खाजगी कंपनी – यात किमान २ व कमाल ५० भागधारक असतात.

(ब) सार्वजनिक कंपनी – यात किमान ७ व कमाल भागधारक कितीही असू शकतात.

(क) शासकीय कंपनी – ज्या कंपनीत किमान ५१ टक्के भागभांडवल हे शासनाच्या मालकीचे असते.

कंपनीचे खाते उघडताना व चालविताना बँकेने पुढील दक्षता घ्यावी :

(i) बँकेने कंपनीच्या पुढील कागदपत्रांची तपासणी करावी :
(अ) नोंदणी प्रमाणपत्र, (ब) केंद्र सरकारचा परवाना, (क) घटनापत्रक, (ड) नियमावली, (इ) व्यवसाय सुरू करण्याचे प्रमाणपत्र, (फ) संचालक मंडळाचा ठराव, (ग) मागील वर्षांची अंतिम हिशेबपत्रके, (ह) संचालक मंडळाची यादी.

(ii) बँकेत खाते उघडण्यासंबंधीच्या संचालक मंडळाने संमत केलेल्या ठरावामध्ये कोणत्या प्रकारचे खाते उघडायचे आहे व हे खाते चालविण्याचा, त्यातील रक्कम काढण्याचा तसेच त्या अधिकृत व्यक्तीला कोणते अधिकार व मर्यादा राहतील याचा सर्व तपशील स्पष्ट शब्दांत देण्यात यावा.

(iii) ज्या संचालकांना आणि अधिकाऱ्यांना खाते चालविण्याचा अधिकार देण्यात आला आहे, त्यांच्या नमुना सह्या नमुना सही पत्रकावर घेण्यात याव्यात.

(iv) कंपनीच्या नावाने बँकेत खाते उघडल्यानंतर कंपनीच्या उद्देशपत्रकात त्या बँकेचे नाव नमूद करण्यात यावे.

(v) कंपनीला कर्ज मंजूर करताना बँकेने पुढील माहिती मागवून व खात्री करून घेणे गरजेचे असते.

(अ) कर्ज घेण्याचा उद्देश, (ब) कर्जासाठी योग्य ते तारण,
(क) घटनापत्रकावरून कर्ज घेण्याचा अधिकार कोणाला आहे ते पहावे,
(ड) कर्जाचा कालावधी.

(vi) बँकेने त्या कंपनीच्या बाबतीत दक्षता म्हणून पुढील माहिती देखील लेखी स्वरूपात कंपनीकडून मागवून घ्यावी.

(अ) कंपनी चालविताना संचालकांना असलेले अधिकार.
(ब) कर्ज घेण्याची प्रक्रिया तसेच कर्ज रकमेची मर्यादा (जर नमूद केली असेल तर)
(क) कंपनीकडून रक्कम उधार घेण्याबाबत तसेच कंपनीची मालमत्ता तारण ठेवण्याचा अधिकार संचालकांना दिला असेल तर त्याची माहिती.
(ड) कंपनीच्या वतीने धनादेश, हुंड्या इ. काढण्याची, त्यांचे पृष्ठांकन करण्याची प्रक्रिया व अधिकार.

(vii) कंपनीला मालमत्तेच्या तारणावर कर्ज देण्यात आले असेल तर त्या मालमत्तेवरील बँकेचा ताबा (charge) कंपनी रजिस्ट्रारकडे योग्य मुदतीत नोंदविण्यात यावा.

(viii) कंपनीच्या विसर्जनाबाबत संमत झालेल्या ठरावाची सूचना मिळाल्यावर बँकेने त्या कंपनीच्या खात्यावरील सर्व व्यवहार थांबवावेत, उदा. धनादेश देखील स्वीकारू अगर प्रदान करण्यात येऊ नयेत.

४. हिंदू अविभक्त कुटुंब

अविभक्त कुटुंब पद्धती ही भारतीय समाजाचे वैशिष्ट्य मानता येईल. सर्व भावांची सर्व कुटुंबे पिढ्यान् पिढ्या एकत्र नांदताना या कुटुंबात दिसतात. या कुटुंबाचा जो पिढीजात व्यवसाय असेल तो व्यवसाय या कुटुंबातील शक्यतो सर्व पुरुष मंडळी करतात. कुटुंबातील सर्वात ज्येष्ठ व्यक्तीला 'कर्ता' असे म्हणतात. तो इतर सदस्यांच्या सहकार्याने व सल्ल्याने कुटुंबाचा व्यवसाय चालवतो. किराणा

दुकान, शेती, पशुपालन, दुग्धव्यवसाय इ. व्यवसाय अविभक्त कुटुंबामार्फत चालविले जातात. व्यवसायाचे उत्पन्न कर्त्याच्या ताब्यात रहाते व त्याला इतर सदस्यांच्या (सहकर्त्यांच्या) वतीने त्या उत्पन्नातून आवश्यक ते खर्च करण्याचा अधिकार देण्यात आलेला असतो.

हिंदू अविभक्त कुटुंबाचे खाते उघडताना व चालवताना बँकेने पुढील दक्षता घ्यावी.

(i) बँकेत खाते उघडण्याच्या विहीत नमुन्यातील अर्जावर कर्ता तसेच त्या कुटुंबातील इतर सर्व सज्ञान व्यक्तींची नावे व त्यांच्या संमतीदर्शक सह्या असणे आवश्यक असते.

(ii) त्या अर्जावरच कुटुंबातील सर्व अज्ञान मुलांची नावे व त्यांच्या जन्मतारखा देखील नमूद करून घ्याव्यात.

(iii) कर्त्या व्यक्तीला बँक खाते चालवण्याचा अधिकार देण्यात येत असल्याने नमुना सहीपत्रकावर त्याची सही घ्यावी. त्याच्या सहीने खात्यातील व्यवहार केले जातात.

(iv) हिंदू समाजात वारसाहक्क व परंपरेने मालमत्तेचा हक्क एका पिढीतून दुसऱ्या पिढीकडे येत असतात. त्यामुळे त्या संबंधीच्या कायद्यातील तरतुदी संयुक्त कुटुंबाच्या मालमत्तेच्या तारणावर कर्ज देताना अडथळे ठरू शकतात. त्यासाठी बँकेने मालमत्तेच्या तारणावर त्या कुटुंबाला कर्ज देताना विशेष दक्षता घ्यावी.

(v) अशा अडचणी टाळण्यासाठी हिंदू खातेदार जेव्हा स्वतःचे व्यक्तिगत खाते उघडण्यासाठी बँकेत येतो, तेव्हा बँकेने त्याच्याकडून असे लेखी निवेदन घ्यावे की या खात्यात ठेवली जाणारी रक्कम ही त्याची स्वतःची मालमत्ता असून ती त्याच्या संयुक्त कुटुंबाची नाही.

५. क्लब, असोसिएशन आणि सोसायट्या

नफा न कमविता केवळ सेवाभाव, परस्पर साहाय्य आणि समाजोन्नती या हेतूने समाजात काही मंडळे, सार्वजनिक संस्था स्थापन झालेल्या आढळतात. उदा. साहित्य परिषद, संगीत व नाटक मंडळी, क्रीडा मंडळे, शैक्षणिक संस्था, ग्रंथालये, रोटरी क्लब, चेंबर्स ऑफ कॉमर्स इ. अशा संस्थांना बँकेत सर्व प्रकारची खाती उघडून बँकिंग सुविधांचा लाभ घेता येतो. या संस्थांच्या कार्यकारी मंडळातील एखादा सदस्य संस्थेच्या वतीने बँकेशी व्यवहार करू शकतो.

या संस्थांच्या बाबतीत खाते उघडताना व ते चालवताना बँकेने पुढील दक्षता घ्यावी.

(अ) क्लब

(i) एखादा क्लब जर खाजगी व्यक्तीच्या मालकीचा असेल तर तो क्लब ही एकल मालकी संस्था समजून त्याप्रमाणे बँकेने त्या मालकाशी वैयक्तिक व्यवहार करावेत.

(ii) क्लब हा जर सभासदांनी स्थापन केला असेल व ते सभासद कालांतराने बदलले जाणार असतील तर त्याची नोंदणी सोसायट्यांच्या कायद्याप्रमाणे अथवा कंपनी कायद्यानुसार केली जावी. अशा क्लबचे खाते उघडताना बँकेने संस्थेचे नोंदणीपत्रक, घटनापत्र, नियमावली यांच्या प्रती तसेच खाते उघडण्या व चालवण्यासंबंधी संस्थेचा ठराव मागवून घ्यावा.

(iii) बँकेने नोंदणी न केलेल्या क्लबशी व्यवहार करण्याचे शक्यतो टाळावे.

(iv) क्लबच्या व्यवस्थापन समितीच्या ज्या सभासदांना बँकेशी व्यवहार करण्याचे अधिकार देण्यात आले आहेत, त्यांचे नाव ठरावाद्वारे व नमुना सही बँकेने घ्यावी.

(v) क्लब बँकेकडून कर्ज घेऊ शकतो. मात्र, कर्ज घेण्याविषयीचे अधिकार सर्वसाधारण सभेने ठराव व नियमांद्वारे मंजूर करून घेतले असल्याची बँकेने खात्री करून घ्यावी.

(ब) असोसिएशन

(i) साहित्य, संस्कृती, कला, क्रिडा, विज्ञान, वाणिज्य, धर्म यांच्या विकासाच्या हेतूने असोसिएशनची स्थापना करण्यात येते. त्यामुळे त्यांना नफा न कमविणाऱ्या संस्था समजण्यात येतात.

(ii) विशिष्ट बँकेत खाते उघडण्यासंबंधीचा ठराव कार्यकारी मंडळाच्या सभेने मान्य केला जातो, त्या ठरावाची प्रत बँकेने घ्यावी.

(iii) संस्थेच्या सर्व पदाधिकाऱ्यांची यादी (List of Office Bearers) बँकेने मागवून घ्यावी.

(iv) बँकेशी व्यवहार करणारी व्यक्ती निवृत्ती, मृत्यू, राजीनामा, मुदतपूर्ती इ. कारणांमुळे बदलली गेली असल्यास व नव्या व्यक्तीला अधिकार देण्यात आले असल्यास संस्थेने लेखी ठरावाद्वारे तसे बँकेला कळवावे. अन्यथा बँकेने त्या संस्थेचे व्यवहार थांबवावेत.

(v) बँकेशी व्यवहार करणाऱ्या व्यक्तींचे स्वत:चे वैयक्तिक खाते आणि संस्थेचे खाते यामध्ये बँकेने गल्लत करू नये. उदा. त्या व्यक्तीच्या नावे संस्थेला मिळालेल्या देणगीचा धनादेश बँकेने त्याच्या वैयक्तिक खात्यात जमा करू नये.

(क) सोसायट्या

(i) शैक्षणिक, सामाजिक इ कार्यांसाठी स्थापन झालेल्या संस्थांची स्थापना सोसायट्या नोंदणी कायदा, १८६० अन्वये झाली असल्याची बँकेने खात्री करावी.

(ii) किमान ७ अथवा त्यापेक्षा अधिक सभासद असणाऱ्या या संस्थांची नोंदणी राज्याच्या सोसायटी प्रबंधकाकडे (Registrar) झाली असल्याचे बँकेने पाहावे.

(iii) सोसायटीचे नोंदणीपत्रक, घटनापत्र, नियमावली, पदाधिकाऱ्यांची यादी इ.ची प्रत बँकेने ताब्यात घ्यावी.

(iv) खाते चालविण्याचा अधिकार असलेल्या व्यक्तीचे नाव व्यवस्थापन समितीच्या ठरावाद्वारे बँकेने मागवून घ्यावे व त्या व्यक्तीचे फोटो व नमुना सही घ्यावी.

(v) घटनापत्रकात दिलेल्या नियमांप्रमाणे सोसायटीचे खाते चालविण्यात यावे.

(vi) व्यवस्थापन समितीच्या रचनेत काही बदल झाले असल्यास संस्थेने बँकेला तसे लेखी कळवावे व बँकेने त्याप्रमाणे कार्यवाही करावी.

६. विश्वस्त निधी संस्था

भारतीय विश्वस्त कायदा, १८८२ अन्वये तयार केलेल्या विश्वस्त-करारानुसार विश्वस्त संस्थेची स्थापना केली जाते. या कायद्याच्या कलम ३ मध्ये विश्वस्ताची व्याख्या दिली आहे– "विश्वस्त ही अशी व्यक्ती किंवा संस्था असते की तिच्यावर विश्वास ठेवून मालमत्तेच्या रक्षणाची व विकसनाची जबाबदारी सोपविण्यात आलेली असते."

साधारणपणे विश्वस्तांचे पुढील प्रकार पडतात :

(i) अज्ञानाच्या वतीने त्याच्या मालमत्तेची देखभाल करण्यासाठी नेमलेला विश्वस्त.

(ii) एखाद्या संस्थेचे व्यवहार सांभाळण्यासाठी न्यायालयाने नेमलेले विश्वस्त (Liquidaters).

(iii) खाजगी मालमत्तेच्या देखभालीसाठी नेमलेले खाजगी विश्वस्त.

(iv) सार्वजनिक संस्थेच्या मालमत्तेची देखभाल करण्यासाठी नेमलेले सार्वजनिक विश्वस्त.

विश्वस्त व विश्वस्त निधी संस्था त्यांच्या नावे बँकेत खाते उघडू शकतात. विश्वस्तांचे खाते उघडताना व चालविताना बँकेने पुढील दक्षता घ्यावी :

(i) विश्वस्त कराराची (पत्राची) (Trust Deed) काळजीपूर्वक तपासणी करण्यात येऊन त्यातील महत्त्वाचे संबंधित मुद्दे विश्वस्ताच्या खतावणीत नमूद करण्यात यावेत.

(ii) बँकेत खाते उघडण्यासंबंधीच्या विश्वस्तांच्या ठरावाची प्रत बँकेने घ्यावी. त्या ठरावात हे खाते चालविण्याचा अधिकार कोणाला राहील त्याचे नाव देण्यात आलेले असावे.

(iii) त्या विश्वस्त संस्थेची नोंदणी आयुक्तांकडे केली असल्याची नोंदणी दाखल्याची प्रत बँकेने मागवून घ्यावी.

(iv) विश्वस्त संस्थेचे खाते उघडण्याच्या अर्जावर सर्व विश्वस्तांची नावे व सह्या असाव्यात. विश्वस्तांचे खाते हे शक्यतो सर्व विश्वस्तांचे संयुक्त खाते म्हणून चालविले जाते.

(v) वेगळी सूचना नसल्यास ते खाते सामान्य खाते म्हणून चालवावे. मात्र, विशेष सूचना असल्यास बँकेने ते 'विश्वस्त खाते' म्हणून चालवावे व तशी योग्य ती दक्षता घ्यावी.

(vi) विश्वस्तांपैकी एखादा विश्वस्त निवर्तल्यास इतर विश्वस्तांनी त्या खात्यावर काढलेल्या धनादेशाचा आदर करू नये. विश्वस्त संस्थेच्या करारात व ठरावात तसा बदल करण्यात आल्यानंतरच इतर विश्वस्तांना खात्यातून पैसे काढण्याचा व्यवहार करू द्यावा.

स्वाध्याय

अ. दीर्घोत्तरी प्रश्न–

(१) बँक खाते उघडण्याची प्रक्रिया स्पष्ट करा.

(२) खाते उघडण्याची व चालवण्याची पद्धती स्पष्ट करा.

(३) बँक खातेदारांचे विविध प्रकार सांगा.

(४) हिंदू अविभक्त कुटुंब आणि संयुक्त भांडवली कंपनीचे खाते उघडताना बँकेने कोणती दक्षता घ्यावी?

ब. मध्यमोत्तरी प्रश्न–

   (१) आवर्ती ठेव खाते उघडण्याची व चालवण्याची पद्धती स्पष्ट करा.

   (२) व्यक्तिगत खातेदारांचे विविध प्रकार स्पष्ट करा.

   (३) संस्थात्मक खातेदारांचे विविध प्रकार स्पष्ट करा.

क. टिपा लिहा

   (१) ग्राहक परिचय प्रमाणके.

   (२) मुदत ठेव पावतीच्या तारणावर कर्ज.

   (३) आवर्ती ठेव खाते मुदतीपूर्वी वठविणे.

   (४) खाते बंद करण्याची पद्धती.

   (५) खाते दुसऱ्या शाखेत वर्ग करण्याची पद्धती.

   (६) अज्ञानाचे खाते उघडताना बँकेने घ्यावयाची दक्षता.

प्रकरण ४

पैसे पाठविण्याच्या (प्रेषणाच्या) पद्धती

४.१ मागणी धनाकर्ष, बँक धनाकर्ष आणि ट्रंकेटेड धनादेश

४.२ टपाल प्रेषण आणि तार प्रेषण

४.३ इलेक्ट्रॉनिक निधी प्रेषण : आर.टी.जी.एस., एन.ई.एफ.टी. आणि स्वीफ्ट

प्रस्तावना

आधुनिक काळात बँका आपल्या ग्राहकांसाठी विविध प्रकारच्या सोयीसुविधा पुरवितात. त्यांना बँकेची दुय्यम कार्ये असे संबोधतात. प्रातिनिधिक व उपयोगिता अशी दोन प्रकारची दुय्यम कार्ये असतात. ग्राहकांची रक्कम दुसऱ्या ठिकाणी पाठविणे हे बँकेच्या प्रातिनिधिक कार्यांपैकी अत्यंत महत्त्वाचे असे कार्य आहे. ग्राहकांचा प्रतिनिधी या नात्याने बँक त्यांचा पैसा त्यांनी सांगितलेल्या ठिकाणी पाठविण्याची व्यवस्था करते.

देशी तसेच विदेशी व्यापारात खरेदीदार आणि विक्रेता यांमध्ये खूप अंतर असते. खरेदीदाराने विक्रेत्याकडे स्वत: जाऊन अगर कोणाबरोबरतरी पाठवून देणे अत्यंत खर्चिक व धोक्याचे असते कारण प्रवासखर्च महाग झाला आहे. अशा वेळी बँका पैशाचे स्थलांतर तत्परतेने, सुरक्षितपणे आणि कमी खर्चात करून देतात. व्यावसायिक कारणांबरोबरच इतर कारणांसाठीही पैसे पाठवायचे असतात. कुटुंबीय, नातेवाईक, मित्र यांनाही बँकेच्या माध्यमातून पैसे पाठविता येतात. दूरवरच्या प्रवासात मोठी रक्कम बाळगणे धोक्याचे असते अशा वेळी बँका प्रवासी धनादेश उपलब्ध करून मोठी सोय करतात.

मागणी धनाकर्ष, टपालप्रेषण आणि तारप्रेषण या पैसे पाठविण्याच्या पारंपरिक पद्धती आहेत. अलीकडच्या काळात इलेक्ट्रॉनिक निधी प्रेषणाच्या माध्यमातून आर. टी. जी. एस. व एन. ई. एफ. टी. यांद्वारे देशांतर्गत आणि स्वीफ्टद्वारे परदेशात काही मिनिटांत पैसे पाठविणे आधुनिक तंत्रज्ञानाच्या मदतीने शक्य झाले आहे.

पैसे पाठविणे : व्याख्या अर्थ व तक्ता

"एका ठिकाणाहून दुसऱ्या ठिकाणी रकमेचे स्थलांतर करण्याची क्रिया म्हणजे पैसे पाठविणे होय." पैसे प्रत्यक्षपणे अगर अप्रत्यक्षपणे अशा दोन पद्धतींनी पाठविता येतात. त्या पद्धती पुढीलप्रमाणे :-

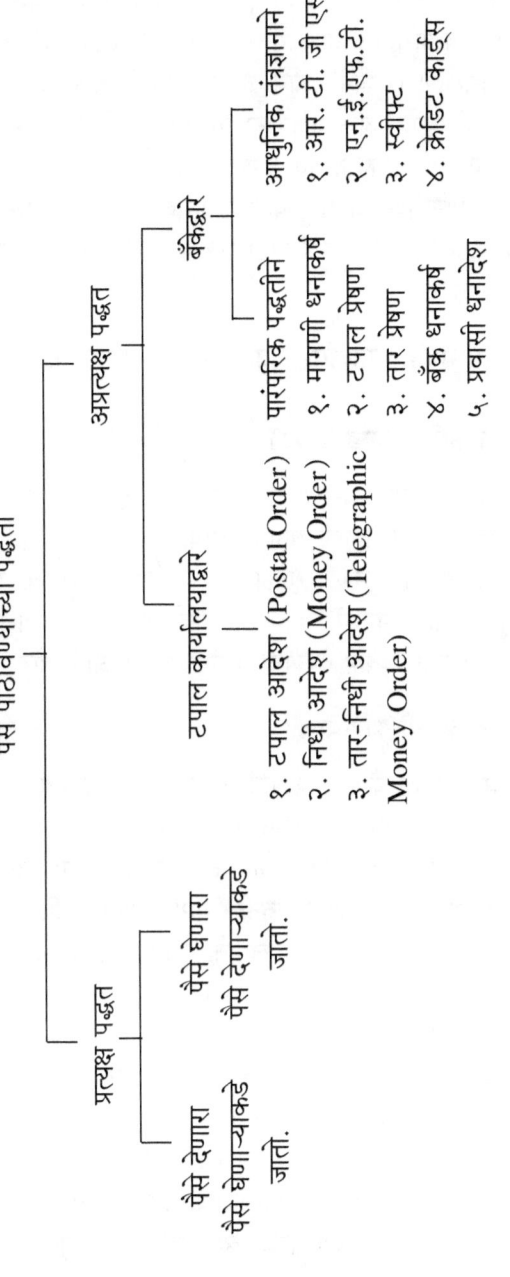

पैसे पाठविण्याच्या पद्धती

प्रत्यक्ष पद्धत
- पैसे देणारा पैसे घेणाऱ्याकडे जातो.
- पैसे घेणारा पैसे देणाऱ्याकडे जातो.

अप्रत्यक्ष पद्धत

टपाल कार्यालयाद्वारे
१. टपाल आदेश (Postal Order)
२. निधी आदेश (Money Order)
३. तार-निधी आदेश (Telegraphic Money Order)

बँकेद्वारे

पारंपरिक पद्धतीने
१. मागणी धनाकर्ष
२. टपाल प्रेषण
३. तार प्रेषण
४. बँक धनाकर्ष
५. प्रवासी धनादेश

आधुनिक तंत्रज्ञानाने
१. आर. टी. जी. एस.
२. एन.ई.एफ.टी.
३. स्वीफ्ट
४. क्रेडिट कार्ड्स

बँकिंग नियमन कायदा, १९४९ कलम (६) अनुसार बँका विविध प्रकारची कार्ये पार पाडीत असतात. या कार्यांची निधी-आधारित (प्राथमिक) कार्ये व निधी-आधारित नसलेली (दुय्यम) कार्ये अशी वर्गवारी केली जाते. निधी आधारित नसलेली कार्ये म्हणजे बँक ग्राहकांना पुरवित असलेल्या काही सशुल्क अथवा नि:शुल्क सेवा-सुविधा होय. बँक आपल्या ग्राहकांसाठी एका ठिकाणाहून दुसऱ्या ठिकाणी पैसे पाठविण्याची सशुल्क सेवा पुरविते. बँकेच्या माध्यमातून देशांतर्गत तसेच देशाबाहेरही लहान अगर मोठी रक्कम त्वरित, सुरक्षितपणे, कमी खर्चात व वैधपणे पाठविता येते.

४.१ मागणी धनाकर्ष, बँक धनाकर्ष आणि ट्रंकेटेड धनादेश

मागणी धनाकर्ष (डिमांड ड्राफ्ट)

बँकेच्या साहाय्याने पैसे एका ठिकाणाहून दुसऱ्या ठिकाणी पाठविण्याचे सोयीचे साधन म्हणजे मागणी धनाकर्ष होय.

"मागणी धनाकर्ष म्हणजे एका बँकेने आपल्या दुसऱ्या शाखेला पत्राद्वारे केलेली सूचना की ज्यामध्ये त्यात नमूद केलेल्या आदात्याला किंवा तो सांगेल त्याला एक विशिष्ट रक्कम देण्याची केलेली लेखी आज्ञा होय."

मागणी धनाकर्षाची प्रक्रिया

१. व्यक्ती व बँक : कोणतीही व्यक्ती कोणत्याही बँकेकडून मागणी धनाकर्ष घेऊ शकते. एखाद्या व्यक्तीला ज्या बँकेच्या ज्या शाखेतून तो घ्यायचा आहे, तेथून ती घेऊ शकते. त्या बँकेचा ती खातेदार असावी असे बंधन नसते.

२. मागणी धनाकर्ष अर्ज पावती : मागणी धनाकर्ष मिळण्यासाठी व्यक्तीने प्रथम एक अर्ज पावती भरून द्यावी लागते. त्या पावतीमध्ये ज्याच्या नावे धनाकर्ष काढायचा त्या व्यक्ती अथवा संस्थेचे नाव, तो कोणत्या शाखेवर देय आहे त्या गावाचे नाव, पाठवायची अंकी व अक्षरी रक्कम (कमिशनसह), ज्या व्यक्तीने धनाकर्ष काढला आहे त्याचे नाव, पत्ता व स्वाक्षरी, दिनांक इ. तपशील भरावा लागतो.

३. रक्कम : अर्ज पावतीबरोबर अर्जदाराला त्या मागणी धनाकर्षाची रक्कम कमिशनसह बँकेत भरावी लागते. तो अर्जदार जर बँकेचा खातेदार असेल तर तो रोख रक्कम न भरता अर्ज पावती बरोबर पैसे काढायची पावती (withdrawal) भरून देऊ शकतो. त्या पैसे काढायच्या पावतीमध्ये तेवढी रक्कम नमूद करून त्या पावतीच्या

पाठीमागे 'कृपया मागणी धनाकर्ष द्या' अशी सूचना व स्वाक्षरी करावी लागते.

४. मागणी धनाकर्ष : अर्ज पावतीमधील तपशीलाप्रमाणे बँक मागणी धनाकर्ष तयार करून तो अर्जदारास सुपूर्त करते. अर्जदार हा धनाकर्ष संबंधित व्यक्तीला सुरक्षितपणे पोहोचण्यासाठी रजिस्टर पोस्टाने पाठविते.

५. ॲडव्हाईज : मागणी धनाकर्ष देणारी बँक ज्या शाखेवर तो काढला असेल, त्या शाखेला पूर्व तपशिलासह असा धनाकर्ष दिला असल्याचे कळविते, त्यालाच धनाकर्षाचा ॲडव्हाईज पाठविणे असे म्हणतात.

६. प्रदान : ज्याच्या नावे मागणी धनाकर्ष काढला आहे, त्याला तो मिळाल्यावर ती व्यक्ती संबंधित बँकेत जाऊन तो सादर करते. संबंधित बँक आदेशक बँकेने पाठविलेला ॲडव्हाईज पाहून व धनाकर्षावरील तपशील तपासून आदात्याला त्याची रक्कम प्रदान करते. नंतर ती रक्कम धनाकर्ष देणाऱ्या बँकेकडून वसूल करते.

७. कालमर्यादा : धनादेशाप्रमाणेच मागणी धनाकर्षाची कालमर्यादा तीन महिने इतकी असते. याचा अर्थ धनाकर्ष काढल्याच्या तारखेपासून तीन महिन्यांच्या आत आदात्याने आदेशिती बँकेला तो सादर करावा लागतो. तरच त्याचा आदर होऊ शकतो.

मागणी धनाकर्षाचा नमुना

बँक ऑफ बडोदा सांकेतांक

कर्वे रोड, पुणे-४ डी ए/२५४ | K | A | R | V | E | R | डिमांड ड्राफ्ट दि.: १३/४/२००९

मागणी केल्यावर दी इन्स्टिट्यूट ऑफ कॉस्ट ॲण्ड वर्क्स अकाउंटंट ऑफ इंडिया किंवा त्यांच्या आदेशाने

रुपये दोन हजार पाचशे फक्त .... रु. २,५००/-

....द्यावेत.

मूल्य प्राप्त झाले रु. २५०० पेक्षा अधिक नाहीत.

बँक ऑफ बडोदा

सर्व्हिस शाखा कोलकाता लेखापाल शाखा व्यवस्थापक

"८५८०७९" ०००१२००० : २००४४७" १६

मागणी धनाकर्षाशी संबंधित व्यक्ती

१. प्रेषक (Remitter) - मागणी धनाकर्ष घेणारा अर्जदार.

२. आदेशक बँक (Drawer Bank) - जी बँक अर्जदाराच्या विनंतीवरून मागणी धनाकर्ष तयार करून देते ती बँक शाखा.

३. आदेशिती बँक (Drawee Bank) - बँकेच्या ज्या शाखेवर मागणी धनाकर्ष काढला असेल ती बँक शाखा.

४. आदाता (Payee) - ज्याच्या नावे किंवा ज्याच्यासाठी मागणी धनाकर्ष काढला आहे ती व्यक्ती किंवा संस्था.

मागणी धनाकर्षासंबंधित कायदेशीर तरतुदी

चलनक्षम दस्तऐवज कायदा, १८८१ कलम ८५ (अ) नुसार कोणत्याही ड्राफ्ट किंवा धनाकर्षाला चेक किंवा धनादेश समजून त्याला धनादेशाच्या सर्व तरतुदी लागू होतात. मागणी धनाकर्षासंबंधित महत्त्वाच्या तरतुदी खालीलप्रमाणे :

(१) मागणी व प्रदान : आदात्याने मागणी केल्यावर म्हणजे तो मागणी धनाकर्ष सादर केल्यावर आदेशिती बँकेला त्याचे प्रदान करावे लागते.

(२) रकमेची मर्यादा : रुपये ५०,०००/- वरील रकमेचा मागणी धनाकर्ष रोख रक्कम भरून घेता येत नाही. तो अर्जदाराच्या खात्यातून रक्कम नावे टाकून दिला जातो. त्यासाठी अर्जदार खातेदार असावा लागतो.

(३) रेखांकन : सुरक्षिततेच्या कारणास्तव मागणी धनाकर्ष कधीही वाहक स्वरूपाचा दिला जात नाही, तर त्याचे रेखांकन केले जाते. अनेकवेळा तो 'आदाता खाते' (A/C Payee) या अतीसुरक्षित स्वरूपात दिला जातो.

(४) रद्द करणे : काही कारणाने मागणी धनाकर्ष परत करावयाचा झाल्यास अर्जदाराला तसा अर्ज व तो मागणी धनाकर्ष आदेशक बँकेला परत करावा लागतो. ती बँक त्या व्यक्तीची ओळख पटवून धनाकर्षाची रक्कम त्याला देते अगर त्याचे खाते असल्यास त्यात जमा करते. त्याने भरलेले कमिशन मात्र त्याला परत मिळत नाही.

(५) गहाळ होणे : मागणी धनाकर्ष हरविल्यास अर्जदाराने बँकेला तसे कळवून दुसरा मागणी धनाकर्ष घेता येतो अगर त्याची रक्कम परत मागता येते. दुसरा ड्युप्लिकेट मागणी धनाकर्ष देण्याअगोदर बँक आदेशिती शाखेकडे त्याचे पैसे प्रदान केले नसल्याची खात्री करून घेते. मग अर्जदाराकडून रु. १००/- च्या इण्डेम्निटी बाँडवर (Indemnity Bond) वर हमीपत्र लिहून घेऊन त्यावर दोन जामीनदारांच्या सह्या घेऊन मगच ड्युप्लिकेट मागणी धनाकर्ष देते.

(६) वसुली बँक : मागणी धनाकर्षाच्या आदात्याने आदेशिती बँकेकडे तो सादर न करता त्याचे खाते ज्या बँकेत असेल त्या बँकेत सादर केल्यास ती बँक समाशोधन विभागामार्फत आदेशिती बँकेकडे त्याचे निरसन करून पैसे घेते व आदात्याच्या खात्यात जमा करते.

मागणी धनाकर्षाचे प्रकार

१. आदेश मागणी धनाकर्ष : आदात्याच्या नावापुढे अगर तो सांगेल त्याला (or order) असे शब्द लिहिल्यास तो आदेश मागणी धनाकर्ष बनतो. त्याचे दुसऱ्या व्यक्तीला हस्तांतरण करायचे असल्यास त्याचे पृष्ठांकन करावे लागते. ज्याला तो द्यायचा आहे त्याचे नाव लिहून खाली आदात्याने सही करावी लागते.

२. रेखांकित मागणी धनाकर्ष : धनाकर्षाच्या पुढील वरच्या बाजूस डाव्या कोपऱ्यात दोन तिरक्या समांतर रेषा मारून त्याचे रेखांकन केले जाते. रेखांकित धनाकर्षाचे पैसे रोख स्वरूपात न देता आदात्याच्या खात्यात जमा होतात. आदात्याचे खाते आदेशिती बँकेत नसल्यास त्याचे खाते ज्या बँकेत आहे तेथे सादर करावा लागतो. ही बँक आदेशिती बँकेकडून रक्कम वसूल करून खात्यात जमा करते. आदाता खाते हे शब्द समांतर रेषांत लिहिल्यास धनाकर्षाला अधिक सुरक्षितता प्राप्त होते.

मागणी धनाकर्षाचे महत्त्व / फायदे

१. सुरक्षित पद्धत : पैसे एका ठिकाणाहून दुसऱ्या ठिकाणी पाठविण्याची तसेच धनकोकडून रक्कम वसूल करण्याची ही सुरक्षित पद्धत आहे.

२. अनादर नाही : मागणी धनाकर्षाची रक्कम प्रेषकाने आधीच भरलेली असल्याने त्याचा कधीही अनादर होत नाही.

३. बचत : मागणी धनाकर्षामुळे पैसे पाठविण्याच्या वेळेत व खर्चात बचत होऊन पैसे खात्रीशीरपणे पाठविले जातात.

४. विना खाते सोय : बँकेचा खातेदार नसलेल्या व्यक्तीलाही मागणी धनाकर्ष घेता येतो.

धनादेश व मागणी धनाकर्ष यांतील साम्य

१. दोहोंनाही चलनक्षम दस्तऐवज कायदा, १८८१ कलम ८५ (अ) मध्ये केलेले नियम लागू पडतात.

२. दोहोंची मुदत तीन महिने इतकी असते.
३. दोहोंमध्ये आदेशक, आदेशिती व आदात्या या संबंधित व्यक्ती असतात.
४. दोहोंमध्ये आदेश व रेखांकित असे प्रकार आढळतात.
५. दोहोंच्याद्वारे पैसे हस्तांतरणाची व प्रेषणाची सोय होते.

धनादेश व धनाकर्ष यातील फरक

अनु. क्र.	मुद्दा	धनादेश	मागणी धनाकर्ष
१.	व्याख्या	"धनादेश म्हणजे त्यात ज्याचे नाव लिहिले आहे त्याला, अगर तो सांगेल त्याला किंवा धनादेश घेऊन येणाऱ्या व्यक्तीला त्याने मागणी करताच रक्कम द्यावी अशी खातेदाराने आपल्या बँकेला केलेली लेखी, बिनशर्त आज्ञा होय."	"मागणी धनाकर्ष म्हणजे एका बँकेने आपल्या दुसऱ्या शाखेला पत्राद्वारे केलेली सूचना की, ज्यामध्ये त्यात नमूद केलेल्या आदात्याला किंवा तो सांगेल त्याला एक विशिष्ट रक्कम देण्याची केलेली लेखी आज्ञा होय."
२.	संबंधित व्यक्ती	यामध्ये आदेशक (खातेदार), आदेशिती (बँक) व आदाता या तीन व्यक्ती संबंधित असतात.	यामध्ये प्रेषक, आदेशक बँक, आदेशिती बँक व आदाता असे चार जण संबंधित असतात.
३.	आदेश	खातेदार आपल्या बँकेला आदेश देतो.	एक बँक आपल्या दुसऱ्या शाखेला आदेश देते.
४.	खातेदार	बँकेचा खातेदार असलेली व्यक्तीच धनादेश काढू शकते.	बँकेचा खातेदार नसलेली व्यक्तीसुद्धा मागणी धनाकर्ष पैसे भरून घेऊन शकते.
५.	अनादरण	काही कारणांमुळे धनादेशाचे अनादरण होऊ शकते.	मागणी धनाकर्षाचे अनादरण होऊ शकत नाही.

बँकर्स चेक / बँक धनाकर्ष (Banker's Cheque / Draft)

"बँकर्स चेक किंवा बँक धनाकर्ष म्हणजे असा धनादेश की ज्यामध्ये रक्कम ही आदात्याला देताना प्रेषक व्यक्तीच्या खात्यातून न घेतली जाता, ती प्रत्यक्षपणे बँकेच्या निधीतून काढली जाते."

सामान्य धनादेशाच्या वापरामध्ये काही अडचणी निर्माण होतात. आदात्याला (ऋणकोला) धनादेश मिळायला किंवा सादर करायला जर उशीर झाला आणि तोपर्यंत आदेशकाच्या खात्यावरील रक्कम कमी होऊन ती जर पुरेशी नसेल तर निरसन गृह किंवा आदात्याची बँक त्याला तो धनादेश पैसे न देता परत करेल, याला धनादेश 'बाऊन्स' झाला असे म्हणतात.

हा धोका टाळण्यासाठी व्यक्ती बँकेकडे बँकर्स चेक किंवा बँक धनाकर्षाची मागणी करू शकते की ज्यामध्ये त्या व्यक्तीच्या खात्यातून नव्हे तर बँकेच्या निधीतून आदात्याच्या बँकेने निरसनासाठी पाठविलेल्या धनादेशाची रक्कम चुकती केली जाईल. ही रक्कम चुकती केल्याबरोबर आदेशक बँक खातेदाराच्या खात्यातून कमिशन व शुल्कासह धनादेशाची रक्कम वसूल करेल. थोडक्यात, बँकर्स चेकमुळे खात्यातील रकमेअभावी धनादेशाचा अनादर होण्याचा किंवा तो बाऊन्स होण्याचा धोका टळतो. तथापि, सामान्य धनादेशाप्रमाणे बँकर्स चेक किंवा बँक धनाकर्षाला सुद्धा निरसन (समाशोधन) गृहाच्या प्रक्रियेमधून जावे लागते व त्याला ३ ते ५ दिवस लागतात.

अशाप्रकारे, बँकर्स चेक ही सुविधा मिळण्यासाठी प्रेषक व्यक्ती आदेशक बँकेचा खातेदार असावा लागतो. तथापि, खातेदार नसलेली व्यक्तीसुद्धा त्या बँकेला विनंती करून व आवश्यक तेवढी रक्कम (धनादेशाची रक्कम + कमिशन + इतर शुल्क) बँकेत रोख स्वरूपात भरून बँक धनाकर्ष मिळवू शकते व त्याच्या ऋणकोला (आदात्याला) देऊ शकते. मात्र, अशावेळी त्या बँकेला मनी लाँड्रींग (Money Laundering) विरोधी तरतुदी तसेच बँकेची धोरणे विचारात घेऊनच तशी परवानगी द्यावी लागते.

मागणी धनाकर्ष व बँक धनाकर्ष यातील फरक

मागणी धनाकर्षामध्ये आदेशक बँकेने तिच्या ज्या शाखेवर धनाकर्ष काढला असेल त्या आदात्याच्या गावातील शाखेमध्ये जाऊन आदाता त्या धनाकर्षाचे पैसे घेतो. इथपर्यंतची प्रक्रिया बँक धनाकर्षाच्या बाबतीतही सारखीच असते. त्यानंतर दोन्ही धनाकर्षांचे निरसन मात्र वेगवेगळ्या पद्धतीने होते. मागणी धनाकर्षाचे

निरसन हे आदेशिती बँक शाखा करते, तर बँक धनाकर्षाचे निरसन हे तो धनाकर्ष देणाऱ्या विशिष्ट आदेशक बँक शाखेतच होते. उदा. जर बँक धनाकर्ष स्टेट बँक ऑफ इंडियाच्या सातारा शाखेकडून (आदेशक बँक) शाखेतून दिला गेला असेल व तो स्टेट बँक ऑफ इंडियाच्या सांगली शाखेवर (आदेशिती बँक) काढला गेला असेल तर आदात्याच्या सांगली शाखेतून त्या धनाकर्षाचे पैसे मिळतील मात्र तो धनाकर्ष निरसनासाठी पुन्हा सातारा शाखेकडे येईल. सातारा शाखा आपल्या निधीतून त्याचे निरसन करून त्या धनाकर्षाची रक्कम खातेदाराच्या कमिशन व इतर शुल्कासह वसूल करून घेईल.

तंत्रज्ञानाच्या प्रगतीमुळे डेबिट कार्ड, इंटरनेट बँकिंग, पैसे पाठविण्याच्या वेगवान पद्धतींमुळे बँक धनाकर्षाचा उपयोग कमी होत असून आदेशक बँक व ग्राहक (प्रेषक) या दोहोंनाही आधुनिक पद्धती सोयीच्या, सुरक्षित, वेगवान व कमी खर्चिक वाटतात.

प्रतिमा-संचारित (रूपांतरित) धनादेश (Truncated Cheque)

प्रदायी बँकेकडे (Paying Bank) पाठविण्यासाठी कागदी स्वरूपातील (Physical cheque) धनादेशाचे रूपांतर पर्यायी इलेक्ट्रॉनिक स्वरूपात करण्याच्या प्रक्रियेला धनादेशाचे संचारण असे म्हणतात. अशा संचारित किंवा रूपांतरित धनादेशामुळे (Truncated Cheque) धनादेश बँकेत सादर करण्याचा त्रास वाचतो, तसेच त्यामुळे वेळ आणि प्रक्रिया खर्चाचीही बचत होते.

धनादेश संचारित करण्याच्या प्रक्रियेमध्ये आदाता बँक (Payee Bank) किंवा तिचा निरसन प्रतिनिधी (clearing Agent) धनादेशावरील तपशील इलेक्ट्रॉनिक माध्यमातून ग्रहण करतात आणि ते त्याच माध्यमातून ज्या बँकेवर तो धनादेश काढला असेल त्या आदेशिती बँकेकडे (Drawee Bank) सहमतीच्या नमुन्यात (agreed format) प्रदानासाठी पाठवितात.

नेहमीच्या धनादेशाच्या बाबतीत तो आदेशिती बँकेला भौतिक (physical) स्वरूपात निरसन वेळी सादर केला जातो; मात्र, प्रतिमा-संचारित धनादेशाच्या बाबतीत तो आदाता बँकेकडून इलेक्ट्रॉनिक स्वरूपात रूपांतर, साठवण व संचारण केला जातो.

प्रतिमा-संचारित धनादेशाची आवश्यकता

अगदी पूर्वी प्रदायी बँक धनादेशाचे पैसे वसूल करण्यासाठी तो आदेशिती

बँकेकडे पाठवित असे. त्यानंतर दिवसेंदिवस धनादेशाचा वापर वाढला गेल्याने प्रत्येक धनादेश आदेशिती बँकेकडे पाठविणे अवघड झाले. त्यातून केंद्रीय निरसनगृहाची संकल्पना पुढे आली व त्याचा वापर सुरू झाला. धनादेशाचा अनादर किंवा तो बाऊन्स झाल्यास तो परत मूळ बँकेकडे पाठविण्यात येतो. धनादेशाचे समाशोधन चक्र पूर्ण होण्यासही काही दिवस लागतात. तसेच या चक्राच्या प्रत्येक टप्प्यात धनादेश हा बारकाईने तपासून पुढे जावा लागतो. यात बरेच मनुष्यबळ व वेळ खर्च होतो.

मध्यंतरी १९६०च्या दरम्यान मायकर (MICR) स्वरूपातील धनादेशाच्या तळाशी यंत्राच्या साहाय्याने वाचता येतील असे संकेतांक वापरण्यास सुरुवात झाली त्यामुळे धनादेशांचे वर्गीकरण सुलभ होऊन निरसन क्रियेचा वेग वाढला. परंतु, बऱ्याच देशांतील बँकिंग कायद्यांमध्ये धनादेश हा आदाता बँकेकडे सादर केलाच पाहिजे असे बंधन असल्यामुळे धनादेशांची देवाण-घेवाण वाढतच गेली.

हा व्याप कमी करण्यासाठी १९९०च्या दशकाच्या मध्यंतरी अनेक देशांनी धनादेशाचे इलेक्ट्रॉनिक रूपात रूपांतर करून तो आदेशिती बँकेला डिजिटल स्वरूपात प्रतिमा-संचारित करून मूळ धनादेश टाकून देण्यासंबंधी कायदे केले. ज्या बँकेत धनादेश भरले जातात, ती बँक तिचे संचारण करते. त्यामुळे धनादेशाचे निरसन होण्यातील वेळ वाचला. प्रतिमा-संचारित केलेला धनादेश इतर कोणत्याही इलेक्ट्रॉनिकप्रदान पद्धतीप्रमाणे बँकेच्या माध्यमातून पुढे प्रक्रियाकृत होतो.

प्रतिमा-संचारित धनादेशासंबंधित कायदे

न्यूझिलंड देशामध्ये धनादेश कायदा, १९६० मध्ये दुरुस्ती करून धनादेशाच्या इलेक्ट्रॉनिक स्वरूपाच्या सादरीकरणास मान्यता देण्यासाठी सन १९९५ मध्ये पहिला कायदा संमत केला. तथापि, इलेक्ट्रॉनिक व इंटरनेट प्रदान पद्धतीचा उदय झाल्याने धनादेशाच्या वापराची संख्या जगभरात घटू लागली. अमेरिकेत सन २००४ साली 'check 21 Act' या नावाने कायदा संमत करण्यात येऊन मूळ स्वरूपातील कागदपत्राचे इलेक्ट्रॉनिक रूपात रूपांतर करून तो निरसनक्रियेसाठी सादर करण्यास परवानगी देण्यात आली.

अनादरित झालेल्या प्रतिमा-संचारित धनादेशाची प्रक्रिया ठरविण्यासाठी सिंगापूर येथील वित्तीय अधिकारी मंडळाने प्रयत्न केले. विशेष प्रतिमा पाठवणी दस्तऐवज तयार करून ज्या बँकेने तो समाचरित केला आहे. त्या बँकेला असा दस्तऐवज परत पाठवून धनादेशाच्या अनादराची सूचना द्यावी असे त्यांनी सूचविले. यावर अधिक संशोधन होणे गरजेचे आहे.

समाचरणाची प्रक्रिया व निरसन

धनादेशाच्या रूपांतरासाठी बँका 'धनादेश संचारण पद्धती'चा अवलंब करतात. यामध्ये दोन भाग असतात– बाह्य निरसन व अंतर्गत निरसन.

(अ) (बाह्य) जावक निरसन : बँकेत जमा केलेल्या धनादेशांची यात तपासणी केली जाते. रक्कम, खाते, शिल्लक इ. बाबींची तपासणी शाखा पातळीवर करण्यात येऊन तपासलेले धनादेश सेवाशाखेकडे पाठविण्यात येतात.

(ब) (अंतर्गत) आवक निरसन : शाखांकडून आलेले धनादेश सेवाशाखेत तपासले जातात. येथेही रक्कम, खाते, शिल्लक इ. बाबींची तपासणी करण्यात येऊन त्यांचे इलेक्ट्रॉनिक स्वरूपात रूपांतर करण्यात येऊन मग ते निरसनगृहाकडे पाठविण्यात येतात. ज्या धनादेशांची तपासणी त्रुटीमुळे होऊ शकत नाही, ते धनादेश पुन्हा मूळ शाखांना परत पाठविले जातात.

इन्फोसिस, टाटा कन्सल्टन्सी सर्व्हिसेस या भारतीय व काही परदेशी आय.टी. कंपन्यांनी बँकांसाठी धनादेश संचारणासंबंधी सॉफ्टवेअर्स विकसित केलेली आहेत.

४.२ टपालप्रेषण आणि तारप्रेषण

टपालप्रेषण

टपालप्रेषणाचा अर्थ

"जेव्हा बँकेची एक शाखा ग्राहकाच्या वतीने दुसऱ्या गावातील त्याच बँकेच्या शाखेमध्ये टपालाच्या साहाय्याने पैसे पाठवून ते आदात्याला मिळण्याची व्यवस्था करते, त्या प्रक्रियेस टपालप्रेषण असे म्हणतात."

टपालप्रेषणाची कार्यपद्धती

१. बँकेत पैसे भरणे : ज्या व्यक्तीची पैसे पाठविण्याची इच्छा असते ती व्यक्ती आपल्या बँकेत जाऊन टपालप्रेषणाचा ठराविक नमुन्यातील अर्ज भरते. ती व्यक्ती त्या बँकेचा खातेदार असलाच पाहिजे असे बंधन नसते. तो अर्ज व पाठवावयाची रक्कम कमिशन व इतर शुल्कासह (विनिमय बदल शुल्क इ.) बँकेत रोख स्वरूपात भरावी लागते.

२. टपालप्रेषण पत्र : प्रेषकाकडून अर्ज व रक्कम घेतल्यावर संबंधित बँक टपालप्रेषण तयार करते. त्याचा नमुना मागणी धनाकर्षप्रमाणेच असतो. टपाल

प्रेषणाची नोंद जावक नोंदवहीमध्ये करते व तो टपालखात्यामार्फत दुसऱ्या गावातील आपल्याच बँकेच्या शाखेकडे पाठविणे.

३. प्रदायी बँकेची कार्यवाही : प्रचालन बँकेकडून टपालखात्यामार्फत टपाल प्रेषण प्रदायी बँकेकडे आल्यावर ती बँक त्या दस्तऐवजाची पाहणी करते. रक्कम किती आहे व ती कोणाला द्यायची आहे याची माहिती त्या बँकेला समजते. त्या टपाल प्रेषणाची प्रेषण विभागामार्फत आवक नोंदवहीमध्ये नोंदणी केली जाते.

४. आदात्याला सूचना पत्र : ज्या व्यक्तीला पैसे द्यावयाचे आहेत त्या व्यक्तीचे प्रदायी बँकेत खाते असणे आवश्यक असते. टपाल प्रेषणाची रक्कम त्या खातेदाराला रोख स्वरूपात न देता, त्याच्या खात्यातच क्रेडिट नोट तयार करून जमा केली जाते व तशी जमा केल्याची माहिती आदात्याला सूचनापत्र पाठवून दिली जाते. जर त्या आदाता खातेदाराला पैशांची आवश्यकता असेल तर तो बँकेत जाऊन पैसे काढायच्या (withdrawal) स्लीपने ती रक्कम काढू शकतो.

मागणी धनाकर्ष प्रेषक व्यक्ती आदात्याला स्वत: टपाल अथवा कुरियरने पाठविते; तर टपाल प्रेषण बँक शाखा दुसऱ्या गावातील त्याच बँकेच्या दुसऱ्या शाखेकडे टपालाने पाठविते. टपाल प्रेषणाचा सर्वात महत्त्वाचा फायदा म्हणजे पाठविलेली रक्कम बँकेमार्फत आदात्याच्याच खात्यात जमा होते. त्यामुळे प्रेषक निश्चिंत राहू शकतो.

तारप्रेषण

तारप्रेषणाचा अर्थ

"जेव्हा बँकेची एक शाखा ग्राहकाच्यावतीने दुसऱ्या गावातील त्याच बँकेच्या शाखेमध्ये तार पाठवून त्याद्वारे पैसे पाठवून ते आदात्याच्या खात्यावर जमा केले जातात व ते त्याला मिळण्याची व्यवस्था केली जाते, त्यास तारप्रेषण असे म्हणतात."

तारप्रेषणाची कार्यपद्धती

१. बँकेत पैसे भरणे : ज्या व्यक्तीची पैसे पाठविण्याची इच्छा असते, ती व्यक्ती आपल्या बँकेत जाऊन तार प्रेषणाचा विहीत नमुन्यातील अर्ज भरते. ही व्यक्ती त्या बँकेचा खातेदार असावाच असे बंधन नसते तो अर्ज, पाठवायची रक्कम कमिशन व तारेच्या शुल्कासह बँकेत रोख स्वरूपात भरावी लागते.

२. तार प्रेषण प्रक्रिया : प्रेषकाकडून अर्ज व रक्कम घेतल्यावर आदेशक बँक सांकेतिक भाषेत तारेचा मजकूर तयार करते. 'त्यात ठराविक रक्कम अमूक व्यक्तीच्या खातेक्रमांक .... मध्ये जमा करावी' असा आदेश असतो. या तार प्रेषणाची नोंद जावक नोंदवहीत केली जाते व ती तार दुसऱ्या गावातील याच बँकेच्या शाखेकडे जिथे आदात्याचे खाते आहे, त्यांना पाठविली जाते.

३. प्रदायी बँकेची कार्यवाही : तार प्रेषण मिळाल्यावर प्रदायी बँक त्याची नोंद आवक नोंद वहीत करते व त्या तारेतील मजकुराचा अर्थ लक्षात घेते. उदा. किती रक्कम आली आहे, ती कोणाला द्यायची आहे, तिचा खातेक्रमांक किती आहे इ.

४. आदात्याला सूचना पत्र : प्रदायी बँक क्रेडिट नोट तयार करून आलेली रक्कम आदात्याच्या खात्यावर जमा करते व त्याची माहिती आदात्याला सूचना पत्र पाठवून दिली जाते. आदाता हा त्या बँकेचा खातेदार असावा लागतो व तारप्रेषणाची रक्कम रोख स्वरूपात न देता ती खात्यातच जमा करावी लागते. आदात्याला सूचना पत्र मिळाल्यावर त्याला जर पैसे तातडीने हवे असतील तर तो बँकेत जाऊन पैसे काढण्याच्या (withdrawal) स्लीपद्वारे काढतो.

तारप्रेषणाचे उपयोग

१. पैसे त्वरित पाठवावयाचे असल्यास ते तारप्रेषणाने पाठविले जातात.

२. मोठी रक्कम जलदपणे दुसऱ्या गावातील आदात्याला पाठविता येते.

३. मोठी रक्कम त्वरित पाठविली जात असल्याने व्याजाचे नुकसान होत नाही.

४. सांकेतिक भाषेचा वापर केला जात असल्याने गोपनीयता राहते व अयोग्य व्यक्तीकडे पैसे जात नाहीत.

५. भागदलाल व सट्टेवाल्यांना नेहमी मोठ्या रकमेची उलाढाल करावी लागत असल्याने त्यांना पैसे पाठविण्यासाठी तार प्रेषणाचा उपयोग होतो.

६. मागणी धनाकर्ष व टपाल प्रेषणाच्या तुलनेत ही पद्धत अधिक जलद असते.

४.३ इलेक्ट्रॉनिक निधी प्रेषण : आर.टी.जी.एस., एन.ई.एफ.टी. आणि स्वीफ्ट

इलेक्ट्रॉनिक निधी प्रेषणाचा अर्थ

जेव्हा रकमेचे प्रेषण हे धनादेश, धनाकर्ष यांसारख्या कागदी दस्तऐवजांद्वारे न करता ते इलेक्ट्रॉनिक टर्मिनल, दूरध्वनी, संगणक किंवा चुंबकीय पट्टी अशा इलेक्ट्रॉनिक व दूरसंदेशवहनीय साधनांद्वारे केले जाते, तेव्हा त्यास इलेक्ट्रॉनिक निधी प्रेषण असे म्हणतात.

इलेक्ट्रॉनिक निधी प्रेषणामध्ये खालील बाबींचा समावेश होतो :

(i) ए. टी. एम. चे व्यवहार

(ii) दूरध्वनीद्वारे प्रत्यक्ष ठेव, उचल किंवा निधींचे हस्तांतरण (टेली बँकिंग).

(iii) निरसन केंद्रातून आलेल्या इलेक्ट्रॉनिक संदेशानुसार खातेदारांची खाती जमा अगर नावे करणे.

(iv) संदेशवहन जाळ्याच्या साहाय्याने केलेले प्रेषण.

(v) डेबिटकार्ड व क्रेडिट कार्ड द्वारे हस्तांतरण.

(vi) आर. टी. जी. एस.

(vii) एन. ई. एफ. टी.

(viii) स्वीफ्ट

इलेक्ट्रॉनिक निधी प्रेषणाची व्याख्या

इलेक्ट्रॉनिक निधी स्थानांतर कायदा, १९७८ कलम ९०.३ (६) अनुसार, ''इलेक्ट्रॉनिक निधी प्रेषण (स्थानांतर) म्हणजे निधींचे असे स्थानांतर की जे धनादेश, धनाकर्ष किंवा तत्सम कागदी दस्तऐवजांमधून उद्‌भवत नाहीत तर ते इलेक्ट्रॉनिक टर्मिनल, दूरध्वनी उपकरणे, संगणक किंवा चुंबकीय ध्वनिमुद्रित पट्टी यांद्वारे केले जाते आणि वित्तीय संस्थांना खाते जमा किंवा नावे करण्याचा आदेश, सूचना किंवा अधिकार दिला जातो.''

सध्याच्या काळात बँकिंग व्यवसायात आधुनिक तंत्रज्ञानाचा वापर वाढतो आहे. व्यवहारांची संख्या दिवसेंदिवस वाढत असल्याने बँकिंग व्यवहारांची गती, दर्जा व कार्यक्षमता वाढविण्यासाठी तंत्रज्ञानाचा वापर केला जात आहे. यामुळे ग्राहक सेवांचा दर्जाही वाढतो आहे. इलेक्ट्रॉनिक निधी स्थानांतर ही निधींची कार्यक्षम प्रेषण आणि निरसन पद्धती आहे.

इलेक्ट्रॉनिक निधी प्रेषणाची कार्यपद्धती

१. इलेक्ट्रॉनिक निधी स्थानांतरामुळे एका बँक – खात्यातून दुसऱ्या बँक खात्यात ४८ तासांच्या आत निधी वर्ग होतो.

२. खात्यातून दरमहा नियमितपणे करावयाच्या खर्चासाठी ग्राहक आपल्या बँकेला स्थायी सूचना देऊ शकतो. त्याप्रमाणे इलेक्ट्रॉनिक साधनांच्या मदतीने दरमहा ठराविक तारखेला त्या खातेदाराचे खाते विशिष्ट रकमेने नावे होते व ज्याला पैसे पाठवायचे त्याचे खाते जमा होते.

३. निधी स्थानांतर याचा अर्थ जमा वर्ग किंवा नावे वर्ग होय. इलेक्ट्रॉनिक साधनांचा वापर करून बिनचूकपणे, सुलभतेने व त्वरितपणे जमा वर्ग (खात्यात रक्कम जमा करणे) व नावे वर्ग (खात्यातून रक्कम घेऊन दुसऱ्याच्या खात्यात टाकणे) केले जातात.

आंतर बँक रक्कम स्थानांतरण

बँकांनी आपल्या खातेदारांसाठी त्यांची रक्कम त्यांनी सांगितलेल्या भारतातील इतर बँकांमधील विशिष्ट खात्यात इलेक्ट्रॉनिक माध्यमातून जमा करून देण्याची सुविधा म्हणजे 'आंतर बँक रक्कम स्थानांतरण सुविधा होय.' ही सुविधा एन. ई. एफ. टी. व आर. टी. जी. एस. या दोन प्रकारची आहे.

एन. ई. एफ. टी. प्रेषण

एन. ई. एफ. टी. चा अर्थ

एन. ई. एफ. टी. याचे पूर्ण रूप नॅशनल इलेक्ट्रॉनिक फंड्स ट्रान्सफर (राष्ट्रीय इलेक्ट्रॉनिक रक्कम स्थानांतरण) असे आहे. एका बँकेच्या खात्यामधून देशातील दुसऱ्या बँकेच्या विशिष्ट खात्यात सांगितलेली रक्कम इलेक्ट्रॉनिक पद्धतीने पाठविण्याची ही सुविधा आहे.

एन. ई. एफ. टी. शी संबंधित पक्ष

१. प्रेषक (Rermitter) : व्यक्ती, संस्था तसेच कंपन्या ज्यांचे बँकेत खाते आहे, त्या एन. ई. एफ. टी. द्वारा कितीही रक्कम पाठवू शकतात. त्या जर बँकेच्या खातेदार नसतील तरी त्यांना रु. ५०,०००/- पर्यंतची रक्कम बँकेत भरून ती या सुविधेद्वारे पाठविता येते. मात्र, त्यांना बँकेकडे स्वतःचा संपूर्ण तपशील उदा. नाव, पूर्ण पत्ता, संपर्क क्रमांक, इ. द्यावा लागतो; कारण त्यांनी सांगितलेल्या व्यक्तीला काही कारणांनी पैसे पोहोचले नसतील तर ते या प्रेषक व्यक्तीला परत करता येतात.

२. उद्गम (पाठविणारी) बँक (Originating Bank) : जी बँक शाखा आपल्या खातेदाराचे पैसे दुसऱ्या बँक शाखेत पाठवायची व्यवस्था करते ती उद्गम बँक होय. ही बँक एन. ई. एफ. टी. नेटवर्क पद्धतीची सदस्य असली पाहिजे. तसेच तिच्याकडे भारतीय वित्तीय पद्धती सांकेतांक (आय.एफ.एस.सी.) हा तिचा ११ अंकी क्रमांक असायला हवा.

३. गंतव्य (स्वीकारणारी) बँक (Destination Bank) : जी बँक-शाखा उद्गम बँकेने पाठविलेले पैसे स्वीकारते व सांगितलेल्या व्यक्तीच्या खात्यात जमा करण्याची व्यवस्था करते, ती गंतव्य बँक होय. ही बँक सुद्धा एन. ई. एफ. टी. नेटवर्क पद्धतीची सदस्य हवी आणि तिच्याकडेही ११ अंकी आय.एफ.एस.सी. सांकेतांक असायला हवा. उद्गम बँक व गंतव्य बँक या वेगवेगळ्या बँकांच्या शाखा असल्या तरी चालतात.

४. प्राप्तकर्ता (Beneficiary) : एन. ई. एफ. टी. द्वारे पाठविलेली रक्कम गंतव्य बँक ज्या व्यक्ती, संस्था अगर कंपन्यांच्या खात्यात जमा करते त्या खातेदारांना प्राप्तकर्ता असे म्हणतात. प्राप्तकर्ता हा गंतव्य बँकेचा खातेदार असावा असे बंधन असते.

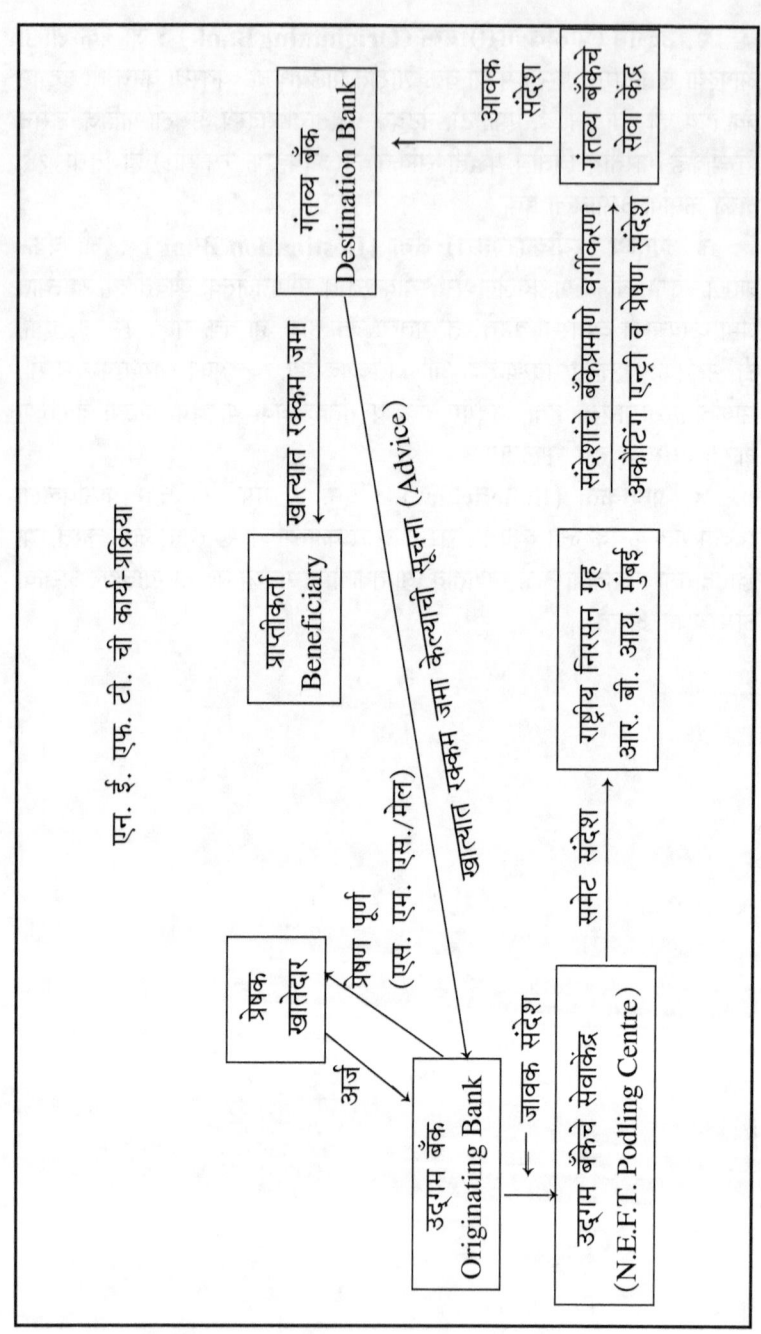

एन. ई. एफ. टी. ची कार्य-प्रक्रिया
प्रेषक खातेदार
अर्ज
प्रेषण पूर्ण (एस. एम. एस./मेल)
उद्‌गम बँक Originating Bank
प्राप्तीकर्ता Beneficiary
खात्यात रक्कम जमा
गंतव्य बँक Destination Bank
खात्यात रक्कम जमा केल्याची सूचना (Advice)
जावक संदेश
उद्‌गम बँकेचे सेवाकेंद्र (N.E.F.T. Podling Centre)
समेट संदेश
राष्ट्रीय निरसन गृह आर. बी. आय. मुंबई
संदेशांचे बँकेप्रमाणे वर्गीकरण
अकौंटिंग एन्ट्री व प्रेषण संदेश
गंतव्य बँकेचे सेवा केंद्र
आवक संदेश

एन.ई.एफ.टी.ची कार्यप्रक्रिया

१. अर्ज : उद्गम बँकेत एन. ई. एफ. टी. द्वारा पैसे पाठविण्यासाठीचे छापील अर्ज उपलब्ध असतात. ज्या खातेदार व्यक्ती, संस्था किंवा कंपनीला बँकेद्वारा पैसे पाठवायचे असतात, त्यांनी हा अर्ज भरून, स्वाक्षरी करून बँकेकडे द्यावा लागतो. या अर्जात खालील तपशील भरणे अत्यावश्यक असते :

(i) प्राप्तकर्त्याचे नाव

(ii) गंतव्य बँकेचे व तिच्या शाखेचे नाव (जिचा प्राप्तकर्ता हा खातेदार असेल)

(iii) गंतव्य बँक शाखेचा आय. एफ. एस. सी. सांकेतांक

(iv) प्रातकर्त्या खातेदाराचा खात्याचा प्रकार व खातेक्रमांक

(v) पाठवावयाची रक्कम (अंकी व अक्षरी)

(vi) प्रेषकाचा मोबाईल क्रमांक व ई-मेल पत्ता

२. अधिकार : प्रेषक खातेदार उद्गम बँकेला आपल्या खात्यातून विशिष्ट रक्कम नावे (Debit) करण्याचा आणि ती गंतव्य बँकशाखेद्वारे प्राप्तीकर्त्याकडे पाठविण्याची विनंती करते व तसा अधिकार देते. ज्या खातेदारांकडे नेट बँकिंग सुविधा उपलब्ध असते, ते आपल्या बँकेला अशी रक्कम स्थानांतरणाची विनंती ऑनलाईन करू शकतात. काही बँकांनी तर आपल्या खातेदारांसाठी ए.टी.एम.च्या माध्यमातून एन.ई.एफ.टी.ची सुविधा उपलब्ध करून दिली आहे.

३. संदेश : अर्जातील तपशिलाच्या आधारे उद्गम बँक एक संदेश तयार करते आणि तो तिच्या एन.ई.एफ.टी. सेवाकेंद्र (Pooling Center) कडे पाठवते.

४. निरसन केंद्र : मुंबई येथे रिझर्व्ह बँक ऑफ इंडियाचे राष्ट्रीय निरसन केंद्र आहे. एन.ई.एफ.टी.सेवा केंद्र त्यांना मिळालेला संदेश या निरसन केंद्राकडे पाठवते व पुढील उपलब्ध असलेल्या पुढच्या तासातील बॅचमध्ये त्या संदेशाचा समावेश करण्याची विनंती करते.

५. वर्गवारी : रक्कम स्थानांतर व्यवहारांचे गंतव्य बँकेप्रमाणे वर्गीकरण निरसन केंद्राकडून केले जाते आणि त्याप्रमाणे Accounting Entries तयार करते. त्या एंट्रीमध्ये उद्गम बँकेकडून रक्कम घेणे (डेबिट) व गंतव्य बँकेला रक्कम जमा करणे (Credit) दिले जाते. त्यानंतर बँकवार प्रेषण संदेश गंतव्य बँकांना त्यांच्या एन.ई.एफ.टी. सेवाकेंद्राच्या माध्यमातून पाठविले जातात.

६. खाते रक्कम जमा : गंतव्य बँकांना निरसन केंद्राकडून आवक प्रेषण संदेश मिळतात व त्या संदेशाप्रमाणे प्राप्तकर्त्या खातेदाराच्या खात्यात ती विशिष्ट रक्कम जमा केली जाते.

एन.ई.एफ.टी. व्यवहारांचे सेवाशुल्क

(अ) आवक व्यवहार – गंतव्य बँकेकडून प्राप्तकर्ता खातेदाराच्या खात्यात रक्कम नि:शुल्क जमा केली जाते.

(ब) जावक व्यवहार – उद्‌गम बँक प्रेषक खातेदाराकडून रक्कम पाठविण्याचे पुढीलप्रमाणे शुल्क आकारते.

(i) रु. १०,०००/- पर्यंत – रु. २.५० + सेवाकर

(ii) रु. १०,०००/- पेक्षा अधिक ते रु. १ लाखपर्यंत – रु. ५ + सेवाकर

(iii) रु. १ लाखांपेक्षा अधिक ते रु. २ लाखांपर्यंत – रु. १५ + सेवाकर

(iv) रु. २ लाखांपेक्षा अधिक – रु. २५ + सेवाकर

(क) निरसन शुल्क – दिनांक १ जुलै, २०११ पासून उद्‌गम बँकांनी निरसन केंद्र तसेच गंतव्य बँकेला प्रती व्यवहार २५ पैसे एवढे नाममात्र शुल्क द्यावे, असा आदेश देण्यात आला आहे. मात्र, हे शुल्क आपल्या खातेदारांकडून वसूल करून घेऊ शकत नाहीत.

एन.ई.एफ.टी. पद्धतीची वैशिष्ट्ये

१. **रक्कम मर्यादा :** एन.ई.एफ.टी.द्वारा रक्कम पाठविण्याची कमाल व किमान मर्यादा खातेदारांसाठी नसते. मात्र, खातेदार नसलेले ग्राहक जास्तीत जास्त रु. ५०,०००/- पाठवू शकतात.

२. **देशभर सेवा :** एन.ई.एफ.टी. बँकांमधील कोअर बँकिंग प्रणालीचा उपयोग करून घेते. उद्‌गम व गंतव्य बँकांतील व्यवहार मुंबईस्थित केंद्रीय निरसन केंद्रात समेट केले जातात. मात्र, देशाच्या कानाकोपऱ्यात कुठेही असलेल्या बँक शाखा (कोअर बँकिंग प्रणाली असलेल्या कोणत्याही बँकांच्या शाखा) ही सुविधा वापरू शकतात.

३. **कामकाजाचे तास :** एन.ई.एफ.टी. सुविधा तासांचा गटात (Hourly Batches) कार्य करते. सोमवार ते शुक्रवार या कामांच्या दिवशी स. ८ ते संध्या. ७ या काळात समेट (Settlement) १२ वेळा होते तर शनिवारी स. ८ ते दु. १ पर्यंत ६ वेळा समेट होते.

४. **वित्तीय प्रणाली सांकेतांक :** कोअर बँकिंग प्रणालीत समाविष्ट असणाऱ्या प्रत्येक बँकेला ११ अंकी व बँकशाखेचे भारतीय वित्तीय प्रणाली संकेतांक (IFSC) देण्यात आला आहे. यातील पहिले ४ अंक त्या बँकेचे दर्शक असतात. पाचवा अंक हा नेहमी ० असतो व शेवटचे ६ अंक हे त्या बँक शाखेने आपल्या

खातेदारांना दिलेले खातेक्रमांक असतात. एन.ई.एफ.टी.मध्ये या संकेतांकांचा उपयोग उद्‌गम व गंतव्य बँका ओळखण्यासाठी तसेच पाठवावयाचे संदेश योग्य त्या बँक-शाखांना पोहोचवण्यासाठी होतो.

५. पैसे मिळण्याचा दिवस

वार	तास गट	समेट कालावधी	प्राप्तकर्त्याच्या खात्यावर पैसे जमा होण्याचा दिवस
सोम. ते शुक्र.	पहिले १० तास गट	स. ८ ते सायं. ५	त्याच दिवशी
सोम. ते शुक्र.	शेवटचे २ तास गट	सायं. ५ ते सायं ७	पुढील कामकाजाच्या दिवशी
शनिवार	पहिले ५ तास गट	स. ८ ते दु. १२	त्याच दिवशी
शनिवार	शेवटचा १ तास गट	दु. १२ ते दु. १	पुढील कामकाजाच्या दिवशी

• परदेशात नाही – एन.ई.एफ.टी.द्वारा पैसे परदेशातील बँकांमध्ये पाठविता येत नाहीत. मात्र, इंडो-नेपाळ प्रेषणसुविधे अंतर्गत ते नेपाळमधील बँकेत पाठविता येतात.

• NRE व NRO – एन.ई.एफ.टी. द्वारा देशातील NRE व NRO खात्यांमध्ये रक्कमा स्थानांतरित करता येऊ शकतात. मात्र, परकीय चलन व्यवस्थापन कायदा २००० व वायर ट्रान्सफर मार्गदर्शन तत्त्वांनुसारच ते पाठविता येतात.

• पैसे पाठविल्याचा संदेश – प्राप्तकर्त्याच्या खात्यावर पाठविलेली रक्कम जमा झाल्यावर उद्‌गम बँक प्रेषकांना मोबाईल संदेश किंवा ई-मेलद्वारे तशी सूचना पाठविते.

• मार्गनिश्चिती – एन.ई.एफ.टी.द्वारे पाठविलेले पैसे सध्या कुठे आहेत याची मार्गनिश्चिती (Track) प्रेषक पाठविण्याच्या वेळी त्याला मिळालेला एकमेव व्यवहार संदर्भ क्रमांक (UTRN) चा उपयोग करून उद्‌गम बँक किंवा ग्राहक सुविधा केंद्राद्वारा (CFC) करू शकतो.

• तक्रार – एन.ई.एफ.टी.द्वारा पाठविलेली रक्कम प्राप्तकर्त्याच्या खात्यात जमा न झाल्यास प्रेषक आपल्या उद्‌गम बँकेच्या किंवा प्राप्तकर्ता गंतव्य बँकेच्या ग्राहक सुविधा केंद्राकडे तक्रार करू शकतात.

• केवळ पैसे पाठवणे – एन.ई.एफ.टी.चा उपयोग केवळ पैसे पाठविण्यासाठी होतो. दुसऱ्याच्या खात्यातून पैसे मागविण्यासाठी किंवा काढण्यासाठी होत नाही.

एन.ई.एफ.टी. प्रेषणाचे फायदे

१. प्रेषकाने प्राप्तीकर्त्याला धनादेश, धनाकर्ष यांसारखे कोणतेही कागदपत्र पाठविण्याची गरज नसते.
२. प्राप्तीकर्त्याला गंतव्य बँकेत कोणतेही कागदपत्र सादर करावे लागत नाही.
३. दस्तऐवज हरविणे किंवा त्याचा अपहार या गोष्टी टाळल्या जातात.
४. ही पैसे पाठविण्याची साधी, सुरक्षित, कमी खर्चिक, वेगवान व खात्रीशीर सेवा आहे.
५. इंटरनेट बँकिंगमुळे घरबसल्या पैसे पाठवता येतात.
६. मोबाईल संदेश किंवा ई-मेल सूचनेद्वारा पैसे पाठविल्याची सूचना मिळते.
७. वैयक्तिक रक्कम पाठविण्याच्या सोयीबरोबरच क्रेडिट कार्डधारक कार्ड देणाऱ्या बँकेला देय रक्कम एन.ई.एफ.टी.द्वारे पाठवू शकतो.

आर.टी.जी.एस. प्रेषण

आर.टी.जी.एस.चा अर्थ

आर.टी.जी.एस. याचे पूर्ण रूप 'रिअल टाईम ग्रॉस सेटलमेंट' असे आहे. या प्रकारच्या प्रेषणामध्ये रकमेचे एका बँकेतील खात्यातून दुसऱ्या बँकेत इ-स्थानांतर वास्तव वेळेत आणि ढोबळ समेट पद्धतीने होते. भारतीय बँकिंग प्रवाहातून होणाऱ्या आंतरबँक रक्कम स्थानांतर सुविधांपैकी ही सर्वात वेगवान अशी पद्धती आहे.

या पद्धतीतून किमान रु. २ लाख व कमाल कितीही रक्कम पाठविता येते. सामान्य परिस्थितीत प्रेषक बँकेने पाठविलेली रक्कम प्राप्तकर्त्या बँकेला अगदी वास्तव वेळेला पैशांचे स्थानांतर होते. वास्तव वेळेत याचा अर्थ प्रदान व्यवहाराला कोणताही प्रतीक्षा कालावधी नसतो. व्यवहार प्रक्रिया केल्याबरोबर तो समेट (Settlement) पावतो. ढोबळ समेट याचा अर्थ प्रदान व्यवहार हे एकेकटे निपटले जातात. इतर व्यवहारांबरोबर त्यांचा गठ्ठा केला जात नाही. पैशांचे स्थानांतरण हे रिझर्व्ह बँकेच्या खातेपुस्तकात नोंदविले जात असल्याने ते अंतिम व रद्द न करता येण्याजोगे असते. थोडक्यात, आर.टी.जी.एस. ही मोठ्या रकमेचे स्थानांतर इलेक्ट्रॉनिक पद्धतीने कमी वेळात देशाच्या कोणत्याही भागात करता येणारी ग्राहकाधारित आंतरबँक प्रेषण पद्धती आहे.

आर. टी. जी. एस. शी संबंधित पक्ष

१. रिझर्व्ह बँक ऑफ इंडिया : आर. टी. जी. एस. प्रेषणामध्ये आर. बी. आय. हा शिखर घटक असतो. त्या बँकेत सर्वोच्च पातळीवरचे सर्व्हर आहे. ते सर्व्हर सदस्य बँकांच्या सर्व्हरशी जोडलेले असते.

२. सदस्य बँका : ज्या बँका आणि वित्तीय संस्थांना आर. टी. जी. एस. सुविधेत सहभागी व्हावयाचे असते, त्यांना रिझर्व्ह बँकेकडे त्यासाठी अर्ज करावा लागतो. ते सदस्य झाल्यावर त्यांना आर. टी. जी. एस. सदस्य असेही म्हणतात. या सदस्यांचे चार प्रकार पडतात :

(i) **'अ' प्रकारचे सदस्य :** सूचित सहकारी बँकांसहित सर्व सूचित बँका. ग्राहकाधिष्ठित व्यवहारांसहित सर्व प्रकारचे व्यवहार करण्यास ते पात्र ठरतात. प्रत्येकास PI (Participant Interface) असतो. यांना रिझर्व्ह बँकेकडून दिवसभरातील रोखतेसाठी पाठिंबा मिळतो.

(ii) **'ब' प्रकारचे सदस्य :** सर्व प्रकारचे प्राथमिक डीलर्स (अ मधील सोडून). त्यांना 'अ' प्रकारच्या सदस्यांना मिळणाऱ्या सर्व सुविधा मिळतात.

(iii) **'क' प्रकारचे सदस्य :** कॉल मनी मार्केटमध्ये व्यवसाय करणाऱ्या बँका व प्राथमिक डीलर्स. रिझर्व्ह बँकेच्या मुंबई येथील ठेव खाते विभागात यांची एक किंवा अनेक चालू ठेव खाती असतात. त्यांना PI नसतो तसेच रिझर्व्ह बँकेकडून दिवसभरातील रोखतेसाठी पाठिंबा नसतो. ते 'अ' प्रकारच्या सदस्य बँकांमधून एकाची प्रायोजक बँक म्हणून निवड करून त्याद्वारे व्यवहार करतात.

(iv) **'ड' प्रकारचे सदस्य :** यामध्ये (अ, ब व क प्रकारचे सदस्य सोडून) सर्व निरसन घटक समाविष्ट असतात. यांना रिझर्व्ह बँकेकडून निरसनाचे सॉफ्टवेअर मिळते.

प्रत्येक सदस्याला रिझर्व्ह बँक, मुंबई येथील ठेव खाते विभागात आर. टी. जी. एस. समेट खाते उघडावे लागते हे विशेष प्रकारचे चालू ठेव खाते असते. त्यामधील शिल्लक रक्कम प्रदान करण्यासाठी नेहमी पुरेशी शिल्लक असावी लागते. आर. टी. जी. एस. चे प्रदान करताना हे खाते नावे (Debit) तर प्राप्तकर्त्या व्यक्तीचे खाते जमा (Credit) होते. हे सर्व कोणाचाही व्यत्यय न येता आपोआप होते.

३. बँकांच्या शाखा : सदस्य बँकांच्या सर्व शाखा या सदस्य बँकांच्या सर्व्हरशी VSAT नेटवर्कने जोडलेल्या असतात. ग्राहकांकडून आलेली प्रेषणाची लेखी विनंती त्या आपल्या बँकांना कळवितात. आर. टी. जी. एस. प्रेषणात एक बँकशाखा ही

पैसे पाठविणारी (Remitting) असते तर दुसरी बँकशाखा प्राप्तीकर्त्याच्या खात्यात रक्कम आर. बी. आय. कडून जमा करून घेणारी (Beneficiary) असते.

४. **प्रेषक :** ही व्यक्ती आर. टी. जी. एस. द्वारा पैसे पाठविण्याची Online विनंती करते. ती इंटरनेट बँकिंग वापरणारी व व्यवहार करण्याचे अधिकार असणारी असावी. तिने आपल्या विनंतीमध्ये पुढील तपशील भरावा लागतो.

(i) पाठवावयाची रक्कम.

(ii) ज्या खात्यात रक्कम जमा करावयाची तो खाते क्रमांक.

(iii) प्राप्तकर्त्या बँकेचे नाव.

(iv) प्राप्तकर्त्या खातेदाराचे नाव.

(v) प्राप्तकर्त्या बँकेचा आय.एफ.एस.सी. सांकेतांक.

(vi) प्रेषकाचा मोबाईल नंबर.

५. प्राप्तीकर्ता – प्राप्तीकर्ता (गंतव्य) बँक या व्यक्तीच्या खात्यात रक्कम जमा करते. प्राप्तीकर्ता हा त्या बँकेचा खातेदार असावा असे बंधन असते.

आर. टी. जी. एस. ची कार्यप्रक्रिया

१. **विनंती –** ग्राहकाकडून प्रदानाविषयी लेखी विनंती किंवा संदेश आल्यावर बँक शाखा आपल्या बँकांना त्याबाबत कळवितात.

२. **जावक संदेश –** मेंबर बँक आर. टी. जी. एस. प्रदानाची प्रक्रिया सुरू करते. डिजिटल कार्ड सही अगर पासवर्ड आधारित पद्धतीने ('लॉजिका' या सॉफ्टवेअरच्या साहाय्याने) त्या प्रदानाचा message तयार करून, त्याचे अधिकृतकरण करून तो जावक संदेश रिझर्व्ह बँकेकडे पाठविला जातो.

३. **अकाउंटिंग एन्ट्री –** रिझर्व्ह बँकेकडे आलेले सर्व संदेश रांगेत ठेवलेले असतात. प्रथम आलेला प्रथम (FIFO) या तत्त्वाने एकेक प्रदान करते. अकाउंटिंग एंट्री करताना संबंधित बँकेचे रिझर्व्ह बँकेत असलेले 'आर. टी. जी. एस. सेटलमेंटखाते' नावे (Debit) व प्राप्तकर्त्या बँकेचे खाते जमा (Credit) होते. आर. टी. जी. एस. समेट खात्यात पुरेशी रक्कम शिल्लक असल्यावर प्रश्न येत नाही.

४. **सेवेचा कालावधी –** आर. टी. जी. एस. सेवा उपलब्ध असण्याचे दिवस व वेळ

रिझर्व्ह बँक समेट वेळा (आंतर बँक व्यवहार सोडून)

दिवस	सुरू व्हायची वेळ	बंद व्हायची वेळ
सोम. ते शुक्र.	स. ९.००	सायं. ४.३०
शनिवार	स. ९.००	दु. १.३०

खालील ३ दिवस सोडून आर. टी. जी. एस. सेवा वर्षाचे ३६२ दिवस चालू असते.

(i) २६ जानेवारी (प्रजासत्ताक दिन)

(ii) १५ ऑगस्ट (स्वातंत्र्य दिन)

(iii) २५ डिसेंबर (नाताळ)

५. प्राप्तीकर्त्या बँकेला संदेश – प्राप्तकर्त्या (गंतव्य) बँकेला रिझर्व्ह बँकेकडून प्राप्तीकर्ता बँकेच्या खात्यावर रक्कम जमा केली आहे असा संदेश येतो.

६. प्राप्तीकर्ता खातेदाराला सूचना – प्राप्तीकर्ता बँकेला असा संदेश मिळाल्यानंतर ती बँक लगेचच प्राप्तीकर्ता खातेदाराच्या खात्यात बँकेकडे जमा झालेली रक्कम जमा (Credit) करते. तशी सूचना त्या प्राप्तीकर्ता खातेदाराला देते.

७. रक्कम काढणे – प्राप्तीकर्ता खातेदार ऑनलाईन बँकिंगद्वारा अथवा स्वत: बँकेत जाऊन ती काढून काढून घेतो.

८. सेवा शुल्काचे दर – आर. टी. जी. एस. सेवा शुल्क (दि. १ ऑक्टोबर, २०११ पासून.)

गट	वेळ	रिझर्व्ह बँकेला देय प्रशुल्क	पाठवायची रक्कम मर्यादा रु.	एकूण सेवाशुल्क
१.	स. ९ ते दु. १२.००	–	रु. २ लाख ते रु. ५ लाख	रु. २८/-
			रु. ५ लाखाचे वर	रु.५६/-
२.	दु. १२ ते दु. ३.३०	रु. १/-	रु. २ लाख ते रु. ५ लाख	रु. २९/-
			रु. ५ लाखाचे वर	रु. ५७/-
३.	दु. ३.३० ते सायं. ४.३०	रु. ५/-	रु. २ लाख ते रु. ५ लाख	रु. ३३/-
			रु. ५ लाखाचे वर	रु. ६१/-

आर. टी. जी. एस. प्रेषण पद्धतीचा भारतातील इतिहास

दि. २६ मार्च, २००४ रोजी भारतात रिझर्व्ह बँक ऑफ इंडियाने आर. टी. जी. एस. प्रदान प्रणाली सुरू केली. २९ एप्रिल, २००४ रोजी ग्राहक व्यवहारांचे समेट करण्यास प्रत्यक्ष सुरुवात झाली. स्टेट बँक ऑफ इंडिया, एच. डी. एफ. सी. बँक, स्टँडर्ड चार्टर्ड बँक आणि सारस्वत सहकारी बँक हे पहिले सहभागी सदस्य झाले. दि. १६ सप्टेंबर, २००४ पर्यंत सदस्यांची संख्या ८३ इतकी झाली. दि. ३१ जानेवारी, २००७ पर्यंत २६,००० हून अधिक बँक-शाखा आर. टी.

जी. एस.च्या सभासद झाल्या आहेत. आंतर-बँक समेटाच्या एकूण रकमेच्या ९० टक्क्यांहून अधिक भाग आर. टी. जी. एस. पद्धतीने पार पाडला जातो. तथापि, अजूनही भारतातील सर्व बँकांच्या शाखांमध्ये आर.टी.जी.एस. ची सुविधा उपलब्ध नाही.

९. **प्रेषक बँकेला संदेश** – रिझर्व्ह बँक रक्कम पाठविणाऱ्या (Remitting) बँकेलाही प्राप्तीकर्ता बँकेच्या खात्यात रक्कम जमा केली आहे असा संदेश पाठविते. या संदेशाच्या आधारे पाठविणारी बँक आपल्या प्रेषक खातेदाराला प्राप्तीकर्ता बँकेत रक्कम पोहोचली आहे असा संदेश पाठविते.

१०. **रक्कम परत** – काही कारणांनी प्राप्तीकर्ता खातेदाराच्या खात्यावर रक्कम जमा झाली नाही तर प्राप्तीकर्ता (गंतव्य) बँकेने ती रक्कम २ तासांच्या आत प्रेषक बँकेकडे परत पाठवावी लागते. ती रक्कम परत आल्यावर प्रेषक बँक मूळची डबल एंट्री उलट्या पद्धतीने करते व व्यवहार मिटविते.

आर. टी. जी. एस. प्रेषणाची वैशिष्ट्ये

१. **मोठी रक्कम** – एक व्यक्ती दुसऱ्या व्यक्तीला किंवा एक बँक दुसऱ्या बँकेला आर. टी. जी. एस. पद्धतीने मोठ्या रकमा कमी वेळात (२ तासाच्या) आत पाठवू शकतात.
२. **प्रणालीचे नाव** – रियल टाईम (वास्तव वेळ) ग्रॉस सेटलमेंट (ढोबळ समेट) असे या प्रणालीचे नाव आहे. इतर प्रेषण पद्धतीप्रमाणे यात वेळ जाण्याचे कारण नसते त्यामुळे वास्तव वेळ व प्रत्येक प्रदानाची पूर्ण रक्कम त्यामुळे ढोबळ असे शब्द वापरण्यात आले आहेत.
३. **व्यवहार क्रमांक** – आर. टी. जी. एस. पद्धती अंतर्गत झालेल्या प्रत्येक व्यवहाराला एकमेव व्यवहार संदर्भ क्रमांक (UTR) दिला जातो. याचा उपयोग भविष्यातील संदर्भासाठी होतो.
४. **बँकिंग प्रणाली सांकेतांक** – प्रत्येक सदस्य बँकेला ११ अंकी बँकिंग प्रणाली सांकेतांक (IFSC) दिलेला असतो.
५. **रोखतेसाठी पाठिंबा** – सदस्य बँकेच्या निव्वळ स्वनिधीच्या तिप्पट रक्कम दिवसभराच्या रोखतेसाठी पाठिंबा म्हणून रिझर्व्ह बँक पुरविते. परंतु, सदस्य बँका या पाठिंब्यापेक्षा त्यांच्या रोख राखीव निधीचा वापर गरजेच्या वेळी करतात.
६. **आर. बी. आय. धनादेश** – सध्या सर्व आंतरबँक व्यवहार हे आर. टी. जी. एस. पद्धतीने होतात; मात्र दोन बँकांपैकी एक बँक आर. टी. जी. एस. प्रणालीची सदस्य नसेल तर ते प्रदान रिझर्व्ह बँक धनादेशाने होते.

आर. टी. जी. एस. पद्धतीचे फायदे

१. प्रदानातील धोके उदा. रोखता धोका, पत धोका, प्रणाली धोका इ. कमी केले जातात.

२. सर्व व्यवहार व त्यातील क्रमावर रिझर्व्ह बँकेचे प्रत्यक्ष नियंत्रण राहते.

३. सर्व पद्धत तंत्रज्ञानाधारित असून त्यामध्ये मानवी हस्तक्षेप टाळला जातो.

४. आर. टी. जी. एस. मार्फत आंतर-संस्था व्यवहार, खातेदार व्यवहार, माल-पोहोच प्रदान व्यवहार, स्वतःच्या खात्यातील स्थानांतर व्यवहार हे व्यवहारही करता येतात.

५. आर. टी. जी. एस. पद्धतीमुळे नाणे बाजार व्यवहार, रोखे खरेदी-विक्री, इ. मधील आंतर-बँक व्यवहार सोपे व संगणकाच्या मदतीने त्वरित होतात.

स्वीफ्ट तंत्रज्ञान

स्वीफ्टचा अर्थ – स्वीफ्ट (SWIFT) याचा अर्थ 'सोसायटी फॉर वर्ल्डवाईड इन्टर बँक फायनान्शियल टेलिकम्युनिकेशन' असे आहे. संपूर्ण जगभर पसरलेले हे असे नेटवर्क आहे की, ज्याद्वारे या संस्थेचे सदस्य उदा. बँका, वित्तीय संस्था, इ. संदेशाची देवाणघेवाण करतात. या संदेशाद्वारे बँका आपल्या खातेदारांचे पैसे एका देशातून दुसऱ्या देशात पाठवू शकतात.

स्वीफ्टचा इतिहास – स्वीफ्टची स्थापना १९७३ साली ब्रुसेल्स येथे बेल्जियन कायद्यानुसार झाली. टेलेक्सद्वारे पैसे पाठविण्याचा मर्यादांचा विचार करण्यासाठी जगातील ७ मोठ्या आंतरराष्ट्रीय बँकांचे प्रतिनिधी तेथे जमले होते. त्यावेळी टेलेक्सला पर्याय म्हणून ही संस्था स्थापन करण्याचा निर्णय घेण्यात आला. लॉजिका या सॉफ्टवेअरच्या मदतीने आर्थिक व्यवहारांसाठी सामान्य प्रमाणके, वापरलेल्या माहितीची प्रक्रिया पद्धत आणि जगभरात वापरता येईल असे संदेशवहन नेटवर्क स्थापण्यास सुरुवात झाली. १९७५ साली मूलभूत कार्यकारी प्रक्रिया, दायित्वाचे नियम इ. ठरविले गेले. पहिला संदेश १९७७ साली पाठविण्यात आला. त्याचवर्षी १५ देशातील २३९ बँकांनी या संस्थेचे सदस्यत्व स्वीकारले. सध्या जगभरातील २१२ देशांतील १०,००० हून अधिक संस्था या संस्थेच्या सभासद आहेत. स्वीफ्टचे मुख्यालय ब्रुसेल्स शहरानजीक ला हुल्पे येथे आहे.

स्वीफ्ट पुरवित असलेल्या सेवा

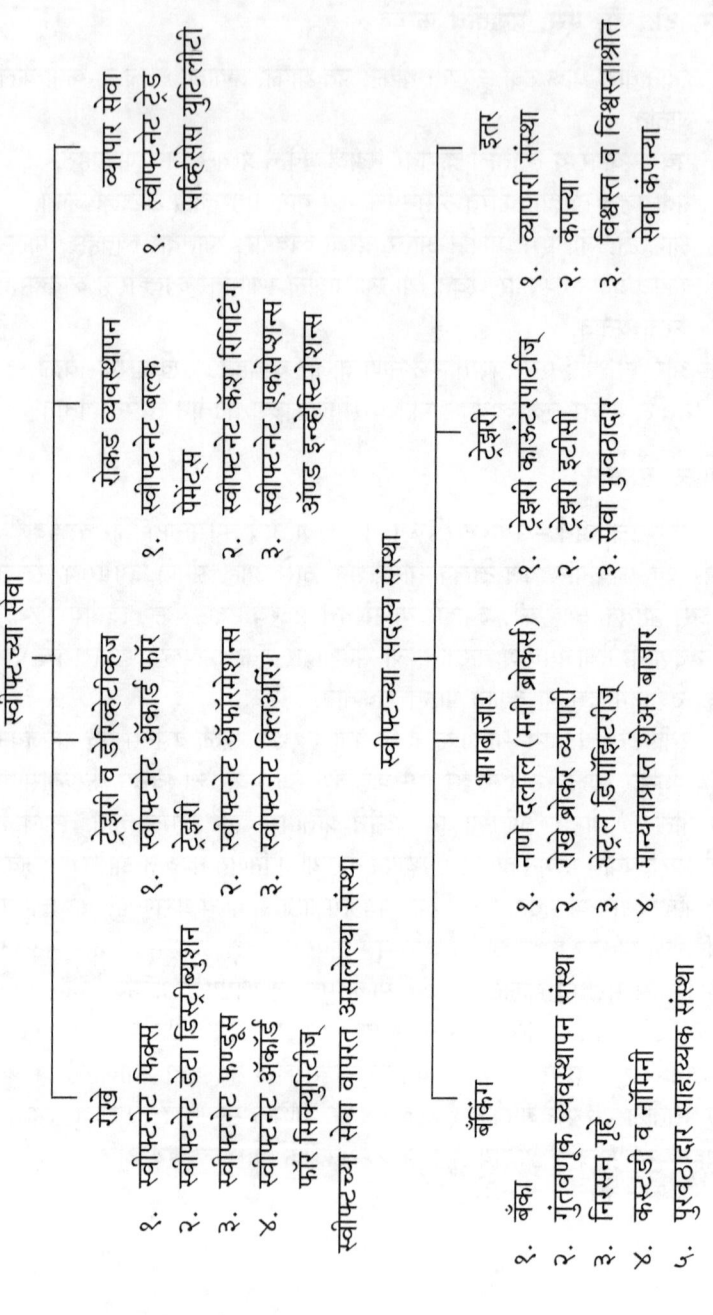

स्वीफ्टच्या सेवा

- **रोखे**
  1. स्वीफ्टनेट फिक्स
  2. स्वीफ्टनेट डेटा डिस्ट्रीब्युशन
  3. स्वीफ्टनेट फण्डूस
  4. स्वीफ्टनेट ॲकॉर्ड फॉर सिक्युरिटीज्
- **ट्रेझरी व डेरिव्हेटीव्हज**
  1. स्वीफ्टनेट ॲकार्ड फॉर ट्रेझरी
  2. स्वीफ्टनेट ॲफॉरमेशन्स
  3. स्वीफ्टनेट क्लिअरिंग
- **रोकड व्यवस्थापन**
  1. स्वीफ्टनेट बल्क पेमेंट्स
  2. स्वीफ्टनेट कॅश रिपिटिंग
  3. स्वीफ्टनेट एकसेप्शन्स ॲण्ड इन्व्हेस्टिगेशन्स
- **व्यापार सेवा**
  1. स्वीफ्टनेट ट्रेड सर्व्हिसेस युटिलीटी

स्वीफ्टच्या सेवा वापरत असलेल्या संस्था

स्वीफ्टच्या सदस्य संस्था

- **बँकिंग**
  1. बँका
  2. गुंतवणूक व्यवस्थापन संस्था
  3. निरसन गृहे
  4. कस्टडी व नॉमिनी
  5. पुरवठादार साहाय्यक संस्था
- **भागबाजार**
  1. नाणे दलाल (मनी ब्रोकर्स)
  2. रोखे ब्रोकर व्यापारी
  3. सेंट्रल डिपॉझिटरीज्
  4. मान्यताप्राप्त शेअर बाजार
- **ट्रेझरी**
  1. ट्रेझरी काऊंटरपार्टीज्
  2. ट्रेझरी इटीसी
  3. सेवा पुरवठादार
- **इतर**
  1. व्यापारी संस्था
  2. कंपन्या
  3. विश्वस्त व विश्वस्ताश्रीत सेवा कंपन्या

स्वीफ्टची व्यवहार केंद्रे

स्वीफ्टच्या दोन डेटा सेंटर्सच्या माध्यमांतून संदेशांच्या देवाणघेवाणीचे व्यवस्थापन व नियंत्रण केले जाते. यातील एक केंद्र युनायटेड स्टेट्स व दुसरे नेदरलॅण्ड्स येथे आहे. ही केंद्रे वास्तव वेळेची माहिती पाठवितात. एका केंद्रात अडचण आल्यास दुसरे केंद्र लगेच नेटवर्क पूर्ण करण्याची व्यवस्था पाहते. सन २००९ साली स्वीत्झर्लंड येथे तिसरे केंद्र सुरू करण्यात आले आहे.

स्वीफ्ट संकेतांक

स्वीफ्टच्या प्रत्येक सदस्याला (बँका व इतर संस्था) यांना एक युनिक आयडेंटीफिकेशन कोड दिला जातो. त्यांचा उपयोग रक्कम स्थानांतरण व त्यांच्यामधील संदेश देवाणघेवाणीवेळी केला जातो. प्राथमिक शाखा व कार्यालयांसाठी आठ अंकी तर मुख्य कार्यालयांसाठी ११ अंकी संकेतांक असतो.

(i) पहिले चार अंक – त्या बँकेचा / संस्थेचा संकेतांक

(ii) पुढील दोन अंक – संबंधित देशाची अक्षरे

(iii) पुढील दोन अंक – स्थानाचा संकेतांक

(iv) शेवटचे तीन अंक – शाखेचा संकेतांक

स्वीफ्ट कोड हे सामान्यतः एम. टी. ही अक्षरे व नंतर तीन अंक या स्वरूपात असतो.

स्वीफ्टची कार्यप्रक्रिया

१) स्वीफ्टने सदस्य संस्थांकडून भाग भांडवल स्वरूपात निधी उभारला आहे. भांडवली खर्च हे सदस्य संस्थांकडून कर्ज घेऊन तर महसुली खर्च हे सेवाशुल्काच्या उत्पन्नातून भागविले जातात.

२) स्वीफ्ट आपल्या सदस्यसंस्थांना एकमेकांशी संदेशवहन करण्याची खात्रीशीर सेवा पुरविते. निरनिराळ्या व्यवहारांसाठी संदेशांचे प्रमाणित नमुने तयार करण्यात आले आहेत. त्या व्यवहारांची उदाहरणे खालीलप्रमाणे –

(i) खातेदाराला रक्कम वर्ग

(ii) परकीय चलनाचे रूपांतरण

(iii) रोखे व भाग खरेदी विक्री

(iv) अकौंटींग एन्ट्री

(v) स्थायी आदेश

(vi) पतपत्रे देणे

(vii) प्रदान समेट

३) स्वीफ्टच्या माध्यमातून दररोज लक्षावधी संदेशांची देवाणघेवाण होते. तेवढी स्वीफ्टची क्षमता आहे. अनेक देशांत संदेश पाठविणारी व स्वीकारणारी केंद्रे मोठ्या संस्थेने स्थापण्यात आली आहेत. ही केंद्रे स्वीफ्टशी जोडलेली आहेत.

४) कार्यप्रवाह तक्ता आंतरराष्ट्रीय माहिती संक्रमण जाल

पैसे पाठवू इच्छिणारा खातेदार → त्याची बँक शाखा → बँकेचे मुख्य कार्यालय → त्या देशातील संदेशवहन केंद्र → आंतरराष्ट्रीय डेटा सेंटर्स (अमेरिका/नेदरलँड्स/स्वित्झलंड) ⇄ स्वीफ्ट ब्रुसेल ↙

ज्याला पैसे पाठवायचे तो खातेदार ← त्याची संबंधित शाखा ← दुसऱ्या देशातील बँक मुख्यालय ← दुसऱ्या देशातील संदेशवहन केंद्र

५) स्वीफ्ट ही केवळ संदेशांची देवाणघेवाण करणारी संस्था आहे. ती बँकांमधील रक्कम स्वत: प्रत्यक्ष वर्ग करीत नाही. ज्या खातेदाराला पैसे पाठवायचे त्याला त्याची बँक पैसे देते व या बँकेला दुसऱ्या देशातील खातेदाराच्या बँकेकडून तेवढी रक्कम मिळण्याची ग्वाही बँक देते. बँका आपापले रोख रकमेचे व्यवहार समांतर पद्धतीवर करीत असतात. बऱ्याच वेळा संबंधित विदेशी बँकेची शाखा जर त्या देशात असेल तर रकमा पाठविणे अत्यंत सोपे होते. तसेच ज्याला पैसे मिळतात ते त्याला सुरक्षित, त्वरित व विनिमय दराच्या रूपांतराची कटकट टाळून सोप्या पद्धतीने मिळतात. विनिमय दरातील फरकाचा हिशोब बँका समांतर पातळीवर करतात.

६) स्वीफ्टमुळे टेलेक्सला चांगला पर्याय निर्माण झाला आहे. कारण टेलेक्स पद्धतीमध्ये कमी वेग, मुक्त स्वरूप, सुरक्षिततेचा अभाव, खर्चीक, पाठिंब्याचा अभाव अशा अनेक मर्यादा आहेत.

७) स्वीफ्टची ही सेवा अहोरात्र २४ तास उपलब्ध असते. मध्यम ते मोठ्या स्वरूपाच्या रकमा परदेशात पाठविण्यासाठी ही अत्यंत सोईस्कर सुविधा आहे. मानवी हस्तक्षेपाच्या अभावामुळे गैरव्यवहार टळतात.

स्वाध्याय

अ. दीर्घोत्तरी प्रश्न

   (१) पैसे पाठविण्याच्या पद्धती सविस्तर स्पष्ट करा.

ब. मध्यमोत्तरी प्रश्न

   (१) टपाल प्रेषण व तारप्रेषण स्पष्ट करा.

   (२) इलेक्ट्रॉनिक प्रणालीने रक्कम स्थानांतरणाच्या पद्धती कोणत्या?

क. टिपा लिहा.

   (१) मागणी धनाकर्ष   (३) संचारित धनादेश   (५) एन.ई.एफ.टी.

   (२) बँक धनाकर्ष   (४) आर. टी. जी. एस.   (६) स्वीफ्ट

प्रकरण ५

कर्जतत्त्वे, पतपैसा निर्मिती आणि बँकेचा ताळेबंद

५.१ कर्जतत्त्वे

५.२ बहुगुणित पतपैसा निर्मिती – प्रक्रिया आणि मर्यादा

५.३ व्यापारी बँकेचे ताळेबंदपत्रक

५.१ कर्जतत्त्वे

कर्जे देणे आणि गुंतवणूक करणे ही बँकेची अत्यंत महत्त्वाची कार्ये आहेत. दिलेली कर्जे व गुंतवणुका योग्य त्या मोबदल्यासह बँकेला परत मिळणे आवश्यक असते. ठेवीदारांनी अत्यंत विश्वासाने बँकेकडे सुरक्षित राहण्यासाठी ठेवी दिलेल्या असतात. त्या ठेवी तशाच पडून राहणे बँकेच्या दृष्टीने तोटयाचे असते. त्यासाठी बँकांना कर्ज धोरण व गुंतवणूक धोरण निश्चित करावे लागते. मध्यवर्ती बँकेने घालून दिलेल्या मर्यादेत, जास्तीत जास्त उत्पन्न मिळण्यासाठी परंतु मुद्दल सुरक्षित राहील या दृष्टीने बँकेला आपल्या भांडवल, निधी व ठेवींची रक्कम कर्जासाठी तसेच गुंतवणुकीसाठी वापरावी लागते. ठेवीदारांचा विश्वास, कर्जदारांची सोय, बँकेची प्रगती, मध्यवर्ती बँकेच्या नियमांचे पालन या सर्व बाबी विचारात घेऊन कर्जे व गुंतवणुकीसंबंधी निर्णय घ्यावे लागतात. या निर्णयांच्या अचूकतेवरच बँकेचे अस्तित्व अवलंबून असते.

''कर्जवाटप करीत असताना काही कसोटयांचा विचार करावा लागतो, त्यांना 'कर्जतत्त्वे' असे म्हणतात.'' ही कर्जतत्त्वे पुढीलप्रमाणे आहेत.

१. सुरक्षितता

* सुरक्षितता हे बँकेच्या दृष्टीने सर्वात महत्त्वाचे कर्ज तत्त्व आहे कारण दिलेल्या

कर्जांची सुरक्षितपणे परतफेड होण्यावरच बँक व्यवसायाचे भवितव्य अवलंबून असते.

* जास्त व्याजदर मिळण्याच्या अमिषाने कसेही कर्जवाटप करून बँकेने आपली सुरक्षितता धोक्यात घालू नये.
* थोड्या उद्योगांना अगर व्यक्तींना मोठी रक्कम कर्जाऊ देण्यापेक्षा अनेक जणांना थोडी थोडी रक्कम देण्यात अधिक सुरक्षितता असते कारण कर्जाची मोठी रक्कम बुडण्याची शक्यता कमी होते.
* सुरक्षित व योग्य रकमेच्या तारणाशिवाय कर्ज दिले जावू नये.
* वैयक्तिक तारणांवर कर्ज देताना विशेष खबरदारी घ्यावी लागते.
* दिलेल्या कर्जाला सुरक्षितता प्राप्त व्हावी यासाठी दोन किंवा तीन जामीनदार घ्यावेत. तसेच कर्जदाराकडून वचनचिठ्ठी लिहून घ्यावी.

२. रोखता

* रोखता याचा अर्थ बँकेची चालू देणी अथवा देणी रोख रकमेत तत्काळ भागविण्याची क्षमता होय.
* आवश्यक असेल तेवढी रोख रक्कम बँकेकडे कायम उपलब्ध असावी लागते.
* ठेवीदार बँकेकडे आपल्या ठेवी सुरक्षित राहण्यासाठी ठेवतात. मात्र, त्यांना ज्या वेळी गरज असेल त्या वेळी ते आपल्या ठेवी बँकेकडून परत मागवू शकतात. अशावेळी त्या ठेवींची रक्कम व्याजासहित रोखस्वरूपात तत्काळ देण्याची बँकेची जबाबदारी असते. यासाठी बँकेकडे रोखता असावी.
* ठेवीदारांनी मागितलेली रक्कम परत करण्यास बँकेने विलंब लावला तर ठेवीदारांच्या विश्वासाला तडा जाण्याची भीती असते. ठेवीदारांचे पैसे देण्यात टाळाटाळ होत असल्याची बातमी सर्व ठेवीदारांना लगेच समजू शकते आणि ते सर्वजण एकदम बँकेकडे ठेवी परत घेण्यासाठी बँकेवर दबाव टाकू शकतात. अशावेळी बँकेपुढे असित्वाचा प्रश्न उभा राहू शकतो.
* ठेवीदारांप्रमाणेच मंजूर झालेल्या कर्जांची रक्कमही कर्जदाराला त्वरित उपलब्ध करून देण्याची गरज असते. अन्यथा तो नाराज होऊन दुसऱ्या बँकेकडे अगर वित्तीय संस्थेकडे जावू शकतो.
* दररोज रोख स्वरूपात किती रक्कम ठेवायची याचा अचूक अंदाज करणे हे बँक व्यवस्थापकाचे कौशल्य असते. दररोजच्या अनुभवावरून ही रक्कम ठरविता येते.

* रोख रक्कम कमी पडल्यास अडचण येऊ शकते याउलट रोख स्वरूपात गरजेपेक्षा अधिक रक्कम ठेवल्यास ते नुकसानदायक ठरू शकते.
* रोख रकमेची अचानक मोठ्या प्रमाणावर गरज भासल्यास बँक आपल्या दुसऱ्या शाखेकडून अगर नजीकच्या बँकेकडून रक्कम मागवून रोखतेची गरज भासवू शकते.
* बँकांमधील ठेवी या मागताक्षणीच अगर अल्प सूचना देताच परत द्याव्या लागत असल्याने बँकांनी आपली कर्जे शक्यतो अल्प व काही प्रमाणात मध्यम मुदतीची द्यावीत. दीर्घ मुदतीच्या एकाच कर्जामध्ये मोठी रक्कम अडकवून ठेवू नये.

बँकेच्या रोखतेवर पुढील घटक परिणाम करीत असतात-

(i) **ठेवींचे प्रकार** – बँकेत मुदत ठेवींपेक्षा मागणी ठेवींचे प्रमाण अधिक असल्यास बँकेला कायम रोख रक्कम अधिक प्रमाणात ठेवावी लागते.

(ii) **निरसनगृहे** – निरसनगृहांच्या अभावी धनादेशांद्वारे अधिक व्यवहार करता येत नाहीत, त्यामुळे रोख रक्कम वापरावी लागते.

(iii) **रोख निधी** – बँकेला एकूण ठेवींच्या विशिष्ट प्रमाणात रोख रक्कम मध्यवर्ती बँकेकडे राखीव निधी म्हणून ठेवावी लागते.

(iv) **लोकांच्या सवयी** – लोकांच्या बँकिंग सवयी विकसित असतील तर ते रोख रकमेऐवजी धनादेशाचा वापर करतात. त्यामुळे बँकेला कमी रोखता ठेवली तरी चालते.

(v) **तेजीमंदी** – मंदीच्या काळात कर्जांना मागणी नसल्याने तसेच ठेवीदार खात्यातून पैसे काढण्याची अधिक शक्यता असल्याने बँकेला रोखता वाढवावी लागते, तर तेजीच्या काळात कर्जाची मागणी वाढल्याने बँक किमान रोखता ठेवण्याचा प्रयत्न करते.

३. लाभता

* इतर कोणत्याही व्यावसायिक संस्थांप्रमाणे व्यापारी बँकांचेही नफा कमविणे हे एक उद्दिष्ट असते.
* भागधारकांना समाधानकारक लाभांश देणे, ठेवीदारांना आकर्षक व्याज देणे, कर्मचाऱ्यांना पुरेसे पगार देणे, बँकिंग सेवांचा विस्तार आणि सुधारणा करण्यासाठी बँकांना नफा मिळविणे आवश्यक असते.
* मिळालेल्या नफ्यातून विविध प्रकारच्या निधींमध्ये पुरेशी रक्कम वर्ग करता येते.

* जी बँक नफ्यातून भागधारकांना चांगला लाभांश देते, त्या बँकेकडे भांडवलाचा ओघ वाढतो.

* जास्तीत जास्त व्याज मिळविण्याच्या दृष्टीने कर्जवाटप योग्यप्रकारे केले जावे. तसेच जास्तीत जास्त लाभांश मिळण्याच्या दृष्टीने विचारपूर्वक आणि योग्य स्वरूपात गुंतवणूक करणे आवश्यक ठरते.

* पुरेशी लाभता असणे हे सुदृढ, सुरक्षित, सक्षम आणि कार्यक्षम बँकिंग प्रणालीचे द्योतक आहे.

* जितकी लाभता अधिक असते तितके अधिक राखीव निधी बँकेला बळकट करता येतात तसेच ग्राहकांना अधिक चांगल्या सेवा देता येतात.

४. धोक्यांचे विविधिकरण

* दिलेल्या कर्जाच्या बाबतीत अगर केलेल्या गुंतवणुकीच्या बाबतीत बँकेसमोर अनेक प्रकारचे धोके उभे ठाकलेले असतात.

* कर्जपुरवठा केलेला उद्योग काही कारणांनी बंद पडल्यास अगर कर्ज घेतलेला कर्जदार दिवाळखोर झाल्यास त्या कर्जाच्या परतफेडीबाबत प्रश्नचिन्ह निर्माण होऊन बँकेपुढे मोठे आर्थिक संकट उभे राहते.

* धोक्यांचे विविधिकरण याचा अर्थ एकच मोठ्या स्वरूपाचा धोका पत्करून प्रचंड मोठे आर्थिक नुकसान सोसण्यापेक्षा त्या मोठ्या धोक्याची विभागणी छोट्या छोट्या धोक्यांमध्ये करून त्याद्वारे आर्थिक नुकसानीची पातळी कमी करणे होय.

* एकाच व्यवसाय अगर उद्योग संस्थेला फार मोठे कर्ज देऊन तो उद्योग बुडाल्याने संबंधित बँकही बुडाल्याची उदाहरणे आढळतात.

* बँकेने एकाच उद्योगसमूहाला मोठ्या प्रमाणावरील दीर्घमुदतीचे एकच कर्ज न देता अनेक उद्योगांना त्यांच्या ऐपतीप्रमाणे थोड्या थोड्या रकमेचे व अल्प, काही मध्यम मुदतीची कर्जे देणे केव्हाही कमी धोक्याचे ठरते.

* धोक्यांचे विविधिकरण या अर्थाने बँकेने सर्व कर्जांचे वाटप हे एकाच भौगोलिक क्षेत्रात न करता वेगवेगळ्या गावात, शहरांमध्ये करावे. त्यामुळे दुष्काळ, अवर्षण, प्रलय, साथींचे रोग अशा नैसर्गिक किंवा इतर संकटांमुळे विशिष्ट भौगोलिक क्षेत्र प्रभावित झाले तरी कर्जवाटपाचे विभाजन केले असल्याने आर्थिक नुकसानीचे प्रमाण तुलनेने कमी होते.

* कर्जदारांप्रमाणे तारणांमध्ये देखील वैविध्य असावे. सर्व कर्जे एकाच प्रकारच्या तारण-वस्तूंवर न देता कर्जांसाठी विविध प्रकारची तारणे स्वीकारण्यात

यावीत. यामागचा उद्देश असा की एकाच्या वस्तू तारणावर सर्व कर्जे वाटप केली असतील आणि मंदीमुळे अगर अन्य कारणांमुळे जर त्या तारण-वस्तूचे भाव कोसळले तर बुडीत कर्जांची वसुली करून घेण्यात नुकसानीची शक्यता असते.

रोखता आणि लाभता यातील द्वंद्व

* बँकेच्या कर्ज आणि गुंतवणूक या संबंधातील धोरणात रोखता आणि लाभता या दोन्ही तत्त्वांना सारखेच महत्त्व आहे.

* कर्जवाटप तसेच गुंतवणूक करताना रोखता आणि लाभतेचा समन्वय साधणे अत्यंत महत्त्वाचे असते.

* रोखता आणि लाभता यांचा समन्वय साधणे ही सोपी गोष्ट नाही, कारण बँक जेव्हा रोखतेला प्राधान्य देणे त्या वेळी कर्जवाटप कमी होऊन लाभता देखील कमी होते. याउलट, रोखतेचा विचार न करता उपलब्ध सर्व ठेव-रक्कम कर्जासाठी वापरली जाते आणि जास्तीत जास्त नफा मिळविण्याचा प्रयत्न केला जातो, तेव्हा ठेवीदारांनी मागितलेली रक्कम परत देण्यास विलंब झाला तर बँकेच्या विश्वासार्हतेला तडा जाण्याची शक्यता असते.

* रोखता आणि लाभता यांच्यातील योग्य समन्वय साधता येण्यासाठी अनुभव, अभ्यास आणि प्रयत्नांची गरज असते.

* ठेवीदारांनी मागताक्षणीच ठेवींची रक्कम परत करण्यासाठी तसेच दैनंदिन खर्च भागवून व्यवहार सुरळीत चालविण्यासाठी रोखतेची गरज असते तर उपलब्ध भांडवल आणि ठेवरकमांचे कर्जासाठी जास्तीत जास्त वाटप करून त्याद्वारे अधिकाधिक नफा मिळवून संपन्न होण्यासाठी लाभता तत्त्वाचा अवलंब करावा लागतो.

* रोखता आणि लाभता या दोन्ही तत्त्वांपैकी एकालाच अधिक प्राधान्य न देता दोहोंना सारखेच महत्त्व देऊन अनुभव, सध्याची परिस्थिती व भविष्यकालीन अंदाज यांचा अभ्यास करूनच बँकेने कर्जवाटप आणि गुंतवणुकीबाबतचे आपले धोरण ठरवावे.

* रोखता आणि लाभता यांचा योग्य समन्वय साधल्यास बँकेला आपली प्रतिष्ठा व सुरक्षितता सांभाळून योग्य नफा व त्याद्वारे प्रगती साधता येते.

* कायदेशीर तरतुदींनुसार बँकेला स्वतःकडे तसेच मध्यवर्ती बँकेत विशिष्ट प्रमाणात रक्कम ही रोख स्वरूपात ठेवावीच लागते. त्यामुळे रोखता या

तत्त्वास आधार मिळतो. त्याचबरोबर भागधारकांना आकर्षक लाभांश देण्याच्या दृष्टीने व दैनंदिन खर्च भागविण्याच्या दृष्टीने बँकेला नफा हा मिळवावाच लागतो.

* अशाप्रकारे रोखता आणि लाभता या तत्त्वांमधील द्वंद्व सोडवून या दोन्हींची उत्तमप्रकारे सांगड घातल्यास कोणतीही बँक प्रगतीपथावर आगेकूच करू शकते.

५.२ बहुगुणित पतपैसा निर्मिती : प्रक्रिया व मर्यादा

प्रस्तावना

ठेवी स्वीकारणे आणि कर्जे देणे ही बँकेची प्राथमिक कार्ये आहेत. जमा झालेल्या ठेवींच्या रकमेचा उपयोग कर्जे देण्यासाठी केला जातो. बँक व्यवसाय हा ग्राहकांच्या विश्वासावर चालत असतो. ग्राहकांचा एखाद्या बँकेवर जेवढा विश्वास अधिक, तेवढ्या जास्त ठेवी त्या बँकेकडे जमा होतात व त्याप्रमाणे कर्ज देण्यासाठी जादा रक्कम उपलब्ध होऊन त्याद्वारे व्याजरूपाने अधिक उत्पन्न मिळविता येते. त्याचबरोबर ग्राहकांना आपली येणी व देणी बँकांच्या माध्यमातून करण्याची सवय त्यांच्यामध्ये रुजवली जाते.

प्राथमिक व निर्मित ठेवी (Primary And Derived Deposits)

बँकेतील ठेवींचे वर्गीकरण प्राथमिक व निर्मित ठेवी असे करता येईल.

(अ) प्राथमिक ठेवी – बँका चालू, बचत, आवर्ती व मुदत इ. प्रकारच्या ठेवींची रक्कम ठेवीदारांकडून स्वीकारून त्यांच्या ठेवखात्यात जमा करते, त्यांना प्राथमिक ठेवी असे म्हणतात.

(ब) निर्मित ठेवी – बँका ग्राहकांना अधिकर्ज, रोखपत, मुदत कर्जे, तारण कर्जे, इ. विविध प्रकारची कर्जे देत असतात. प्राथमिक ठेवींच्या आधारे ही कर्जे दिली जातात. मात्र, ही कर्जे रोख रकमेत दिली न जाता, कर्जाची रक्कम खातेदाराच्या कर्जखात्यावर जमा केली जाते. त्यांना निर्मित ठेवी असे म्हणतात.

हाटले यांनी म्हटले आहे की, प्रत्येक कर्ज हे ठेवींच्या आधारे निर्मित होते. कर्जखात्यावर जमा झालेल्या रकमेच्या आधारे कर्जदार आपले देण्याघेण्याचे व्यवहार धनादेशाच्या साहाय्याने करू शकतो.

पतपैसा निर्मिती

'प्राथमिक ठेवींच्या आधारे 'निर्मित ठेवी' निर्माण करण्याच्या प्रक्रियेला पतपैसा निर्मिती असे म्हणतात.' बँका कर्जदारांना स्थिर मालमत्ता, ऐवज किंवा दस्तऐवजांच्या तारणावर कर्जे मंजूर करून तेवढी रक्कम कर्जदाराच्या कर्जखात्यावर जमा दाखवितात, अशाप्रकारे संपत्तीचे रूपांतर पतपैशात केले जाते. पतपैसा निर्मितीतून निर्माण होणाऱ्या निर्मित ठेवी व व्युत्पन्न ठेवी (Derivative Deposits) या 'तात्काळदेय ठेवी' असतात.

पतपैसा निर्मितीची प्रक्रिया

बँकेत जमा झालेल्या सर्वच प्राथमिक ठेवी या कर्जदारांना कर्जे देण्यासाठी वापरता येत नाहीत. जमा झालेल्या रकमेपैकी काही रक्कम रिझर्व्ह बँकेत ठेवणे बंधनकारक असते, तर काही रक्कम बँकेला स्वतःजवळ रोख स्वरूपात ठेवणे गरजेचे असते. ठेवीदारांच्या धनादेशांचे आदर करण्यासाठी तसेच जर कोणी ठेवीदार पैसे काढायला आला तर त्याला ते परत करण्यासाठी अशा 'रोखता' असलेल्या रकमेची गरज असते. ही रोख रक्कम जवळ ठेवून बाकीची रक्कम कर्जे देण्यासाठी अर्थात पतपैसा निर्मितीसाठी वापरली जाते.

पतपैसा निर्मिती दोन प्रकारची असते :

१. एकल पतपैसा निर्मिती – ज्या वेळी एकच बँक आपल्या भांडवल आणि ठेवींचा वापर कर्जे देण्यासाठी करून त्यातून पतपैसा निर्माण करते, तेव्हा त्यास एकल पतपैसा निर्मिती असे म्हणतात. ही मर्यादित स्वरूपाची असते.

२. बहुगुणित पतपैसा निर्मिती – देशातील सर्वच बँका ठेवी स्वीकारणे व कर्जे देणे या माध्यमांतून व परस्पर व्यवहारांतून मोठ्या प्रमाणात पतपैसा निर्माण करतात, याला बहुगुणित पतपैसा निर्मिती असे म्हणतात. बँकांमधील ठेवींच्या रकमा या रोख स्वरूपात अगर चलनक्षम दस्तऐवजांद्वारे प्रत्यक्ष व अप्रत्यक्षपणे अनेक बँकांमधून वर्ग होत असतो, त्याचे ठेव-कर्ज-ठेव-कर्ज असे अनेक बँकांमध्ये रूपांतर होत राहून त्यातून पतनिर्मितीची मालिका तयार होते आणि मोठ्या प्रमाणावर बहुगुणित पतपैसा निर्मिती होते.

पतपैसा निर्मितीची गृहीतके खालीलप्रमाणे सांगता येतील-

(अ) सर्व ठेवीदार हे त्यांच्या ठेवखात्यातून संपूर्ण रक्कम एकाच वेळी काढत नाहीत. प्रत्येक ठेवीदाराला पैसे काढताना त्याच्या ठेवखात्यात काही ठराविक रक्कम ही शिल्लक ठेवावीच लागते.

(ब) काही ठेवीदार हे त्यांच्या खात्यातून पैसे काढतात, तर काही ठेवीदार आपल्या खात्यात आणखी रक्कम जमा करतात.

(क) पैशाचे देण्या-घेण्याचे व्यवहार करण्यासाठी रोख नोटांऐवजी पतसाधनांचा (चलनक्षम दस्तऐवज) वापर केला जातो.

पतपैसा निर्मिती प्रक्रियेची उदाहरणे

(अ) एकल पतपैसा निर्मिती

'अभिनव बँक' या बँकेकडे ठेवीदारांनी एकूण रु. १० लाख रकमेच्या ठेवी ठेवल्या आहेत. या ठेवी त्या बँकेच्या ताळेबंदात पुढीलप्रमाणे मांडल्या जातील.

देयता	रु.	मालमत्ता	रु.
ठेवी खाती	१०,००,०००	रोख शिल्लक	१०,००,०००
एकूण	१०,००,०००	एकूण	१०,००,०००

कायदेशीर तरतुदींप्रमाणे प्रत्येक बँकेला आपल्या ठेवींच्या एकूण रकमेच्या साधारणतः ३ ते ५ टक्के इतकी रक्कम रिझर्व्ह बँकेकडे रोख राखीव निधी या स्वरूपात ठेवावी लागते. तसेच प्रत्येक बँक आपल्या अनुभवावरून दैनंदिन रक्कम देण्यासाठी एकूण ठेवींच्या १५ ते २० टक्के रक्कम रोख स्वरूपात जवळ ठेवते. अशाप्रकारे बँकेला रु. १०,००,००० ठेवींपैकी वरीलप्रमाणे २० ते २५ टक्के रक्कम वगळून उर्वरित ७५ ते ८० टक्के रक्कम म्हणजे रु. ७,५०,०००/- ते रु. ८,००,०००/- कर्जदारांना कर्ज देण्यासाठी उपलब्ध होईल. ते त्या बँकेच्या ताळेबंदात खालीलप्रमाणे दिसेल.

देयता	रु.	मालमत्ता	रु.
प्राथमिक ठेव खाती	१०,००,०००	रिझर्व्ह बँकेकडील रोख शिल्लक	५०,०००
		हातातील रोख शिल्लक	१,५०,०००
		कर्जे व गुंतवणूक	८,००,०००
एकूण	१०,००,०००	एकूण	१०,००,०००

वरील उदाहरणातील रु. ८ लाखांची कर्जे ही कर्जदारांना रोख स्वरूपात न देता ती त्यांच्या खात्यात जमा दाखविली जातील. कर्जदार आपली देणी अभिनव बँकेच्या धनादेशाद्वारे तिसऱ्या पक्षाकडे भागवतील. तिसरा पक्ष त्याच्या बँकेत धनादेश भरेल. त्याची बँक त्याच्या त्याच्या खात्यात तेवढी रक्कम जमा करेल.

अशाप्रकारे अभिनव बँकेत रु. १० लाखांच्या ठेवींच्या आधारे रु. ८ लाखांचा पतपैसा निर्माण होईल.

(ब) बहुगुणित पतपैसा निर्मिती

देशात अनेक बँका व त्यांच्या बहुसंख्य शाखांमार्फत ठेवी स्वीकारणे व कर्ज देण्याचे कार्य करीत असतात. ठेवीदार आणि कर्जदारांची वेगवेगळ्या बँकांमध्ये खाती असतात. बँकेचे खातेदार हे त्यांच्या बँकेच्या धनादेशाद्वारे त्यांची देणी भागवितात तर त्यांना त्यांच्या येणेकऱ्यांकडून दुसऱ्या बँकेचे धनादेश मिळतात. अशाप्रकारे ठेवी, कर्जे, देण्याघेण्याचे व्यवहार हे धनादेशाद्वारे पार पाडले जातात.

समजा, देशात अ बँक, ब बँक, क बँक, ---- अशा अनेक व्यापारी बँका आहेत. एक खातेदार 'रमेश' त्याच्या 'अ' बँकेत रु. १००/- ची ठेव ठेवतो. कायदेशीर तरतुदीनुसार रोख शिल्लक व निधी ठेवून 'अ' बँक तिचा कर्जदार 'महेश' याला रमेशच्या ठेवींपैकी रु. ८० कर्जाऊ देते. त्या वेळी 'अ' बँकेचा ताळेबंद खालीलप्रमाणे दिसेल.

'अ' बँकेचा ताळेबंद

देयता	रु.	मालमत्ता	रु.
रमेशचे ठेव खाते	१००	रोख शिल्लक	१५
		रिझर्व्ह बँकेकडील शिल्लक	५
		महेशला दिलेले कर्ज खाते	८०
एकूण	१००	एकूण	१००

कर्जदार महेश याने 'सुरेश' या व्यापाऱ्याकडून एक वस्तू घेण्यासाठी रु. ८०/- चे कर्ज घेतले आहे. 'अ' बँक महेशला रु. ८० ची रोख रक्कम न देता त्याच्या खात्यात रु. ८० जमा दाखविले जातात. महेशला 'अ' बँकेने धनादेश पुस्तिका दिलेली असते. महेश सुरेशचे रु. ८०/- धनादेशाद्वारे देतो. सुरेश हा धनादेश त्याच्या 'ब' या बँकेत भरतो. ब बँकेला या रु. ८०/- पैकी रु. ६४/-

कर्ज वाटपासाठी उपलब्ध होतात. ब बँक ही कर्जरक्कम कर्जदार नरेश याला देते. त्या वेळी ब बँकेचा ताळेबंद खालीलप्रमाणे दिसेल.

'ब' बँकेचा ताळेबंद

देयता	रु.	मालमत्ता	रु.
सुरेशचे ठेव खाते	८०	रोख शिल्लक	१२
		रिझर्व्ह बँकेकडील शिल्लक	४
		नरेशला दिलेले कर्ज खाते	६४
एकूण	८०	एकूण	८०

नरेश या कर्जदाराला त्याची कर्जाची रु. ६४/- ही रक्कम रोख मिळालेली नसते तर ती त्याच्या खात्यात जमा दाखविलेली असते. नरेश हा त्याचा देणेकरी उमेश याला धनादेशाद्वारे रु. ६४ देतो. उमेश हा धनादेश त्याच्या 'क' बँकेत भरतो. ही रक्कम उमेशच्या ठेव खात्यात जमा बाजूला दाखविली जाते. या रु. ६४/- पैकी रु. ५१/- 'क' बँकेला कर्ज देण्यासाठी उपलब्ध होतात. 'क' बँक ही रक्कम कर्जदार गणेश याला देते. त्या वेळी 'क' बँकेचा ताळेबंद खालीलप्रमाणे दिसेल.

'क' बँकेचा ताळेबंद

देयता	रु.	मालमत्ता	रु.
उमेशचे ठेव खाते	६४	रोख शिल्लक	१०
		रिझर्व्ह बँकेकडील शिल्लक	३
		गणेशला दिलेले कर्जखाते	५१
एकूण	६४	एकूण	६४

अशाप्रकारे पतपैसा निर्मितीची ही प्रक्रिया उपलब्ध रोख रक्कम नगण्य होईपर्यंत पुढे चालू राहते. वरील उदाहरणातील तिन्ही बँकांचा एकत्रित ताळेबंद तयार केल्यास ठेवीची व कर्जाची एकूण रक्कम समजू शकेल.

एकत्रित ताळेबंद

देयता	रु.	मालमत्ता	रु.
रमेशचे ठेवखाते - 'अ' बँक	१००	रोख शिल्लक	
सुरेशचे ठेवखाते - 'ब' बँक	८०	'अ' बँक १५	
उमेशचे ठेवखाते - 'क' बँक	६४	'ब' बँक १२	
		'क' बँक ११	३८
		रिझर्व्ह बँकेकडील शिल्लक	
		'अ' बँक ५	
		'ब' बँक ४	
		'क' बँक ३	१२
		दिलेली कर्जखाती	
		महेश - 'अ' बँक ८०	
		नरेश - 'ब' बँक ६४	
		गणेश - 'क' बँक ५०	१९४
एकूण	२४४	एकूण	२४४

थोडक्यात, केवळ रु. १००/- रकमेच्या आधारे बँकिंग व्यवस्थेमध्ये पुढीलप्रमाणे रु. ५०० म्हणजे पाचपट एवढी बहुविध ठेव निर्मिती आणि गुणित पतनिर्मिती पुढीलप्रमाणे होते.

(i) बहुविध ठेवनिर्मिती - रु. ८०+६४+५०+४०+३२ = रु. २६६/-
(ii) बहुविध पतनिर्मिती - रु. ८०+६४+५०+४०   = रु. २३४/-
रु. ५००/-

गुणित पतनिर्मितीचे सूत्र

बँकेकडील एकूण ठेवी व पतपैसा = प्राथमिक ठेव $\times \dfrac{१}{१ - \dfrac{\text{कर्जरक्कम (\%)}}{\text{ठेवरक्कम (\%)}}}$

$$= १०० \times \dfrac{१}{\left(१ - \dfrac{४}{५}\right)}$$

$$= १०० \times ५$$

$$= रु. ५००/-$$

पतपैसा निर्मितीच्या मर्यादा

व्यापारी बँका पतपैसा निर्मितीचे कार्य करतात. परंतु, अनेक कारणांमुळे या निर्मितीस अडचणी निर्माण होतात. यास पतपैसा निर्मितीच्या मर्यादा असे संबोधतात. या मर्यादा पुढीलप्रमाणे असतात.

१. **ठेवींची रक्कम** – देशातील पतपैसा निर्मितीची पातळी ही ठेवीदारांनी बँकेत जमा केलेल्या ठेवींच्या रकमेवर अवलंबून असते. ठेवींची रक्कम जेवढी अधिक तेवढी पतपैसा निर्मिती अधिक होते.

२. **रोख राखीव निधी गुणोत्तर** – आपल्याकडे जमा झालेल्या ठेवींच्या एकूण रकमेच्या ३ ते ५ टक्के रक्कम प्रत्येक बँकेला रोख राखीव निधीच्या स्वरूपात रिझर्व्ह बँकेकडे ठेवावी लागते. या निधीचे प्रमाण जेवढे वाढेल तेवढी ठेवींची रक्कम पतनिर्मितीसाठी कमी प्रमाणात उपलब्ध होते.

३. **लोकांच्या बँकिंग-सवयी** – लोकांना रोख रक्कम जवळ बाळगण्याची सवय असेल तर त्याप्रमाणात ठेवी कमी होऊन त्याचा पतपैसा निर्मितीवर विपरीत परिणाम होतो. याउलट, लोकांना बचतीची सवय असेल आणि सर्व व्यवहार जर बँकेच्या माध्यमातूनच केले जात असतील तर त्या प्रमाणात पतपैशांत वाढ होते.

४. **तारणाची उपलब्धता** – कोणतीही बँक योग्य रकमेच्या आणि सुरक्षित तारणाच्या आधारेच कर्जपुरवठा करीत असते. सोने, चांदी, भाग, रोखे, इमारत, मशिनरी, जमीन, उत्पादित माल व अन्नधान्य, औद्योगिक उत्पादने इ. तारणवस्तू कर्जदाराकडे उपलब्ध असतील तर बँकांना कर्ज देणे सोपे बनते व त्याप्रमाणात पतपैसा निर्मिती होते.

५. **मध्यवर्ती बँकेचे धोरण** – देशातील पतपैशांचे नियंत्रण हे मध्यवर्ती बँकेचे एक महत्त्वाचे कार्य आहे. पतनियंत्रणाची विविध साधने वापरून मध्यवर्ती बँक पतपैशांचा पुरवठा वाढविते अगर कमी करते. पतपैसा गरजेपेक्षा अधिक निर्माण होऊन भाववाढ होत असेल तर रिझर्व्ह बँक रोख रक्कम व निधीचे प्रमाण वाढवून कर्जपुरवठ्यावर मर्यादा आणते.

६. **कर्ज घेण्याची इच्छा** – बँका कर्जे द्यायला तयार असतात मात्र ग्राहक आणि व्यवसाय संस्था यांनी कर्जाची मागणी केली तरच बँकांना कर्जपुरवठा व पर्यायाने पतपैसानिर्मिती करणे शक्य होते. तेजीच्या काळात नवीन उद्योग प्रकल्प स्थापन होत असल्याने पतपुरवठा वाढतो, उलट मंदीच्या काळात गुंतवणूक, कर्जे तसेच पतपैसा निर्मितीही थंडावते.

७. **बाह्य प्रवाह (External Drain)** – ठेवीदारांनी जर अचानक बँकांमधून रोख रकमा काढून घेतल्या तर त्याचा राखीव निधी कमी होण्यावर तसेच पतपैसा निर्मितीवर विपरीत परिणाम होतो.

८. **एकसमान धोरण** – जर सर्वच व्यापारी बँकांनी रोख राखीव निधी संदर्भात एकसमान धोरण राबविले तर पतपैसा निर्मिती सुलभ होते. कर्जपुरवठ्याबाबतीत काही बँकांनी मुक्त तर काही बँकांनी कडक धोरण राबविल्यास पतपैसा निर्मिती नीट होऊ शकत नाही.

९. **चलन पुरवठा** – सरकार निर्मित चलनाच्या आधारावर पतपैशांची निर्मिती होते. त्यामुळे चलनपुरवठा वाढल्यास पतनिर्मिती वाढते. देशाच्या आर्थिक स्थितीचा अंदाज घेऊन मध्यवर्ती बँक चलन पुरवठ्याचे नियंत्रण करीत असते.

१०. **अल्पकालीन गुंतवणूक सुविधा** – थोड्या कालावधीसाठी गुंतवणुकीच्या सुविधा वाढविल्यास बँकांना रोख रक्कम निधी उभारता येऊन पतनिर्मितीही वाढू शकते.

५.३ व्यापारी बँकेचे ताळेबंदपत्रक

प्रस्तावना

सर्व प्रकारच्या व्यापारी व व्यवसाय संस्था या स्वतःच्या माहितीसाठी तसेच कायद्याने आवश्यक म्हणून पुस्तकपालन आणि लेखाकर्म करीत असतात. ठराविक कालावधीनंतर विशेषतः वर्षाच्या शेवटी अंतिम हिशेबपत्रके तयार केली जातात. त्यामध्ये ताळेबंद-पत्रक तयार करणे हा एक महत्त्वाचा घटक असतो. संस्थेच्या आर्थिक स्थितीची कल्पना येण्यासाठी ताळेबंदपत्रक तयार करावेच लागते. सर्व प्रकारच्या बँकादेखील हिशेबलेखनाचे तसेच ताळेबंदपत्रक तयार करण्याचे काम करतात. कायदेशीर तरतुदींचे पालन करून सांगितलेल्या विशिष्ट नमुन्यात बँकांना ताळेबंद तयार करावा लागतो.

ताळेबंदाचा अर्थ

ताळेबंद हे खाते (Account) नसून पत्रक (Statement) असते. याला देयता (Capital & Liabilities) व मालमत्ता (Assets) अशा दोन बाजू असतात. संस्थेच्या सर्व महसुली (उत्पन्न व खर्च) खात्यांच्या शिल्लक रकमा

(Closing Balances) या नफा-तोटा खात्याला तर देयता व मालमत्ता या खात्यांच्या शिल्लक रकमा ताळेबंदपत्रकात दाखविल्या जातात. या देयता व मालमत्तांच्या शिलकीवरून संस्थेच्या आर्थिक स्थितीची स्पष्ट कल्पना येते. त्यामुळेच ताळेबंदपत्रकाला 'संस्थेच्या आर्थिक स्थितीचा आरसा' असे म्हटले जाते. संस्थेचे भांडवल, विविध प्रकारची देणी आणि संस्थेची स्थावर व जंगम मालमत्ता व जिंदगी या सर्वांमधील परस्परसंबंध शोधण्यासाठी ताळेबंदपत्रकाचा खूप उपयोग होतो.

ताळेबंदाची व्याख्या

फिलिप टोव्हे (Philip Tovey) यांच्या मतानुसार, "ताळेबंदपत्रक हे एका विशिष्ट दिवशी संस्थेची आर्थिक स्थिती दर्शविणारे पत्रक आहे."

बँकिंग नियमन कायदा, १९४९, कलम २९ अनुसार, "प्रत्येक बँकेला दरवर्षी या कायद्याच्या तिसऱ्या सूचीमध्ये दिलेल्या नमुन्यात ताळेबंदपत्रक तयार करावेच लागते. कोणकोणत्या मार्गांनी पैसा (निधी) आला आणि त्या निधींचा कशाप्रकारे विनियोग केला गेला हे ताळेबंदपत्रकाद्वारे सर्वांना दाखविले जाते."

बँकेच्या ताळेबंदपत्रकाचे महत्त्व

१. बँकेचा ताळेबंद हा त्या बँकेची अचूक आर्थिक स्थिती दर्शवित असल्याने कोणत्या बँकेशी आर्थिक व्यवहार करायचे हे व्यापारी व व्यावसायिक लोक त्या बँकेचे ताळबंदपत्रक पाहून ठरवित असतात.

२. मालमत्ता व देयता यातील परस्परसंबंधावरून त्या बँकेची आर्थिक पत लक्षात येते.

३. मालमत्ता व देयता तसेच उत्पन्न व खर्चाच्या बाबी या सर्वांच्या गुणोत्तर-विश्लेषणावरून बँकेच्या आर्थिक सुदृढतेची अगर कमकुवतपणाची कल्पना येते.

४. ताळेबंदपत्रकातील भांडवल, देणी, स्थिर व अस्थिर मालमत्ता यांच्या विश्लेषणावरून त्या बँकेची रोखता, लाभप्रदता, ऐपत, कार्यक्षमता आणि परिणामकारकता या सर्व गोष्टींचे मूल्यमापन करता येते.

५. ताळेबंदपत्रकावरून बँकेने केलेल्या विविध गुंतवणुकी व वाटप केलेली कर्जे या बाबी समजतात. बँकेच्या दृष्टीने गुंतवणुका आणि कर्जपद्धती यांचे महत्त्व आहे कारण त्यावरच त्यांचे अस्तित्व अवलंबून असते.

६. ताळेबंदपत्रकावरून बँकेच्या आर्थिक स्थितीतील दोष, वसूल होण्याजोगी व

संशयित-बुडीत कर्जे या सर्व बाबी समजू शकत असल्याने बँकेचे आर्थिक आरोग्य जपण्यासाठी काय करावे याचे ताळेबंदपत्रकामुळे मार्गदर्शन होते.

बँकेच्या ताळेबंद पत्रकाचे उपयोग

१. ताळेबंद हा केवळ बँकेलाच नव्हे तर भागधारक, ठेवीदार, कर्जदार, गुंतवणूकदार, इतर बँका व वित्तीय संस्था, शासन इ. संबंधित सर्व घटकांना बँकांसंबंधी कार्यपद्धती ठरविताना व आर्थिक निर्णय घेताना त्याचा उपयोग होतो.

२. एका विशिष्ट बँकेच्या गेल्या अनेक वर्षांच्या ताळेबंदाचा तौलनिक अभ्यास करून त्या बँकेच्या आर्थिक स्थितीत कशी सुधारणा अगर घसरण होत गेली आहे हे कळते.

३. विविध बँकांच्या विशिष्ट काळातील ताळेबंदांचा तौलनिक अभ्यास करून कोणती बँक अधिक सक्षम व प्रगतिशील आहे हे समजते.

४. आपल्या ग्राहकांचा विश्वास संपादन करणे हे प्रत्येक बँकेचे आद्य कर्तव्य ठरते; कारण त्यावर बँका चालत असतात. उत्तम स्थिती दर्शविणारा ताळेबंद हे संबंधित व्यक्ती व संस्थांचा विश्वास संपादन करण्याचे माध्यम ठरू शकते.

५. सर्व बँकांच्या ताळेबंदाच्या एकत्रित अभ्यासावरून मध्यवर्ती बँकेला बँकिंग विषयक निर्णय घेण्यास मदत होते. बँकांवर योग्य प्रकारचे नियंत्रण ठेवून त्यांना प्रगतिपथावर वाटचाल करण्यासाठी ताळेबंदाच्या आधारे मध्यवर्ती बँकेकडून शिक्षा, समज, मार्गदर्शन व मदत दिली जाते.

६. देशातील सर्व बँकांना एकाच नमुन्यात ताळेबंदपत्रक तयार करावा लागतो. या सर्व बँकांच्या ताळेबंदपत्रकांतील माहिती एकत्र करून तिचा अभ्यास केल्यास त्यावरून देशाच्या बँकिंग क्षेत्राविषयी सुस्पष्ट कल्पना येते. त्यावरून शासनाला प्राधान्यक्षेत्र कर्जवाटप, आर्थिकसवलती, शाखाविस्तार इ. संबंधीचे धोरण आखता येते.

व्यापारी बँकेच्या ताळेबंदपत्रकाचा नमुना

बँकिंग नियमन कायदा, १९४९ अनुसूची क्र. ३ प्रमाणे
बँकेचे नाव
दि. ३१.३.२०१२ रोजीचे ताळेबंदपत्रक

(रुपये लाखांमध्ये)

अनु. क्र.	तपशील	सूची क्र.	दि.३१.३.२०१२ रोजी (रु.)	दि.३१.३.२०११ रोजी (रु.)
I	भांडवल आणि दायित्व			
अ)	भांडवल	१		
ब)	निधी आणि अधिक्य	२		
क)	ठेवी (स्वीकारलेल्या)	३		
ड)	कर्जे (घेतलेली)	४		
इ)	अन्य दायित्व आणि तरतुदी	५		
	एकूण			
II	मालमत्ता			
अ)	रोख रक्कम आणि रिझर्व्ह बँकेकडील शिल्लक	६		
ब)	इतर बँकांकडील शिल्लक आणि मागणी व अल्पसूचना रकमा	७		
क)	गुंतवणुकी (केलेल्या)	८		
ड)	अग्रीम रकमा (दिलेली कर्जे)	९		
इ)	स्थिर मालमत्ता (स्थावर)	१०		
फ)	इतर मालमत्ता	११		
	एकूण			
	संभाव्य दायित्व व वसुलीसाठीची बिले	१२		
	हिशेबाबद्दलची धोरणे	१७		
	हिशेबात धराव्या लागणाऱ्या अन्य बाबी	१८		

बँक ताळेबंदाच्या दायित्व (देयता) किंवा देणे बाजूकडील घटक

अ) भागभांडवल

व्यापारी बँका या कंपनी कायद्याप्रमाणे स्थापन झालेल्या असतात. त्यामुळे त्या अन्य उद्योगसंस्थांप्रमाणे भागविक्रीकरून स्वत:चे भांडवल उभारतात. भांडवलाचे वर्गीकरण पुढीलप्रमाणे :

१) अधिकृत भांडवल : ही भांडवलाच्या रकमेची महत्तम मर्यादा असते. यापेक्षा अधिक भांडवल अभारता येत नाही. याला नोंदणीकृत भांडवल असेही म्हणतात.

२) विक्रीस काढलेले भांडवल : बँकेने आपली गरज लक्षात घेऊन अधिकृत भांडवलापैकी विक्रीला काढलेले हे भांडवल असते.

३) खपलेले भांडवल : विक्रीस काढलेल्या भांडवलापैकी खरेदी करण्याचे ठरविलेले हे भांडवल असते. विक्रीस काढलेले सर्व भांडवल जर भागधारकांनी विकत घेतले तर खपलेल्या भांडवलाची रक्कम ही विक्रीस काढलेल्या भांडवलाइतकी होते.

४) मागणी केलेले भांडवल : खपलेल्या भांडवलापैकी बँक लागेल तशी रक्कम हप्त्याहप्त्याने मागवीत असते.

५) वसूल भांडवल : मागणी केलेल्या भांडवलापैकी जेवढी रक्कम बँकेकडे जमा होते; ती वसूल भांडवल होय. जी रक्कम वसूल झालेली नसते, म्हणजे मागणी केलेले व वसूल यातील फरकाला मागणी बाकी भांडवल (Calls in Arrears) असे म्हणतात.

(ब) निधी आणि अधिक्य

भविष्यात येणाऱ्या संभाव्य अडचणींना तोंड देण्यासाठी बँका विविध प्रकारचे निधी उभारतात. बँकेने मिळविलेल्या नफ्यातून हे निधी उभारले जातात. त्यामुळे या निधींवर अंतिम मालकी भागधारकांची असल्याने ते देय असतात व देय बाजूला दाखविले जातात. आवश्यक त्या निधींमुळे बँक व्यवसायाला स्थैर्य प्राप्त होते. सामान्यपणे बँका खालील निधी उभारतात.

१) राखीव निधी : हा निधी प्रत्येक बँकेने उभारणे आवश्यक असते. बँकिंग नियमन कायद्यातील तरतुदींनुसार प्रत्येक बँकेने दरवर्षी आपल्या नफ्याचा २० टक्के भाग राखीव निधी किंवा सर्वसाधारणनिधीमध्ये भागधारकांना लाभांश जाहीर करण्यापूर्वी वर्ग करावा लागतो. इतर निधी पुढीलप्रमाणे

२) लाभांश समाकरण निधी

३) गुंतवणूक राखीव निधी

४) अनपेक्षित खर्च राखीव निधी

५) संशयित व बुडीत कर्ज निधी

६) इमारत निधी

७) उत्तम जिंदगी निधी

८) सभासद, कल्याण निधी इ.

(क) ठेवी

ठेवीदारांचा बँकेवर जेवढा विश्वास अधिक तेवढ्या त्या बँकेतील ठेवी अधिक असतात. बँकेतील ठेवींची रक्कम ही बँकेच्या भांडवलापेक्षा अधिक असते. ठेवींचा उपयोग बँकेचे खेळते भांडवल म्हणून होतो. ठेवी अधिक असतील तर कर्जवाटप मोठ्या प्रमाणावर करता येते आणि बँकेला आपले उत्पन्न वाढविता येते.

मागणी ठेवी या खातेदाराने मागणी करताच परत करावयाच्या असल्याने त्यांचा कर्ज देण्यासाठी फार उपयोग होत नाही. याउलट, मुदत ठेवींचा उपयोग कर्ज देण्यासाठी होत असल्याने बँका त्यावर अधिक व्याजदर देतात. बँका साधारणपणे खालील ठेवी स्वीकारतात :

१. चालू ठेवी

२. बचत ठेवी

३. आवर्ती ठेवी

४. अल्पमुदत ठेवी

५. दीर्घ मुदत ठेवी

६. पुनर्गुंतवणूक ठेवी इ.

(ड) इतर बँकांकडून घेतलेली कर्जे

गरज असेल तेव्हा बँका इतर बँकांकडून अगर रिझर्व्ह बँकेकडून लहान-मोठ्या रकमेची कर्जे घेऊ शकतात. या कर्जांची मुदत अल्प असल्याने ती तात्पुरत्या स्वरूपाची असतात. ही कर्जे इतर कंपन्यांचे भाग, कर्जरोखे, शासकीय रोखे त्यांच्या तारणावर घेतली जातात. आर्थिकदृष्ट्या सक्षम बँकांना अशी कर्जे घेण्याची फारशी वेळ येत नाही.

(इ) अन्य देणी व तरतुदी

यामध्ये बँकेने देय असलेल्या इतर बाबींचा समावेश होतो. त्या बाबी पुढीलप्रमाणे असतात–

१. देय असलेले दस्तऐवज– यामध्ये बँकेने देय असलेले धनादेश, विनिमयपत्रे, हुंड्या, धनाकर्ष इ. चा समावेश होतो.

२. वसुलीसाठी आलेले दस्तऐवज– खातेदारांच्या वतीने बँका, खातेदारांनी खात्यात भरलेल्या हुंड्या, धनादेश, धनाकर्ष, इ. चे पैसे गोळा करून ते खातेदारांच्या खात्यात जमा करावे लागतात.

३. ग्राहकांच्या वतीने स्वीकारलेली देणी व हस्तांतर आदेश– ग्राहकांच्यावर काढलेल्या हुंड्या बँका स्वीकारतात व त्यावर पृष्ठांकन करतात. या रकमा ताळेबंदाच्या दायित्व व मालमत्ता अशा दोन्ही बाजूंना दाखविल्या जातात.

४. आंतरशाखा जुळवणी– याही रकमा ताळेबंदाच्या दोन्ही बाजूंना दाखवितात.

५. इतर देणी– भागधारकांनी न नेलेला लाभांश, विनिमयपत्रांवर वा हुंड्यांवर द्यावयाची कसर, देय विमा निधी इ. बाबींचा यामध्ये समावेश होतो.

ताळेबंदाच्या मालमत्ता बाजूकडील घटक

(अ) रोख रक्कम आणि रिझर्व्ह बँकेकडील शिल्लक

ठेवीदारांनी मागणी करताक्षणीच बँकेने त्या ठेवी परत करणे गरजेचे असते. त्यामुळे ठेवीदारांचा बँकेवरील विश्वास कायम राहतो. यासाठी बँकेला स्वत:जवळ काही रक्कम रोख स्वरूपातही ठेवावीच लागते. ती या शीर्षकाखाली दाखवितात. तसेच बँकिंग नियमन कायद्यानुसार प्रत्येक बँकेला आपल्या ठेवींच्या काही विशिष्ट प्रमाणात (३ ते ५ टक्के) रक्कम ही रिझर्व्ह बँकेकडे रोख स्वरूपात ठेवावी लागते. बँकेची रोखता सांभाळण्याच्या दृष्टीने रोख रकमा या संरक्षणाची फळी म्हणून मानल्या जातात.

(ब) इतर बँकांकडील शिल्लक

(i) **इतर बँकाकडील ठेवी :** बँका आपल्या जवळील रोख रक्कम काही प्रमाणात इतर बँकांमध्ये मागणी ठेवींच्या स्वरूपात ठेवतात. बँकांमधील आपापसातील देणी भागविण्यासाठी या ठेवींचा उपयोग होतो. त्यामुळे त्यांना आंतर-बँक ठेवी असेही संबोधतात.

(ii) **मागणी व अल्पसूचना कर्जे :** इतर बँका, कसर बाजार (Discount Market) किंवा भाग-बाजार यांना अत्यंत कमी कालावधीसाठी दुसऱ्या बँकेने दिलेली ही कर्जे असतात. मागणी कर्जांचा कालावधी हा केवळ २४ तास किंवा त्यापेक्षा कमी असतो, तर अल्पसूचना कर्जांचा कालावधी जास्तीत जास्त ७ दिवस इतका असतो. कालावधी फार कमी असल्याने त्याला रोख निधी सम मानण्यात येते. एका बँकेतील रोखाधिक्याचा उपयोग दुसऱ्या बँकेच्या अल्पकालीन निधी-कमतरतेसाठी करण्यात येत असल्याने आंतरबँक-रोखता निर्माण होते, तसेच कर्जे देणाऱ्या बँकेला व्याजाच्या रूपात थोडेफार उत्पन्नही मिळते. भारतात सममूल्य तारणावर तर विदेशात हुंड्या, भाग दलाली आणि सोने-चांदी व्यवहारात यापद्धतीची कर्जे बँका देत असतात.

(क) गुंतवणुकी

ठेवी स्वरूपात जमा झालेल्या निधीचा मोठा भाग बँका कर्जे देण्यासाठी करतात तर उर्वरित भाग गुंतवणुकीसाठी वापरतात. बँकिंग नियमन कायदा, १९४९ अनुसार बँकेने आपल्या मागणी व मुदत ठेवींपैकी २५ टक्के रक्कम ही गुंतवणुकीसाठी वापरावी असे बंधन आहे. ही गुंतवणूक खालील स्वरूपात करता येते–

(i) शासकीय रोखे

(ii) इतर मान्यताप्राप्त प्रतिभूती

(iii) कंपन्यांचे भाग

(iv) कंपन्यांचे कर्जरोखे

(v) कंपन्यांचे रोखे इ.

अशाप्रकारे प्रतिभूतींमध्ये केलेली गुंतवणूक ही रोख मालमत्तेसमान मानण्यात येते; कारण यात गुंतवलेली रक्कम सहज, विनाविलंब मोकळा करता येतो. तसेच या गुंतवणुकीवर बँकेला व्याजही मिळत असल्याने या गुंतवणुकीत रोखता व लाभता यांचा उत्तम ताळमेळ साधता येतो.

(ड) कर्जे

बँक ताळेबंदाच्या मालमत्ताबाजूकडील हा सर्वात महत्त्वाचा मुद्दा असतो; कारण कर्जे देणे बँकेचे प्रमुख कार्य मानले जाते आणि कर्जांवर मिळणारे व्याज हे बँकेचे मुख्य उत्पन्न असते. बँकेचे अस्तित्व व प्रगती कर्ज-व्यवस्थापनावर अवलंबून असते. बँकेने दिलेल्या कर्जांची रक्कम पुढीलप्रकारे दाखववावी लागते–

१. वठविलेली व खरेदी केलेली विनिमयपत्रे आणि हुंड्या

२. रोख पत, अधिकर्ष आणि मागणीदेय कर्जे

३. मुदत कर्जे

ताळेबंदात कर्जांचे वर्गीकरण हे तारणी व विनातारण कर्जे तसेच प्राधान्य क्षेत्र, सार्वजनिक क्षेत्र, बँकांना दिलेली तसेच इतरांना दिलेली कर्जे या प्रकारे दाखवावे लागते.

बँकांनी कर्ज देताना कर्जदाराची पत, तारण, मुदत, व्याजदर, कर्जहेतू, परतफेडीची योजना इ. बाबींचा काळजीपूर्वक विचार करावा लागतो. थोडक्यात, लाभतेबरोबरच रोखताही विचारात घ्यावी लागते.

(इ) स्थावर मालमत्ता

बँक व्यवसाय चालविण्यासाठी बँकेला काही स्थावर मालमत्तांची देखील गरज असते, त्या पुढीलप्रमाणे :

१. इमारत

२. फर्निचर व फिक्चर्स

३. वाहतूक साधने

४. विविध प्रकारचे साहित्य इ.

स्थावर मालमत्ता खरेदी करण्यासाठी मोठा खर्च करावा लागतो. यातून बँकेला काही उत्पन्न मिळत नसले तरी बँकेचे आर्थिक स्थैर्य व प्रतिष्ठा यादृष्टीने ही मालमत्ता महत्त्वाची असते. स्थिर मालमत्तेवरील भांडवली खर्च हा एकदाच मोठ्या प्रमाणावर व दीर्घ कालावधीसाठी केला जात असल्याने तो काळजीपूर्वक व व्यावसायिक गरजा लक्षात घेऊन करावा लागतो.

(फ) इतर मालमत्ता

या शीर्षकाखाली स्थावर मालमत्ता सोडून उर्वरित मालमत्ता व भांडवली येणी दाखविली जातात. ती पुढीलप्रमाणे :

१. आंतर-शाखा जुळवणी

२. येणे असलेले व्याज

३. आयकर येणे (आगाऊ भरलेला आयकर अगर उद्गम कपात कर)

४. शिल्लक छपाई व स्टेशनरी साठा

५. विशेष चिकट मुद्रांक

६. येणे रकमांच्या समेटासाठी ताब्यात घेतलेली अ-बँकिंग मालमत्ता, सोने, चांदी, इ.

७. टेलिफोन ठेवी व इतर ठेवी इ.

संभाव्य दायित्व

ज्या बाबी ताळेबंदपत्रकाराच्या मालमत्ता व देयता या दोन्ही बाजूस दाखविल्या जातात, त्यापैकी संभाव्य दायित्व ही एक बाब आहे. या शीर्षकाखाली खालील गोष्टींचा समावेश होतो.

१. कर्ज म्हणून सिद्ध न झालेले बँकेविरुद्धचे देणे.

२. अंशतः प्रदान गुंतवणुकी संदर्भातील देयता.

३. देय विनिमय करारासंदर्भातील देयता.

४. ग्राहकाच्या वतीने देण्यात आलेली हमी.

५. वसुलीसाठी स्वीकारण्यात आलेली व पृष्ठांकन केलेली विनिमयपत्रे व हुंड्या.

६. बँक ज्यासाठी संभाव्य देय असेल अशा बाबी.

वसुलीसाठी स्वीकारण्यात आलेल्या हुंड्यांचे पैसे आदेशितीकडून मिळणार असतात म्हणून ती मालमत्ता असते, मात्र त्याने पैसे देण्यास नकार दिला तर ती देयता ठरू शकते. अशाप्रकारे या बाबी एकाचवेळी मालमत्ता व देयता असतात.

स्वाध्याय

अ. दीर्घोत्तरी प्रश्न

(१) पतनिर्मिती म्हणजे काय? व्यापारी बँकांची बहुगुणित पतनिर्मितीची प्रक्रिया व मर्यादा स्पष्ट करा.

ब. मध्यमोत्तरी प्रश्न

(१) रोखता व लाभता तत्त्व सविस्तर स्पष्ट करा.

(२) रोखता व लाभता यातील विरोधाभास किंवा द्वंद्व स्पष्ट करा.

(३) बँकेचा ताळेबंद सविस्तर स्पष्ट करा.

क. टिपा लिहा

(१) रोखता आणि सुरक्षितता

(२) पतनिर्मितीच्या मर्यादा

(३) बँकेच्या ताळेबंदाची मालमत्ता बाजू

प्रकरण ६

चलनक्षम दस्तऐवज

६.४ हुंडी

प्रस्तावना

धनादेश, हुंडी व वचनचिठ्ठी या तीन चलनक्षम दस्तऐवजांना उद्योग व व्यवसायात महत्त्वाचे पत दस्तऐवज म्हणून मोलाचे स्थान आहे, कारण व्यवसायाची देणी भागविण्यासाठी, पैसे देण्यासाठी त्यांचा मोठ्या प्रमाणावर उपयोग होत असतो. हे दस्तऐवज एका व्यक्तीकडून दुसऱ्या व्यक्तीकडे त्यातील रकमेसह सहज हस्तांतरित होत असतात. बँका ग्राहकांच्यावतीने धनादेशाची रक्कम वसूल करण्याचे व प्रदान करण्याचे काम करतात. उधारीच्या व्यापारात काढल्या गेलेल्या हुंड्या बँकेत वठवून त्याची रक्कम मिळविली जाते. कर्ज देत असताना कर्जदाराकडून वचनचिठ्ठी लिहून घेतली जाते व गरजेच्यावेळी ती हस्तांतरित केली जाऊ शकते.

चलनक्षम दस्तऐवज कायदा, १८८१ या कायद्यान्वये भारतात चलनक्षम दस्तऐवजांचे व्यवहार नियंत्रित केले जातात. वास्तविक पाहता हा कायदा एका देशाचाच असू शकत नाही तर तो देशादेशांतील संपूर्ण व्यापारी जगतासाठीचाच आहे. या कायद्यानुसार दस्तऐवज याचा अर्थ कायद्याने मान्यता दिलेला लेखी दस्तऐवज की ज्याद्वारे एका पक्षाकडे त्या दस्तऐवजासंबंधीने अधिकार येतात, तर दुसऱ्या पक्षाकडे जबाबदारी येते.

'चलनक्षम' याचा अर्थ, 'एका व्यक्तीकडून दुसऱ्या व्यक्तीकडे केवळ दिल्याने अगर पृष्ठांकन करून दिल्याने त्या दस्तऐवजातील मालकीहक्क हस्तांतरित होण्याचा गुणधर्म होय.'

चलनक्षम दस्तऐवजाची व्याख्या व अर्थ

न्यायाधीश के. सी. विल्स् यांनी त्यांच्या 'चलनक्षम दस्तऐवजा'वरील पुस्तकात दिल्याप्रमाणे ''चलनक्षम दस्तऐवज म्हणजे असा दस्तऐवज की जी व्यक्ती तो दस्तऐवज प्रामाणिक हेतूने आणि योग्य मोबदल्यात स्वीकारतो त्याला त्या दस्तऐवजात नमूद केलेली मालमत्ता मिळते, जरी तो दस्तऐवज देणाऱ्या व्यक्तीची त्या दस्तऐवजावरील मालकी दोषपूर्ण असली तरी त्याचा मालकी हक्क हस्तांतरणावर परिणाम होत नाही.'' या व्याख्येवरून असे स्पष्ट होते की, चलनक्षम दस्तऐवज हा असा लेखी दस्तऐवज असतो की, जो काही व्यक्तींना अधिकार प्रदान करतो आणि जो सहजपणे हस्तांतरणीय असतो.

श्री. थॉमस यांनी त्यांच्या 'बँकिंगची तत्त्वे' या पुस्तकात दिल्याप्रमाणे, 'चलनक्षम दस्तऐवज म्हणजे असा दस्तऐवज की जो कायद्याने मान्यता दिलेल्या व्यापार पद्धतीप्रमाणे अथवा कायद्याप्रमाणे, केवळ दुसऱ्याला देऊन अगर पृष्ठांकन करून दुसऱ्याला देऊन तो हस्तांतरित होतो', अशा परिस्थितीत

(अ) त्याचा धारक त्याच्या स्वतःच्या नावे त्या काळात त्यावर दावा दाखल करू शकतो, आणि

(ब) त्यातील मालकी हक्क, कोणत्याही बाबींशिवाय व हस्तांतर करण्याच्या मालकी हक्कातील दोषांचा परिणाम न होता, चांगल्या भावनेने स्वीकारण्याने त्यातील रकमेसहीत हस्तांतरित होतो.

चलनक्षम दस्तऐवजाची वैशिष्ट्ये

(१) **चलनक्षमता –** चलनक्षम दस्तऐवज चलनक्षम असतात याचा अर्थ ते हस्तांतर केल्यास दस्तऐवजाबरोबर त्यातील मालकीहक्काचे (रकमेचे) हस्तांतर होते.

(२) **सुलभ हस्तांतरण –** चलनक्षम दस्तऐवज हे एका व्यक्तीकडून दुसऱ्या व्यक्तीकडे सुलभरीत्या हस्तांतरित होतात. वाहक दस्तऐवजाच्या बाबतीत तो दस्तऐवज केवळ दुसऱ्याकडे देऊन त्याचे हस्तांतरण पूर्ण होते, तर आदेश दस्तऐवजाच्या बाबतीत पृष्ठांकन करून तो दुसऱ्याकडे देणे पुरेसे असते.

(३) **धारकाचा दोषरहित मालकी हक्क –** चलनक्षम दस्तऐवजाचा सध्याचा धारक हा त्याचा मालक समजण्यात येतो. त्याची मालकी ही चांगली समजण्यात येते. त्याच्या मालकीवर पूर्वीच्या धारकाच्या दोषपूर्ण मालकीचा काहीही परिणाम होत नाही.

(४) **दावा दाखल करण्याचा अधिकार –** चलनक्षम दस्तऐवजाचा सध्याचा धारक हा त्या दस्तऐवजावर स्वत:च्या नावाने दावा दाखल करू शकतो. तो त्या दस्तऐवजाची रक्कम त्या दस्तऐवजांचे पैसे देण्याचे दायित्व असलेल्या पक्षांकडून तसेच पूर्वीच्या सर्व पक्षांकडून वसूल करून घेऊ शकतो.

(५) **हस्तांतरणाची मर्यादा –** चलनक्षम दस्तऐवज हे त्यांच्या परिपक्वतेच्या देय तारखेपर्यंत कितीही वेळा हस्तांतरित केले जाऊ शकतात.

(६) **आदेशाला देय दस्तऐवज –** आदेश दस्तऐवजांमध्ये आदात्याच्या नावापुढे 'किंवा त्याच्या आदेशाला पैसे द्या' असे नमूद केलेले असते. 'आदेश' हा शब्द असेल किंवा नसेल पण जो दस्तऐवज त्याच्या हस्तांतरणावर मर्यादा घालू शकत नाही, तो चलनक्षम असतो.

(७) **वाहकाला देय दस्तऐवज –** वाहक दस्तऐवजांमध्ये आदात्याच्या नावापुढे 'किंवा वाहकाला पैसे द्या' असे नमूद केलेले असते. आदेश दस्तऐवजाचे कोरे पृष्ठांकन करून त्याचे वाहक दस्तऐवजात रूपांतर करता येते.

(८) **प्रदान –** चलनक्षम दस्तऐवज हे रक्कम प्रदान करण्याचे करार असतात. ही रक्कम दोन किंवा अधिक आदात्यांना संयुक्तपणे प्रदान केली जाऊ शकते किंवा ती एक, दोन अगर अनेक आदात्यांना एका आड एक या पद्धतीने प्रदान केली जाऊ शकते.

(९) **मोबदला –** मोबदला हे प्रत्येक चलनक्षम दस्तऐवजाचे वैशिष्ट्य असते. तो हस्तांतरित करताना त्याचा मोबदला गृहीत धरलेला असतो. त्यात नमूद केलेली रक्कम ही त्याचा मोबदला असते. दस्तऐवज हस्तांतरण म्हणजे त्यातील रकमेचे अर्थात मोबदल्याचे हस्तांतरण होय.

(१०) **गृहीतके –** चलनक्षम दस्तऐवज कायदा १८८१ च्या कलम ११८ व ११९ मध्ये या दस्तऐवजांसंबंधी काही गृहीतके मांडण्यात आली आहेत. जोपर्यंत त्याविरुद्ध काही सिद्ध होत नाही, तोपर्यंत ही गृहीतके सिद्ध करण्याची काही आवश्यकता नसते, ही गृहीतके पुढीलप्रमाणे आहेत.

(i) **मोबदला –** प्रत्येक चलनक्षम दस्तऐवज हे काहीतरी मोबदल्याच्या हेतूने काढले जाते, स्वीकारले जाते किंवा पृष्ठांकित केले जाते.

(ii) **तारीख –** प्रत्येक चलनक्षम दस्तऐवजावर जी तारीख लिहिलेली असते, त्या तारखेला ते तयार केलेले किंवा काढलेले असते.

(iii) **हुंडीची स्वीकृती –** प्रत्येक हुंडी काढल्यानंतर योग्य त्या कालावधीत, देय तारखेच्या आत तिला आदेशितीकडून स्वीकृती मिळालेली आहे. असे गृहीत धरण्यात येते.

(iv) **हस्तांतरणाचा काळ –** दस्तऐवजाचे प्रत्येक हस्तांतरण हे त्याच्या देय तारखेच्या अगोदरच झालेले असते.

(v) **पृष्ठांकनाचा क्रम –** चलनक्षम दस्तऐवजांवर ज्या क्रमाने पृष्ठांकने लिहिलेली दिसतात त्याचक्रमाने ती प्रत्यक्षात केलेली असतात.

(vi) **योग्य रकमेचे तिकीट –** प्रत्येक हरविलेल्या वचनचिठ्ठी, हुंडी अगर धनादेशावर योग्य त्या रकमेचे तिकीट (मुद्रा) लावण्यात आलेली होती.

(vii) **सध्याचा धारक –** प्रत्येक चलनक्षम दस्तऐवजाचा सध्याचा धारक हा त्याचा कायदेशीर धारक समजण्यात येतो. त्याने त्यासाठी योग्य तो मोबदला दिलेला असतो आणि चांगल्या भावनेने त्या दस्तऐवजाचा स्वीकार केलेला असतो.

(viii) **निषेधाचा पुरावा –** दस्तऐवजाच्या अनादरावरील दाव्यामध्ये निषेधाच्या पुराव्याच्या आधारे त्या दस्तऐवजाचा अनादर झाला आहे असे न्यायालय गृहीत धरते. (या वस्तुस्थितीच्या विरुद्ध काही सिद्ध होत नाही तोपर्यंत.)

चलनक्षम दस्तऐवजाचे प्रकार

चलनक्षम दस्तऐवजाचे प्रकार

- वैधानिक चलनक्षम दस्तऐवज
  - १. धनादेश
  - २. विनिमय पत्र (हुंडी)
  - ३. वचनचिठ्ठी
- व्यापारप्रथेनुसार चलनक्षम दस्तऐवज
  - १. शासकीय वचन चिठ्ठी
  - २. शाहजोग हुंडी
  - ३. रेल्वे पावती
  - ४. बँक नोट्स
  - ५. बँक ड्राफ्ट्स
  - ६. वाहक कर्जरोखा
  - ७. शेअर वॉरंट
  - ८. डिव्हीडंड वॉरंट
  - ९. ट्रेझरी बिल्स
  - १०. स्क्रीप्ट्स
  - ११. डिलिव्हरी ऑर्डर्स

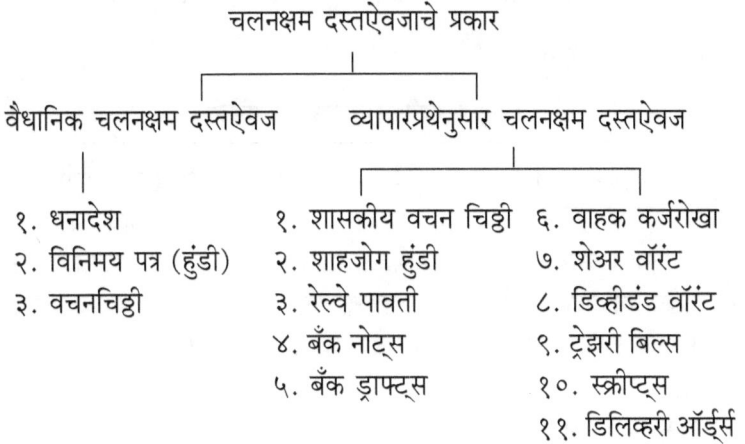

६.१ वचनचिठ्ठी, विनिमय पत्र व धनादेश यांची व्याख्या, अर्थ, वैशिष्ट्ये

(अ) वचनचिठ्ठी - व्याख्या व अर्थ

"चलनक्षम दस्तऐवज कायदा, १८८१, कलम ४ नुसार वचनचिठ्ठी म्हणजे असा एक लेखी दस्तऐवज असतो (बँक नोट किंवा चलनी नोट नव्हे), ज्यामध्ये एका विशिष्ट व्यक्तीला किंवा तिच्या आदेशितीला, अगर त्या दस्तऐवजाच्या वाहकाला एक विशिष्ट रक्कम देण्याचे एक विनाअट वचन दिलेले असते आणि त्यावर त्या वचनचिठ्ठी लिहिणाऱ्या वचनकर्त्याने स्वाक्षरी केलेली असते."

थोडक्यात, वचनचिठ्ठी हा एक चलनक्षम दस्तऐवज असतो. त्यामध्ये विशिष्ट व्यक्तीला निश्चित रक्कम देण्याचे विनाअट वचन दिलेले असते. ही रक्कम व्याजासहित द्यायची असल्याने व्याजदरही नमूद केलेला असतो. मात्र मागणी वचनचिठ्ठीत कालावधीचा उल्लेख केलेला नसतो; कारण मागणी करताच त्याची रक्कम द्यायची असते. वचनचिठ्ठी ही बँकनोट किंवा चलनी नोटपेक्षा भिन्न असते. वचनचिठ्ठी ही धनको लिहितो व त्यावर त्याची तिकिटासहीत स्वाक्षरी करतो.

वचनचिठ्ठीचा नमुना

(अ) मागणी व वाहक वचनचिठ्ठी

रु. १०,०००/-	४०५, सुभाषनगर, पुणे-३० २१ मार्च, २०१३

मागणी करताच श्री. सुजय मेहता यांना रुपये दहा हजार फक्त वरील तारखेपासून प्रदान होईपर्यंत द. सा. द. शे. ८ टक्के दराने व्याजासहित, मिळालेल्या किंमतीच्या मोबदल्यात देण्याचे मी वचन देतो.

प्रति,

श्री. सुजय मेहता	तिकीट	राजाराम जाधव
कॅम्प, पुणे - १		(सही)

(ब) मुदत, आदेश व संयुक्त ऋणको वचनचिठ्ठी

रु. ५०,०००/-	दादर, मुंबई २२ मार्च, २०१३

वरील तारखेनंतर दोन महिन्यांनी, श्री. दया सागर किंवा ते सांगतील त्याला रुपये पन्नास हजार फक्त वरील तारखेपासून प्रदान होईपर्यंत द. सा. द. शे. ८ टक्के दराने व्याजासहित, मिळालेल्या किमतीच्या मोबदल्यात, देण्याचे आम्ही संयुक्तपणे सामूहिक वचन देतो.

प्रति,

श्री. सुजयसिंग इंडिया, नवी दिल्ली	तिकीट	जगन किशोर चंदन गुप्ता (सह्या)

वचनचिठ्ठीशी संबंधित व्यक्ती

(१) वचन देणारा : ही व्यक्ती वचनचिठ्ठी लिहिते व त्यात नमूद केलेली रक्कम देण्याचे वचन देते. अर्थात ती धनको असते.

(२) आदाता : या व्यक्तीला वचनचिठ्ठीत धनको नमूद केलेली रक्कम देय असते. अर्थात ती वचन देणाऱ्याची ऋणको असते.

(३) धारक : साधारणपणे आदाता ही व्यक्ती वचनचिठ्ठीचा धारक असते. मात्र, आदात्याने वचनचिठ्ठी अन्य व्यक्तीला पृष्ठांकित केली असेल, तर ती व्यक्ती धारक बनते.

(४) पृष्ठांकक : जेव्हा वचनचिठ्ठीचा धारक हा ती वचनचिठ्ठी अन्य व्यक्तीला पृष्ठांकित करतो, तेव्हा तो धारक त्या वचनचिठ्ठीचा पृष्ठांकक बनतो.

(५) पृष्ठांकिती : ज्या व्यक्तीला वचनचिठ्ठी पृष्ठांकित केली जाते, ती व्यक्ती पृष्ठांकिती होय. पृष्ठांकिती वचनचिठ्ठीचा नवा धारक बनते.

वचनचिठ्ठीची वैशिष्ट्ये / आवश्यक घटक

(१) लेखी दस्तऐवज – वचनचिठ्ठी ही लेखी स्वरूपात असायला हवी. लिहिण्याची पद्धती कोणतीही असावी. परंतु ज्यामध्ये सहज बदल करता येणार नाही, असे त्याचे स्वरूप असावे. तोंडी दिलेले वचन ही वचनचिठ्ठी ठरत नाही.

(२) पैसे देण्याचे वचन – वचनचिठ्ठीमध्ये पैसे घेण्याचे वचन असावे.

मजकुरामध्ये शब्दरचना कोणतीही चालेल मात्र त्यातून 'वचन देतो' असा आशय स्पष्टपणे व्यक्त व्हायला हवा.

चलनी नोटेमध्ये वाहकाला मागताक्षणीच विशिष्ट रक्कम देण्याचे शासनाकडून वचन देण्यात आलेले असते, त्यामुळे चलनी नोट ही वाहक वचनचिठ्ठी असते.

(३) विनाअट वचन – वचनचिठ्ठीतील वचन हे निश्चित स्वरूपाचे आणि विनाअट असावे. कोणत्याही अटीवर पैसे देण्याचे वचन असल्यास ती वचनचिठ्ठी अवैध ठरते. उदा. 'क्ष'चे लग्न झाल्यानंतर २ महिन्यांनी 'य'ला पैसे देण्याचे मी वचन देतो. यातील वचन हे बाहेरील एखाद्या होऊ शकणाऱ्या अगर न होऊ शकणाऱ्या घटनेवर आधारित असल्याने ती वचनचिठ्ठी चलनक्षम दस्तऐवज ठरत नाही.

(४) वचन देणाऱ्याची सही – वचन चिठ्ठीमध्ये वचनाखाली त्या वचनकर्त्याची म्हणजेच वचनचिठ्ठी लिहिणाऱ्याची स्वाक्षरी असावी, तरच त्या वचनचिठ्ठीला अधिकृतता व अर्थ प्राप्त होतो. वचनकर्त्याच्यावतीने त्याचा प्रतिनिधी वचनचिठ्ठी लिहीत असेल, तर त्या प्रतिनिधीने आपल्या सही व नावाशेजारी---'चा प्रतिनिधी', असा उल्लेख करावा. अन्यथा, त्याने वचन दिले असा अर्थ निघेल आणि पैसे द्यायची जबाबदारी त्याच्यावर येईल.

(५) निश्चित रक्कम – वचनचिठ्ठीत निश्चित रक्कम नमूद करण्यात यावी. 'मी अ ला सर्व बाकी रक्कम देण्याचे वचन देतो,' अशा प्रकारचा ढोबळ रकमेचा उल्लेख अवैध ठरतो. रक्कम ही अंकी व अक्षरी अशा दोन्ही स्वरूपात लिहिण्यात यावी.

रक्कम व्याजासहित द्यावयाची असल्याने एकूण देय रक्कम किती होईल हे वचनचिठ्ठी लिहिताना ठाऊक नसते. मात्र मूळ मुद्दलाची रक्कम निश्चित असल्याने ती नमूद करण्यात यावी.

(६) निश्चित वचनकर्ता – वचनचिठ्ठीतील पैसे देण्याचे वचन कोणी दिले आहे, हे निश्चित असावे. सही, नाव व पत्त्यावरून त्याच्या ओळखीचा बोध व्हावा. वचन देणारे दोन किंवा अधिक असतील तर त्या सर्वांच्या सह्या व नावे वचनचिठ्ठीवर असावेत. त्यांचे दायित्व संयुक्त व सामूहिक स्वरूपाचे राहते. त्यांपैकी कोणीतरी एकजण पैसे देईल, असे वचन असू शकत नाही.

(७) निश्चित आदाता – वचन कोणाला दिले आहे, तो निश्चित स्वरूपाचा असावा. त्याच्या नाव, पद, पत्त्यावरून त्याची ओळख निश्चित व्हावी. आदात्याचे नाव अगर पद लिहिताना काही चूक झाली असेल तरी सुद्धा ती वचनचिठ्ठी वैध ठरू शकते. मात्र, पुराव्यानिशी त्याची ओळख निश्चित करावी लागते. एखाद्या मृत

व्यक्तीचे नाव आदाता म्हणून (त्याच्या मृत्युविषयी कल्पना नसल्याने) नमूद करण्यात आले असेल, तर त्याच्या कायदेशीर प्रतिनिधीला त्या वचनचिठ्ठीतील रक्कम घेण्याचा अधिकार राहतो.

(८) केवळ पैसे देण्याचे वचन – वचनचिठ्ठीतील वचन हे केवळ पैसे देण्याचे वचन असावे. पैशाव्यतिरिक्त इतर वस्तू देण्याचे वचन असणारी वचनचिठ्ठी अवैध ठरते. उदा. 'मी 'अ'ला रु. ६०००/- रोख व रु. २००० चा माल देण्याचे वचन देतो' अथवा 'मी' 'अ'ला रु. ६००० किमतीचे रिलायन्स कंपनीचे भाग देण्याचे वचन देतो' ही वचने अवैध आहेत.

(९) मुद्रांक शुल्क – वचनचिठ्ठी कायदेशीरदृष्ट्या वैध होण्यासाठी भारतीय मुद्रांक शुल्क कायद्यानुसार तिचा मुद्रांक शुल्क (स्टॅम्प ड्युटी) भरावे लागते. यासाठी वचनचिठ्ठीवर योग्य त्या रकमेचा स्टॅम्प असावा लागतो व वचनकर्त्याने त्यावर स्वाक्षरी करून तो रद्द करावा लागतो. स्टॅम्प न लावलेली अगर अपुऱ्या रकमेचा स्टॅम्प लावलेली वचनचिठ्ठी न्यायालयात पुरावा म्हणून ग्राह्य धरली जाऊ शकत नाही.

(१०) इतर बाबी – वचनचिठ्ठीमधील क्रमांक, ठिकाण, तारीख, मोबदला इ. सारख्या नमूद करण्यात येत असल्या तरी त्या कायद्याने आवश्यक मानलेल्या नाहीत, तरीदेखील पुढील अडचणी, व्याप व कटुता टाळण्यासाठी हा सर्व तपशील व्यवस्थितरीत्या देणे केव्हाही सोईस्कर ठरते.

(ब) विनिमय पत्र

विनिमय पत्र – व्याख्या व अर्थ

चलनक्षम दस्तऐवज कायदा, १८८१ च्या कलम (५) अनुसार, "विनिमय पत्र म्हणजे असा एक लेखी दस्तऐवज असतो की, ज्यामध्ये एका विशिष्ट व्यक्तीला किंवा तो सांगेल त्याला अगर त्या दस्तऐवजाच्या वाहकाला एक विशिष्ट रक्कम देण्याचा विनाअट आदेश असतो आणि त्यावर तो आदेश देणाऱ्या व्यक्तीने स्वाक्षरी केलेली असते."

अशा प्रकारे विनिमय पत्र पत्र हा कर्जासंबंधीचा लेखी पुरावा असतो. तो पैसे देण्याचा आदेश असतो. असा आदेश ऋणको आपल्या धनकोला लेखी स्वरूपात देतो आणि धनको त्यावर स्वीकृतीदर्शक स्वाक्षरी करून पुन्हा ऋणकोकडे (आदेशकाकडे) किंवा ज्याला पैसे मिळणार असतील त्या व्यक्तीकडे पाठवितो.

विनिमय विपत्राचा नमुना

(अ) मुदत व आदेश विनिमय पत्र

<table>
<tr><td>
रु. ६०,०००/- १०२०, रविवार पेठ, पुणे - १६
तिकीट २३ मार्च, २०१३

वरील तारखेनंतर तीन महिन्यांनी श्री. सनी शहा यांना किंवा तो सांगेल त्याला रक्कम रुपये साठ हजार फक्त, मिळालेल्या किमतीच्या मोबदल्यात द्यावेत.

रोहित एंटरप्रायझेसकरिता
प्रति, सही - मेहूल विठलानी
श्री. सुमीत मेहता (भागीदार)
दादर (पश्चिम)
मुंबई
</td></tr>
</table>

(ब) मागणी व वाहक विनिमय पत्र

<table>
<tr><td>
रु. ५०,०००/- २२०, सदाशिव पेठ, पुणे-३०
तिकीट २४ मार्च, २०१३

मागणी करताक्षणीच श्री. सुंदरराज यांना रक्कम रुपये पन्नास हजार फक्त मिळालेल्या किमतीच्या मोबदल्यात द्यावेत.

संजय प्रभू
(सही)

प्रति,
श्री. वामनराव आव्हाड
८३२, डेक्कन जिमखाना,
पुणे - ४
</td></tr>
</table>

६.१.७ विनिमय पत्र संबंधित व्यक्ती :

(१) आदेशक : जी व्यक्ती विनिमय पत्र लिहून त्याद्वारे आदेश देते, तिला आदेशक असे म्हणतात.

(२) आदेशिती : ज्या व्यक्तीला आदेश (पैसे देण्याचा) दिलेला असतो, तिला आदेशिती असे म्हणतात. तो विनिमय पत्राला स्वीकृती देऊन त्यावर तशी संमतीदर्शक स्वाक्षरी करतो. त्यामुळे तो स्वीकारकर्ताही बनतो.

(३) आदाता : विनिमय पत्रामध्ये ज्या व्यक्तीचे नाव पैसे घेणारा म्हणून नमूद करण्यात आलेले असते, अगर ज्याला आदेशितीला पैसे द्यावेत असा आदेश देण्यात आलेला असतो, तिला आदाता असे म्हणतात.

(४) पृष्ठांकक — जेव्हा विनिमय पत्राचा धारक ते विनिमय पत्र हस्तांतरित करतो किंवा अन्य कोणालातरी ती पृष्ठांकित करतो, तेव्हा त्या धारकाला पृष्ठांकक असे म्हणतात.

(५) पृष्ठांकिती — ज्या व्यक्तीच्या नावे विनिमय पत्र पृष्ठांकित करण्यात येते, तिला पृष्ठांकिती असे म्हणतात.

(६) धारक — चलनक्षम दस्तऐवज स्वत:च्या नावाने ताब्यात ठेवण्याचा व त्याची रक्कम मिळण्याचा ज्या व्यक्तीला अधिकार असतो, तिला धारक असे म्हणतात. विनिमय पत्राच्या बाबतीत आदाता किंवा पृष्ठांकिती विनिमय पत्राचा धारक असतो. वाहक विनिमय पत्राच्या बाबतीत ज्या व्यक्तीकडे ते विनिमय पत्र जाते ती त्याचा धारक बनते.

विनिमय पत्राची वैशिष्ट्ये

(१) लेखी दस्तऐवज — विनिमय पत्र हे लेखी स्वरूपातच असायला हवे. लिहिण्याची पद्धत कोणतीही असली, तरी ज्यामध्ये सहज बदल करता येणार नाही, असे त्याचे स्वरूप असावे. तोंडी दिलेला आदेश हे विनिमय पत्र ठरत नाही.

(२) पैसे देण्याचा आदेश — विनिमय पत्रामध्ये पैसे देण्याचा आदेश असावा. ती विनंती अगर सूचना असू नये. विक्रेता जेव्हा खरेदीदाराला उधारीवर माल विकतो, त्यावेळी तो विनिमय पत्राद्वारे नजीकच्या भविष्यकाळात मालाचे पैसे चुकते करण्याचा स्पष्ट आदेश देऊ शकतो.

(३) विनाअट आदेश — विनिमय पत्रामध्ये पैसे देण्याविषयीचा आदेश हा कोणतीही अट न घालता दिलेला असावा. अटीवर आधारित आदेश हा त्या विनिमय पत्राची चलनक्षमता नष्ट करतो.

(४) आदेशकाची सही — विनिमय पत्रामध्ये आदेश देणाऱ्या आदेशकाची त्या आदेशाखाली सही असावी. सहीमुळे विनिमय पत्राला कायदेशीर अस्तित्व व अधिकृतता प्राप्त होते.

(५) निश्चित रक्कम – विनिमय पत्रात निश्चित रक्कम अंकी व अक्षरी नमूद करण्यात आलेली असावी.

(६) निश्चित आदेशक – विनिमय पत्रातील पैसे देण्याचा आदेश कोणी दिला आहे, हे निश्चित असावे. सही, नाव व पत्त्यावरून त्याच्या ओळखीचा बोध व्हावा.

(७) निश्चित आदेशिकी – पैसे देण्याचा आदेश एका निश्चित व्यक्तीला देण्यात आलेला असावा. आदात्याला विनिमय पत्र सादर करणे सोयीचे जाण्यासाठी आदेशितीची निश्चितता असावी.

(८) निश्चित आदाता – विनिमय पत्राची रक्कम निश्चित व्यक्तीला अगर तो सांगेल त्याला देय असावी.

(९) केवळ पैसे देण्याचा आदेश – विनिमय पत्रातील आदेश हा केवळ पैसे देण्याचा आदेश असावा. पैशाव्यतिरिक्त इतर वस्तू देण्याचा आदेश देणारे विनिमय पत्र हे अवैध ठरते.

(१०) मुद्रांक शुल्क – विनिमय पत्रांवर योग्य त्या रकमेचा स्टॅम्प लावणे गरजेचे असते. भारतीय स्टॅम्प कायद्यानुसार मागणी विनिमय पत्र वगळता इतर विनिमय पत्रांवर स्टॅम्प लावला नसल्यास ती कायदेशीरदृष्ट्या अवैध ठरते.

खालील तक्त्यावरून विनिमय पत्रांचे विविध प्रकार लक्षात येतात.

विनिमय पत्राचे प्रकार

१	२	३	४	५	६
(१) देशी	(१) आयात	(१) व्यापार	(१) मुदत	(१) कागदपत्रे-रहित	(१) आभासी
(२) विदेशी	(२) निर्यात	(२) परस्पर साहाय्य	(२) मागणी	(२) कागदपत्रां-सहित	(२) सशर्त

(i) देशी व परकीय विनिमय पत्रे

१. देशी विनिमय पत्र – भारतीय चलनक्षम दस्तऐवज कायदा, १८८१ कलम (११) अनुसार कोणताही चलनक्षम दस्तऐवज जर भारतामध्ये काढला किंवा तयार केला असेल, अगर कोणत्याही भारतीय नागरिकावर काढण्यात आला असेल तर तो देशी दस्तऐवज समजण्यात यावा.

त्यामुळे जे विनिमय पत्र भारतात काढण्यात येऊन भारतात देय असते, तसेच

जे कोणत्याही भारतीय नागरिकावर काढण्यात येते, त्याला देशी विनिमयपत्र असे म्हणतात. देशी विनिमयपत्र परदेशात पृष्ठांकित केले जाऊ शकते अगर ते परदेशात देय राहू शकते.

२. परकीय विनिमय पत्र – जे विनिमयपत्र भारतात काढण्यात किंवा तयार करण्यात येते. तसेच जे भारतात काढण्यात येऊन कोणत्याही परदेशी नागरिकावर अगर परदेशात देय असते, तिला परकीय विनिमय पत्र म्हणतात.

देशी विनिमयपत्राचा अनादर झाल्यास त्याचे निषेधन/प्रतिसाक्षन (Protesting) नाही केले तरी चालते. मात्र, परकीय विनिमय पत्राचा अनादर झाल्यास, त्या देशाच्या कायद्याप्रमाणे गरजेचे असल्यास त्याचे ही प्रोटेस्टिंग करावे लागते.

परकीय विनिमय पत्रे दोन किंवा तीन प्रतीत काढले जाऊन त्यांना क्रमांक व संदर्भ दिले जातात. उदा. मूळ प्रत, पहिली प्रत, दुसरी प्रत, इ. कारण ही पत्रे दूर अंतरावर पाठवायची असल्याने ती गहाळ होण्याचा संभव असतो.

(ii) आयात-निर्यात विनिमय पत्रे

आयात-निर्यात व्यापारात अशी विनिमय पत्रे तयार करण्यात येतात.

१. आयात विनिमय पत्र – परदेशातील निर्यातदाराने भारतातील आयातदारावर काढलेल्या विनिमय पत्राला आयात विनिमय पत्र असे म्हणतात.

२. निर्यात विनिमय पत्र – भारतातील निर्यातदाराने परदेशातील आयातदारावर काढलेल्या विनिमयपत्राला निर्यात विनिमय पत्र असे म्हणतात.

(iii) व्यापार व परस्पर साहाय्य विनिमय पत्रे

१. व्यापार विनिमयपत्र – उधारीच्या खरेदी-विक्री व्यवहारात विक्रेत्याने खरेदीदारावर काढलेल्या विनिमय पत्रास व्यापार विनिमय पत्र असे म्हणतात. व्यापार व्यवहारात योग्य त्या मोबदल्यासाठी व्यापार विनिमयपत्र काढले जाते, स्वीकारले जाते अगर पृष्ठांकित केले जाते. पैसे कर्जाऊ देण्याच्या व्यवहारातही असे विनिमय पत्र काढले जाऊ शकते.

२. परस्पर साहाय्य विनिमय पत्र – कोणताही व्यापारी अगर आर्थिक व्यवहार झालेला नसताना जे विनिमय पत्र कोणत्याही मोबदल्याशिवाय काढले जाते अथवा पृष्ठांकित केले जाते, त्याला परस्पर साहाय्य विनिमयपत्र असे म्हणतात. व्यावसायिक सहकाऱ्यास मदत करण्याच्या हेतूने अशी विनिमय पत्रे काढली जातात. यामध्ये विनिमयपत्राचा आदेशिती त्या पत्रात आपले नाव देऊन

कोणत्याही मोबदल्याशिवाय त्याचा स्वीकार करतो, जेणेकरून त्या पत्राच्या आधारे आदेशकाला इतर ठिकाणांहून कर्ज मिळू शकते.

चलनक्षम दस्तऐवज कायद्याच्या कलम ४३ नुसार जर परस्पर साहाय्य विनिमयपत्राच्या आदेशितीला (स्वीकारकर्त्याला) त्याचे पैसे (प्रत्यक्षात देणे नसताना) द्यायला लावले गेले तर तो स्वीकारकर्ता त्या विनिमयपत्राच्या आदेशकाकडून ती रक्कम वसूल करून घेऊ शकतो.

(iv) मुदत व मागणी विनिमयपत्रे

विनिमय पत्राचे प्रदान केव्हा करायचे याच्या आधारे हे वर्गीकरण केले जाते.

१. मुदत विनिमय पत्र – ज्या विनिमय पत्राचे पैसे विशिष्ट कालावधीनंतर अगर विशिष्ट तारखेला द्यावयाचे असतात त्याला मुदत विनिमय पत्र असे म्हणतात. विशिष्ट कालावधीनंतर देय असलेल्या विनिमय पत्राच्या परिपक्वतेची तारीख ते पत्र स्वीकृतीसाठी सादर केलेल्या तारखेपासून मोजतात, तर विशिष्ट तारखेनंतर देय असलेल्या विनमय पत्राच्या परिपक्वतेची तारीख त्या पत्रावर नमूद केलेल्या तारखेपासून मोजतात.

कलम २२ अनुसार मुदत विनिमय पत्राची परिपक्वतेची तारीख काढतानाच्या कालावधीत तीन दिवस अधिक मिळविले जातात. त्यांना 'सवलतीचे दिवस' असे संबोधण्यात येते.

२. मागणी विनिमय पत्र – ज्या विनिमय पत्राची रक्कम मागणी करताक्षणीच अदा करावी लागते, त्यास मागणी विनिमय पत्र असे म्हणतात. या विनिमय पत्रात प्रदानाचा कालावधी अगर तारीख नमूद केलेली नसते. या विनिमयपत्राचे प्रदान ते आदेशितीला सादर करताक्षणी अगर त्याने ते पाहताक्षणीच करावे लागते.

(v) कागदपत्रेरहित व कागदपत्रांसहित विनिमय पत्रे

१. कागदपत्रेरहित विनिमय पत्र – जेव्हा विनिमयपत्राला कोणतेही कागदपत्र जोडलेले नसते तेव्हा त्याला कागदपत्रेरहित अथवा 'स्वच्छ विनिमय पत्र' असे म्हणतात.

२. कागदपत्रांसहित विनिमय पत्र – जेव्हा विनिमयपत्राला मालाच्या मालकी हक्कासंबंधीची कागदपत्रे जोडण्यात येतात, तेव्हा त्याला कागदपत्रांसहित विनिमयपत्र असे म्हणतात.

विनिमयपत्र, बँकेकडे वठविण्यासाठी सादर करताना त्या पत्राचा आदेशक किंवा आदाता त्या पत्राला पुढीलप्रमाणे कागदपत्रे जोडतो.

(i) देशी व्यापार - रेल्वे रिसिट

(ii) विदेशी व्यापार - बिल ऑफ लॅडिंग, विमा पॉलिसी, बिल इ.

कागदपत्रांसहित विनिमय पत्राचे पुढील दोन उपप्रकार पडतात.

(i) **स्वीकारासाठी आवश्यक कागदपत्रे** - ज्या वेळी आयातदार त्याच्यावर काढलेल्या विनिमय पत्राला स्वीकृती देतो, तेव्हा त्याला त्या पत्राला जोडलेली कागदपत्रे देण्यात येतात. स्वीकृतीमुळे त्या कागदपत्रांसहित विनिमय पत्राचे स्वच्छ विनिमय पत्रात रूपांतर होते.

(ii) **प्रदानासाठी आवश्यक कागदपत्रे** - या प्रकारात आयातदाराने त्या विनिमयपत्राचे प्रदान केल्यानंतरच त्याला त्या पत्रासोबतची कागदपत्रे देण्यात येतात.

वठवलेली विनिमयपत्रे बँकेच्या ताब्यात असतात. त्या पत्रांच्या देय तारखांना ही पत्रे बँक आदात्यांकडे पाठविते. त्या पत्रांची स्वीकृती व प्रदान यानुसार त्यांचे वरील दोन प्रकार पडतात.

(vi) आभासी व सशर्त विनिमय पत्रे

१. आभासी विनिमय पत्रे – ज्या वेळी विनिमय पत्राचा आदेशक किंवा आदाता किंवा हे दोघेही आभासी असतात, तेव्हा त्या विनिमय पत्राला 'आभासी' किंवा 'काल्पनिक विनिमयपत्र' असे म्हणतात.

जेव्हा विनिमयपत्राचा आदेशक हा काल्पनिक असतो. मात्र, त्याचा स्वीकारकर्ता हा खरा असतो, त्यावेळी अशा विनिमय पत्राचा सध्याचा धारक हा त्याच्या प्रदानाचा आग्रह धरू शकतो. मात्र, त्या पत्राचे पहिले पृष्ठांकन आणि काल्पनिक आदेशकाची सही ही एकाच हस्ताक्षरातील असावेत.

जेव्हा आदेशक आणि आदाता ही एकच व्यक्ती असेल तर ते विनिमयपत्र आभासी असले तरी त्याचे प्रदान करण्यात येते. जेव्हा आदाता अस्तित्वात नसतो, तेव्हा ते विनिमयपत्र आभासी असते.

२. सशर्त विनिमय पत्र – "विशिष्ट अट पूर्ण केल्यावरच जे विनिमयपत्र देय असते, त्याला सशर्त विनिमयपत्र असे म्हणतात."

विशिष्ट घटना घडल्याशिवाय अगर अट पूर्ण केल्याशिवाय विनिमयपत्राशी संबंधितपक्षाचे दायित्व सुरू होत नाही अशी विनिमय पत्रे काही खास हेतूंसाठी सुद्धा उदा. आनुषंगिक तारण म्हणून देण्यात येते. असे विनिमयपत्र देय होण्याअगोदर त्यातील हेतू पूर्ण व्हावा लागतो.

विनिमय पत्र व वचनचिठ्ठी यांतील फरक

अनु. क्र.	मुद्दा	विनिमय पत्र	वचनचिठ्ठी
१.	संबंधित पक्ष	विनिमय पत्राशी संबंधित तीन पक्ष असतात. -आदेशक, आदेशिती व आदाता. यांपैकी आदेशक व आदाता एकच व्यक्ती असू शकते. त्यामुळे विपत्र आदेशकाला देय असू शकते.	वचनचिठ्ठीशी संबंधित दोन पक्ष असतात- वचनचिठ्ठी कर्ता/लिहिणारा (धनको) व आदाता (ऋणको) वचनचिठ्ठी कधीही वचनकर्त्याला देय असू शकत नाही.
२.	विनाअट आदेश/वचन	विनिमय पत्रात आदाता किंवा तो सांगेल त्याला विनाअट पैसे देण्याचा आदेश आदेशकाकडून आदेशितीला देण्यात येतो.	वचनचिठ्ठी लिहिणारा आदात्याला किंवा तो सांगेल त्याला विनाअट पैसे देण्याचे वचन देतो.
३.	वाहकाला देय	मुदत विनिमयपत्र हे वाहकाला देय असू शकते.	वचनचिठ्ठी ही कधीही वाहकाला देय असू शकत नाही.
४.	पूर्व स्वीकृतीची गरज	दाखवताक्षणीच देय असलेल्या विनिमयपत्राला आदेशिती किंवा त्याच्या-वतीने कोणीतरी पूर्व स्वीकृती देणे गरजेचे असते.	वचनचिठ्ठी प्रदानासाठी सादर करण्याअगोदर त्याला वचनकर्त्याच्या (वचन देणाऱ्याच्या) स्वीकृतीची गरज नसते. कारण दायित्व त्याच्याकडेच असते.
५.	दायित्व	विनिमय पत्राच्या बाबतीत आदेशितीचे दायित्व प्राथमिक असते, तर आदेशकाचे दायित्व दुय्यम व सशर्त असते.	वचनचिठ्ठीच्या बाबतीत वचन देणाऱ्या वचनकर्त्याचे दायित्व प्राथमिक असते.

अनु. क्र.	मुद्दा	विनिमय पत्र	वचनचिठ्ठी
६.	सशर्तता	विनिमयपत्र कधीही सशर्त काढले जाऊ शकत नाही. मात्र धारकाच्या संमतीने त्याची स्वीकृती सशर्त असू शकते.	वचनचिठ्ठी कधीही सशर्त असू शकत नाही.
७.	संबंध	स्वीकृत विनिमयपत्राच्या आदेशकाचा आदात्याशी नव्हे, तर आदेशितीशी जवळचा संबंध असतो.	वचनचिठ्ठी लिहिणाऱ्या वचनकर्त्याचा आदात्याशी जवळचा संबंध असतो.
८.	अनादराची सूचना व नोंदणी	जेव्हा विनिमय पत्राचा अनादर होतो, तेव्हा त्याच्या धारकाने संबंधित पक्षांना सूचना द्यावी लागते. त्याची नोटरीकडे नोंदणी करावी लागते.	वचनचिठ्ठीच्या अनादराची सूचना देण्याची आवश्यकता भासत नाही. तसेच त्याची नोटरीकडे नोंदणीही करावी लागत नाही.
९.	अनादराचा निषेध (प्रतिसाक्षन)	अनादरीत विदेशी विनिमय-पत्राची अनादराच्या पुराव्यासाठी नोंदणी तसेच निषेधनही करावे लागते.	वचनचिठ्ठीच्या बाबतीत या औपचारिकतेची गरज नसते.
१०.	प्रतींची संख्या	विनिमयपत्र विशेषत: विदेशी हुंडी ही तीन प्रतीत काढली जाते.	विदेशी वचनचिठ्ठी केवळ एकाच प्रतीत लिहिली जाते.
११.	तिकीट (मुद्रांक शुल्क)	मागणी विनिमय पत्रावर मुद्रांक शुल्क (स्टॅम्प ड्युटीची) गरज नसते.	मागणी वचनचिठ्ठीसाठी मुद्रांक शुल्काची गरज असते.

(क) धनादेश

धनादेश : व्याख्या व अर्थ

चलनक्षम दस्तऐवज कायदा, १८८१ कलम (५) अनुसार 'धनादेश म्हणजे त्यात ज्याचे नाव लिहिले आहे त्याला अगर तो सांगेल त्याला किंवा धनादेश घेऊन येणाऱ्या व्यक्तीला त्याने मागणी केल्यावर विशिष्ट रक्कम द्यावी अशी खातेदाराने आपल्या बँकेला केलेली लेखी, बिनशर्त आज्ञा होय.'

याच कायद्याच्या कलम (६) नुसार 'धनादेश ही विशिष्ट बँकेवर काढलेली हुंडी (विनिमय पत्र) असते आणि मागणी केल्याशिवाय त्याचे पैसे देय असतात.'

आधुनिक काळात दुसऱ्यांची देणी रोख रकमेत देण्याऐवजी धनादेशाद्वारे देणे अधिक रूढ झाले आहे, कारण ते सुरक्षित असते आणि त्याचा पुरावासुद्धा आपल्याजवळ राहतो. धनादेशाच्या माध्यमातून पैसे स्वीकरताही येतात.

चालू खाते, बचत खाते, रोख पत व तत्सम खात्यांवर धनादेशाची सुविधा उपलब्ध करून दिली जाते. खातेदाराने लेखी अर्ज केल्यास त्याला धनादेश पुस्तिका दिली जाते. खात्यातून पैसे काढण्यासाठी तसेच व्यवहारातील देणी भागविण्यासाठी धनादेशाचा वापर केला जातो.

धनादेशाचा नमुना

बँक ऑफ बडोदा

कर्वे रोड पुणे शाखा, पुणे - ४११००४ दिनांक - ....

बचत ठेव खाते क्र. ....

श्री. .... यांस अगर घेऊन येणाऱ्यास/ ते सांगतील त्यास

रक्कम रुपये .... रु.

....द्यावेत.

(खातेदाराची सही)

"४९३८०३" ४११०१२००७

धनादेशाची वैशिष्ट्ये

(१) लेखी दस्तऐवज : बँकेने पुरविलेल्या छापील धनादेश पत्रावर धनादेश लिहिला जातो. तो पेनने लिहिला, टंकलेखीत केला अथवा छापील स्वरूपात असला तरी चालतो.

(२) बिनशर्त आदेश : धनादेश हा खातेदाराने त्याच्या बँकेला दिलेला आदेश असतो. ती विनंती नसते. या आदेशामध्ये कोणतीही अट घातलेली नसते. अन्यथा तो धनादेश अवैध ठरतो. योग्यप्रकारे लिहिलेल्या, सादर केलेल्या प्रत्येक धनादेशाचा आदर बँकेने करावाच लागतो.

(३) खातेदाराचा आदेश : धनादेशाद्वारे बँकेला आदेश हा केवळ त्या बँकेचा खातेदारच देऊ शकतो. खातेदार नसलेली व्यक्ती बँकेवर धनादेश काढू शकत नाही. धनादेश काढण्यासाठी खात्यात तेवढी पुरेशी रक्कम शिल्लक असावी लागते. किमान शिल्लक रक्कम खात्यात कायमपणे ठेवणाऱ्या खातेदाराला त्याने मागणी केल्यावर धनादेश पुस्तिका देऊ शकते.

(४) विशिष्ट रक्कम देण्याचा आदेश : धनादेश हा बँकेला विशिष्ट रक्कम देण्याविषयीचा आदेश असतो. ही रक्कम अंकी व अक्षरी अशा दोन्ही स्वरूपात धनादेशावर नमूद करावी लागते.

(५) विशिष्ट बँक : धनादेश हा विशिष्ट बँकेवर म्हणजे ज्या बँकेने तो दिलेला असतो, त्यावरच काढला जातो. त्या बँकेत त्या खातेदाराचे किमान शिल्लक रकमेसहित खाते असावे लागते. प्रत्येक धनादेशावर बँकेचे नाव, शाखा व पत्ता तसेच विशिष्ट सहा अंकी क्रमांक छापलेला असतो.

(६) मागताक्षणीच प्रदान : धनादेशावर तसे लिहिले नसले तरी बँकेकडे मागणी करताक्षणीच बँकेने त्याचे प्रदान करायला हवे. त्यामुळे खातेदारांचा बँकेवरील विश्वास अधिक दृढ होतो.

(७) आदेशकाची सही : धनादेशावर आदेशकाची अर्थात त्या बँकेच्या खातेदाराची सही व खाते क्रमांक लिहिलेला असलाच पाहिजे, त्यावरून तो धनादेश कोणी काढला हे लक्षात येते.

(८) स्पष्ट तारीख : धनादेशावर तारीख स्पष्टपणे नमूद करण्यात यावी. तारखेवरून दिवस, महिना व वर्ष यांचा तपशील लक्षात येतो. तारखेवर तो धनादेश योग्य मुदतीतील आहे, शिळा आहे की उत्तर दिनांकित आहे, हे समजते.

(अ) शिळा धनादेश : धनादेश काढलेल्या तारखेपासून तो पुढे तीन महिने

चालतो. त्यानंतर तो कायद्याने अवैध ठरविल्याने वठविला जात नाही, त्याला शिळा किंवा कालबाह्य धनादेश म्हणतात.

(ब) उत्तर दिनांकित धनादेश : बँकेकडे वठविण्यासाठी धनादेश ज्या तारखेला दिला असेल, त्या पुढची तारीख जर त्या धनादेशावर असेल तर त्याला उत्तरदिनांकित धनादेश असे म्हणतात. अशा धनादेशाचे प्रदान करण्यास बँक नकार देते आणि धनादेशावरील तारखेच्या दिवशी तो सादर करण्यास सांगते.

(९) धनादेशाशी संबंधित व्यक्ती

(अ) आदेशक : जो व्यक्ती धनादेश काढतो, त्याला आदेशक असे म्हणतात. तो बँकेचा खातेदार असतो. बँकेने त्याला धनादेश पुस्तिका दिलेली असते. गरजेनुसार दुसऱ्यांची देणी भागविण्यासाठी अगर खात्यातून पैसे काढण्यासाठी तो पैसे देण्याविषयी बँकेला आज्ञा देतो.

(ब) आदेशिती : पैसे देण्याचा आदेश ज्या बँकेला दिला जातो तिला आदेशिती असे म्हणतात. आदेशकाने धनादेश काढल्यावर आदेशक अगर आदात्याने मागताक्षणीच बँकेने योग्य ती दक्षता घेऊन, धनादेश तपासून त्याचे पैसे द्यावे लागतात.

(क) आदाता : ज्या व्यक्तीला धनादेशाचे पैसे मिळणार असतात, त्या व्यक्तीला आदाता असे म्हणतात. त्याचे नाव धनादेशात नमूद केलेले असते. काही वेळेस आदेशकाला स्वतःसाठीच पैसे हवे असल्यास तोच आदाता बनतो, अशा वेळी तो धनादेशात 'स्वतःला पैसे द्या' (self) असे लिहितो. आदात्याने धनादेशावरील तारखेनंतर तीन महिन्यांच्या आत तो धनादेश बँकेला सादर करावा लागतो.

(१०) तपशिलातील बदल : काही कारणांमुळे धनादेशावर लिहिलेल्या एखाद्या तपशिलात बदल करावयाचा झाल्यास असा बदल तो बदल केवळ आदेशकच करू शकतो अगर त्याच्या संमतीनेच करावा लागतो. दिनांक, रक्कम, नाव, आदेश, रेखांकन इत्यादींमध्ये बदल केले जाऊ शकतात. चुकीचा शब्द अगर रक्कम खोडून तेथे हवा असलेला तपशील लिहावा लागतो व त्या शेजारी आदेशकाने संमतीदर्शक स्वाक्षरी करावी लागते.

विनिमय पत्र व धनादेश यांतील फरक

अनु. क्र.	मुद्दा	विनिमय पत्र	धनादेश
१.	व्याख्या	"विनिमय पत्र म्हणजे असा एक लेखी दस्तऐवज असतो की, ज्यामध्ये एका विशिष्ट व्यक्तीला किंवा ती सांगेल त्याला अगर त्या दस्तऐवजाच्या वाहकाला एक विशिष्ट रक्कम विनाअट देण्याचा आदेश असतो आणि त्यावर आदेशकाने सही केलेली असते."	"धनादेश म्हणजे त्यात ज्याचे नाव लिहिले आहे त्याला अगर तो सांगेल त्याला किंवा धनादेश घेऊन येणाऱ्या व्यक्तीला पैसे द्यावेत अशा बँकेच्या खातेदाराने त्या बँकेला केलेली लेखी, बिनशर्त आज्ञा होय."
२.	आदेशिती	विनिमय पत्राच्या बाबतीत आदेशिती ही कोणीही व्यक्ती असू शकते.	धनादेशाची आदेशिती ही नेहमी बँक असते.
३.	स्वीकृती	विनिमय पत्रावर आदेशितीच्या स्वीकृतीदर्शक स्वाक्षरीची गरज असते.	धनादेशाला बँकेच्या स्वीकृतीची गरज नसते.
४.	सवलतीचे दिवस	मुदत विनिमय पत्राच्या बाबतीत मुदतीनंतर पैसे देण्यासाठी आदेशितीला सवलतीचे आणखी तीन दिवस दिले जातात.	धनादेशाचे पैसे बँकेकडे मागणी करताच दिले जातात. बँकेला सवलतीचे दिवस दिले जात नाहीत.

५.	अनादराची सूचना	विनिमयपत्राचा अनादर झाल्यास त्या विनिमयपत्राच्या प्रदानासाठी जबाबदार असणाऱ्या सर्व संबंधित पक्षांना अनादराची सूचना द्यावी लागते.	बँकेने धनादेशाचा अनादर केल्यास अशी अनादराची सूचना देण्याची गरज नसते.
६.	रेखांकन	विनिमयपत्राचे रेखांकन कधीही केले जात नाही.	धनादेशाचे पैसे काऊंटरवर न देता ते आदात्याच्या खात्यावरच जमा होण्याच्या उद्देशाने, सुरक्षिततेसाठी त्या धनादेशावर रेखांकन केले जाते.
७.	मुद्रांक (तिकीट)	विनिमयपत्रावर योग्य त्या रकमेचा मुद्रांक (तिकीट) लावणे कायद्याने बंधनकारक असते.	धनादेशावर मुद्रांक (तिकीट) लावण्याची गरज नसते.
८.	अधिटिप्पण व प्रतिसाक्षन	अनादरीत विनिमय पत्राचे नोटरीकडे अधिटिप्पण व प्रतिसाक्षन (नोटिंग व प्रोटेस्टिंग) करणे गरजेचे असते.	अनादरीत धनादेशाचे अधिटिप्पण व प्रतिसाक्षन करीत नाहीत.
९.	वाहकास देय	मागणी विनिमय पत्र हे कधीही वाहकाला किंवा धारकाला देय नसते.	धनादेश हा नेहमी वाहकाने किंवा धारकाने मागणी करता क्षणीच त्याला देय असतो.

६.२ धनादेशाचे प्रकार

(१) वाहक धनादेश :

"ज्या धनादेशाची रक्कम त्या धनादेशाच्या वाहकाला मिळते, त्याला वाहक धनादेश असे म्हणतात." धनादेशात आदात्याच्या नावापुढे किंवा वाहकास पैसे द्या' असा मजकूर असेल तर तो वाहक धनादेश असतो. वाहक धनादेशाचा कायदेशीर ताबा ज्या व्यक्तीकडे असेल ती व्यक्ती तो धनादेश बँकेला सादर करून त्याची रक्कम मिळवू शकते. रक्कम मिळाल्याचा पुरावा म्हणून त्याला त्या धनादेशाच्या पाठीमागे फक्त स्वाक्षरी करावी लागते.

वाहक धनादेशाचा नमुना पुढीलप्रमाणे

दिनांक ....

श्री. रमेश वैद्य ....

.... किंवा वाहकास

रुपये पन्नास हजार फक्त ....

....द्यावेत. | रु. ५०,०००/-

खाता सं.
०५१६१०३१००००११८

बँक ऑफ इंडिया
पाषाण रोड शाखा
पुणे, महाराष्ट्र-४११००८

अबक
(खातेदाराची सही)

"०४३२०८" ४११०१३०२१ : ०१४२४५ १०

वाहक धनादेशाची इतर वैशिष्ट्ये खालीलप्रमाणे असतात:-

(i) वाहक धनादेश सहज हस्तांतरणीय असतो. केवळ दुसऱ्या व्यक्तीकडे देऊन त्याचे हस्तांतरण पूर्ण होते. वाहकाचे बँकेत खाते असण्याची गरज नसते. वाहक धनादेश कितीही वेळा हस्तांतरित होऊ शकतो. मात्र, जो शेवटचा वाहक रक्कम मिळण्यासाठी तो धनादेश बँकेत सादर करतो, त्याला त्या धनादेशाच्या पाठीमागे स्वाक्षरी करावी लागते.

(ii) वाहक धनादेशाच्या हस्तांतरणासाठी पृष्ठांकनाची गरज नसते, केवळ दुसऱ्याच्या ताब्यात देऊन हस्तांतरण करता येते.

(iii) वाहक धनादेशाची रक्कम लहान असल्यास, बँक वाहकाची ओळख

विचारत नाही; मात्र रक्कम मोठी असल्यास त्याच्या ओळखीबाबत विचारू शकते.

(iv) वाहक धनादेशावर आदात्याचे नाव लिहिण्याची सक्ती नसते किंवा आदात्याचे नाव काल्पनिक टाकू शकले जाते. त्याचे नमुने पुढीलप्रमाणे :

(अ) श्री. रमेश वैद्य किंवा वाहकास पैसे द्या.

(ब) श्री. रमेश वैद्य किंवा वाहकास किंवा .... ला पैसे द्या.

(क) श्री. चकोर वैद्य (काल्पनिक नाव) किंवा वाहकास पैसे द्या.

(ड) श्री. .... किंवा वाहकास पैसे द्या.

(v) वाहक धनादेश व्यवस्थित ठेवणे गरजेचे असते, कारण तो हरविल्यास अगर चोरी झाल्यास ज्या व्यक्तीला तो मिळेल ती व्यक्ती तो धनादेश बँकेत सादर करून रक्कम मिळवू शकते. यासाठी धनादेश गहाळ झाल्याबरोबर त्वरित संबंधित बँकेला त्या धनादेशाचा तपशील देऊन त्याचे प्रदान न करण्याची (Stop Payment) विनंती करावी लागते.

(२) आदेश धनादेश

"ज्या धनादेशाची रक्कम विशिष्ट व्यक्तीलाच द्यावी, असा बँकेला आदेश देण्यात येतो. त्या धनादेशाला आदेश धनादेश असे म्हणतात.'' आदेश धनादेशात वाहक या शब्दाऐवजी आदेश (तो सांगेल त्याला) हा शब्द ठेवण्यात येतो. धनादेशाची रक्कम विशिष्ट व्यक्तीलाच देय होण्यासाठी आदेश धनादेश सोयीचा ठरतो. धनादेशातील वाहक किंवा आदेश हे दोन्ही शब्द काढून आदात्याच्या नावापुढे 'फक्त' हा शब्द लिहिला तरी देखील तो आदेश धनादेश होतो. फक्त या शब्दामुळे त्याची चलनक्षमता अथवा हस्तांतरणीयता नष्ट होते.

आदेश धनादेशाचे हस्तांतरण पृष्ठांकन करून करता येते. पृष्ठांकन याचा अर्थ, 'चलनक्षम दस्तऐवजाच्या धारकाने ज्याला तो दस्तऐवज द्यायचा असेल त्याचे नाव त्या दस्तऐवजाच्या पाठीमागे लिहून त्याखाली आपली स्वाक्षरी करणे होय.'' पृष्ठांकनामुळे आदेश धनादेश एका व्यक्तीकडून दुसऱ्या व्यक्तीच्या ताब्यात जातो. पृष्ठांकन कितीही वेळा करता येते.

आदेश धनादेशाचा नमुना पुढीलप्रमाणे

Payable at par at all CBS Branches

दिनांक ....

.... या धारक/वाहक को

रुपये ....

.... अदा करे रु.

खा. सं.   SB

सेंट्रल बँक ऑफ इंडिया
फर्ग्युसन कॉलेज, पुणे-411004   IFS CODE CBIN0281019

"294501" 411016013 : 10

आदेश धनादेशाची इतर वैशिष्ट्ये खालीलप्रमाणे असतात:-

(i) आदेश धनादेशामध्ये आदात्याचे नाव लिहिणे गरजेचे असते.

(ii) आदेश धनादेशाचे हस्तांतरण तो केवळ दुसऱ्याच्या ताब्यात देऊन करता येत नाही. त्यासाठी आदात्याने किंवा धारकाने पृष्ठांकन करावे लागते.

(iii) आदेश धनादेश हा वाहक धनादेशाच्या तुलनेत अधिक सुरक्षित असतो, कारण आदेश धनादेशाचे पैसे प्रदान करताना ज्या व्यक्तीच्या नावे आदेश देण्यात आला असेल त्या व्यक्तीची बँक ओळख पटवून मगच पैसे देते.

(iv) आदेश धनादेशातील मजकुराचे नमुने पुढीलप्रमाणे :-

(अ) श्री. रमेश वैद्य किंवा आदेशास पैसे द्या.

(ब) श्री. रमेश वैद्य किंवा आदेशास (ते सांगतील त्याला) पैसे द्या.

(क) श्री. रमेश वैद्य यांनाच केवळ पैसे द्या.

(ड) सुमंगल ट्रेडिंग कंपनी किंवा आदेशास पैसे द्या.

वाहक धनादेश आणि आदेश धनादेश यांतील फरक

अनु. क्र.	मुद्दा	वाहक धनादेश	आदेश धनादेश
१.	व्याख्या	"ज्या धनादेशाचे पैसे तो धारण करणाऱ्या व बँकेस सादर करणाऱ्या	"ज्या धनादेशाचे पैसे त्या धनादेशात ज्याचे नाव लिहिले आहे त्यालाच

चलनक्षम दस्तऐवज / १६९

		कोणालाही दिले जातात, त्याला वाहक किंवा धारक धनादेश असे म्हणतात.''	मिळतात. त्याला आदेश धनादेश असे म्हणतात.''
२.	वाहकता	हा धनादेश मुळातच वाहक असतो.	आदेश धनादेशावर कोरे पृष्ठांकन केल्याने त्याचे वाहक धनादेशात रूपांतर होते.
३.	हस्तांतर	या धनादेशाचे हस्तांतर करण्यासाठी पृष्ठांकनाची आवश्यकता नसते.	आदेश धनादेशाचे हस्तांतर करण्यासाठी त्यावर पृष्ठांकनाची आवश्यकता असते.
४.	ओळख	या धनादेशाचे प्रदान करताना बँक आदात्याच्या ओळखीविषयी खात्री करत नाही.	या धनादेशाचे प्रदान करताना बँक आदात्याच्या ओळखीची खात्री करून मगच त्याला पैसे देते.
५.	उपयोग	बँकेकडून त्वरित पैसे मिळण्यासाठी वाहक धनादेश उपयोगी पडतो.	जेव्हा एखाद्या विशिष्ट व्यक्तीलाच धनादेशाचे पैसे मिळावेत अशी अपेक्षा असते, तेव्हा आदेश धनादेश उपयोगी पडतो.

(३) रेखांकित धनादेश

ज्या धनादेशावर रेखांकन करण्यात येते, त्याला रेखांकित धनादेश असे म्हणतात. रेखांकन याचा अर्थ धनादेशाच्या वरच्या बाजूस डाव्या कोपऱ्यात दोन तिरप्या समांतर रेषा काढणे होय. रेखांकनामुळे धनादेशाला सुरक्षितता प्राप्त होते; कारण रेखांकित धनादेशाची रक्कम ग्राहकाला रोख स्वरूपात न मिळता त्याच्या खात्यात जमा केली जाते. पैसे काढण्याच्या (withdrawal) स्लीपने अगर धनादेशाच्या साहाय्याने खातेदार खात्यातील रक्कम काढू शकतो. रेखांकित धनादेश गहाळ झाल्यास ज्याला तो मिळतो त्याला पैसे मिळू शकत नाहीत, कारण धनादेशाची रक्कम वाहकाला न मिळता, ज्याचे नाव धनादेशात नमूद केलेले आहे, त्याच्या

खात्यात जमा होते. जो धनादेश लिहितो, तो आदेशक धनादेशाचे रेखांकन करू शकतो तसेच ते रद्दही करू शकतो. अशाप्रकारे रेखांकित धनादेश हा धनादेशाद्वारे प्रदान करण्याचा सर्वात सुरक्षित मार्ग आहे. रेखांकित धनादेशाचा आदाता ज्या बँकेस धनादेश सादर करतो, त्या बँकेचा तो खातेदार असावा लागतो.

६.३ रेखांकनाचे प्रकार : सर्वसाधारण आणि विशेष रेखांकन

रेखांकनाचा अर्थ

''जेव्हा धनादेश लिहिणारा त्या धनादेशाच्या पुढच्या वरील बाजूस डाव्या कोपऱ्यात दोन तिरप्या समांतर रेषा मारतो, तेव्हा त्याला धनादेशाचे रेखांकन असे म्हणतात.'' या दोन तिरप्या रेषांच्यामध्ये न लिहिलेल्या अगर लिहिलेल्या मजकुराच्याआधारे त्या रेखांकनाचे प्रकार पडतात, ते पुढीलप्रमाणे:-

(१) सामान्य रेखांकन : ''जेव्हा धनादेशाच्या पुढच्या वरील बाजूस डाव्या कोपऱ्यात दोन तिरप्या समांतर रेषा मारल्या जातात व त्या रेषांमध्ये काहीही लिहिले जात नाही अगर बँकेचे नाव न लिहिता काही विशिष्ट शब्द लिहिले जातात, त्या रेखांकनास सामान्य रेखांकन असे म्हणतात.''

चलनक्षम दस्तऐवज कायदा, १८८१ कलम (१२३) अनुसार जेव्हा धनादेशावर केवळ दोन समांतर रेषा किंवा त्या दोन समांतर रेषांमध्ये 'आणि कंपनी', 'अचलनक्षम' किंवा त्यांचे संक्षेप अशा प्रकारचे शब्द लिहिले जातात, तेव्हा ते सामान्य रेखांकन म्हणून संबोधले जाते.

सामान्य रेखांकनाचे नमुने पुढीलप्रमाणे :

सामान्य रेखांकित धनादेशाचा आदाता असा धनादेश त्याचे खाते ज्या बँकेत

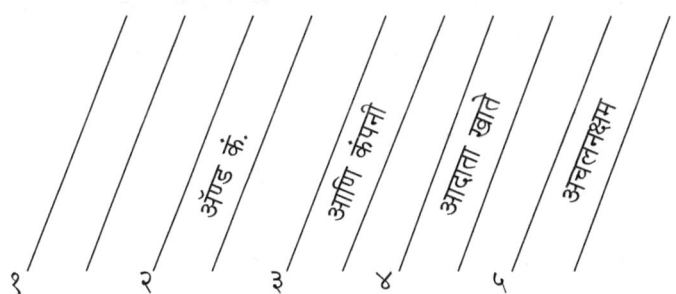

असेल, अशा कोणत्याही बँकेत सादर करू शकतो. मग ही बँक त्या धनादेशाच्या आदेशिती बँकेकडून धनादेशाची रक्कम मागवून घेऊन त्या खातेदाराच्या खात्यात जमा करते.

(२) विशिष्ट रेखांकन : ''जेव्हा धनादेशाच्या पुढच्या वरील बाजूस डाव्या कोपऱ्यात दोन तिरप्या समांतर रेषा मारल्या जातात व त्या दोन रेषांमध्ये विशिष्ट बँकेचे नाव लिहिले जाते; या बँकेच्या नावासोबत काहीही न लिहिता अगर काही शब्द लिहिले जातात तेव्हा त्यास विशिष्ट रेखांकन असे म्हणतात.''

चलनक्षम दस्तऐवज कायदा, १८८१ कलम (१२४) अनुसार, धनादेशावरील दोन समांतर रेषांमध्ये बँकेचे नाव लिहिले जाते, अगर बँकेच्या नावासहित 'अचलनक्षम' असे शब्द लिहिले जातात, तेव्हा ते विशिष्ट रेखांकन म्हणून संबोधले जाते.

विशिष्ट रेखांकनाचे नमुने पुढीलप्रमाणे :

विशिष्ट रेखांकित धनादेशाच्या बाबतीत ज्या बँकेच्या नावे धनादेश रेखांकित

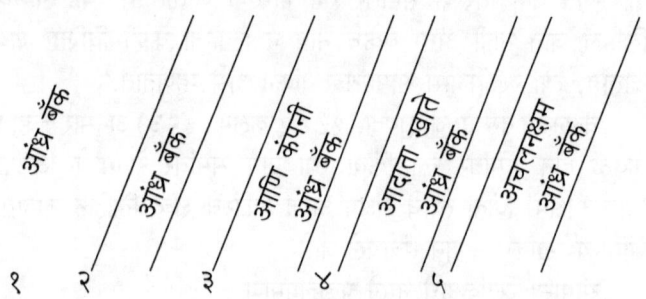

केलेला असेल त्याच बँकेत तो सादर करावा लागतो. या धनादेशाचे पैसे त्या विशिष्ट बँकेमार्फतच मिळतात. ती विशिष्ट बँक धनादेश ज्या बँकेवर काढला असेल त्या आदेशिती बँकेकडून घेऊन खातेदाराच्या खात्यात जमा करते. अशाप्रकारे धनादेशाला अधिक सुरक्षितता प्राप्त होते.

(३) मर्यादित रेखांकन : सामान्य किंवा विशिष्ट रेखांकनामध्ये जेव्हा 'आदाता खाते केवळ', 'आदात्याचे खाते' असे शब्द लिहिले जातात, अगर प्रत्यक्ष त्या आदात्याने नाव लिहिले जाते, तेव्हा त्यास मर्यादित रेखांकन किंवा आदाता खाते रेखांकन असे म्हणतात. 'बँकिंग व्यवसायाच्या परंपरेतून हा प्रकार पुढे आला आहे.

मर्यादित रेखांकनाचे (आदाता खाते रेखांकनाचे) नमुने पुढीलप्रमाणे :-

मर्यादित रेखांकनाचा उद्देश केवळ हा असतो की धनादेशाचे पैसे गोळा

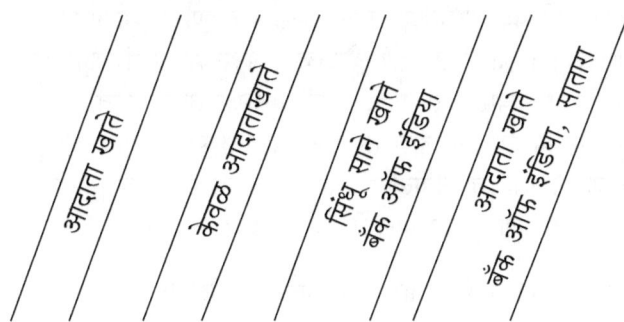

करणाऱ्या बँकेने केवळ आदात्याच्या खात्यासाठीच पैसे गोळा करून त्या खात्यात जमा करावेत. बँकेच्या निष्काळजीपणामुळे आदात्याच्या खात्याऐवजी जर दुसऱ्या खातेदाराच्या खात्यावर पैसे जमा केले तर ती बँक खऱ्या खातेदाराला ती रक्कम देण्यास जबाबदार राहते.

(४) अचलनक्षम रेखांकन : सामान्य किंवा विशिष्ट रेखांकनामध्ये जेव्हा 'अचलनक्षम' असा शब्द लिहिला जातो, तेव्हा त्यास अचलनक्षम रेखांकन असे म्हणतात. दोषमुक्त हस्तांतरण आणि पृष्ठांकनाद्वारे हस्तांतरण हे चलनक्षम दस्तऐवजाचे महत्त्वाचे गुणधर्म अचलनक्षम रेखांकन केल्यामुळे त्या धनादेशातून नष्ट होतात.

अचलनक्षम दस्तऐवजाचे नमुने पुढीलप्रमाणे :

चलनक्षम दस्तऐवज कायदा १८८१, कलम (१३०) अनुसार अचलनक्षम

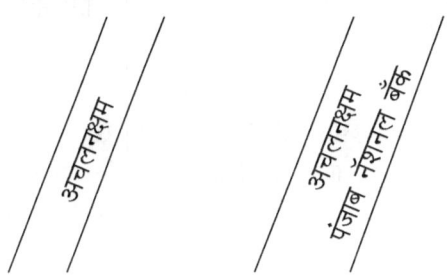

रेखांकनामुळे तो धनादेश ज्या व्यक्तीकडून हस्तांतरित करण्यात आला आहे त्याच्या मालकी हक्कापेक्षा चांगला मालकीहक्क त्या धनादेशाच्या धारकाला मिळू शकत नाही. हस्तांतरित करणाऱ्याचा मालकीहक्क जर सुरक्षित व चांगला असेल तर धारकालाही तसाच मालकीहक्क मिळू शकतो. मात्र, हस्तांतरकाचा मालकीहक्क जर दोषपूर्ण असेल तर धारकाचाही मालकीहक्क दोषपूर्ण राहतो.

चलनक्षम दस्तऐवजामध्ये मात्र हस्तांतरकाचा मालकीहक्क सदोष असला तरी धारकाचा मालकीहक्क दोषविरहित असतो, असा महत्त्वपूर्ण गुणधर्म असतो. अचलनक्षम रेखांकनामुळे असा गुणधर्म नष्ट होतो. थोडक्यात, अचलनक्षम रेखांकनामुळे धनादेशातील हस्तांतरणीयता कायम राहते. मात्र, त्याची चलनक्षमता नष्ट होते.

अचलनक्षम शब्द नसतील तर हस्तांतरकाचा मालकीहक्क दोषपूर्ण असला तरी स्वीकारणाऱ्याने तो चांगल्या विश्वासाने, योग्य मोबदल्यात, योग्य नमुन्यात स्वीकारला, तर त्याला वैध मालकीहक्क मिळू शकतो.

सामान्य रेखांकन आणि विशिष्ट रेखांकन यांतील फरक

अनु. क्र.	मुद्दा	सामान्य रेखांकन	विशिष्ट रेखांकन
१.	बँकेचे नाव	धनादेशाच्या वरच्या बाजूस डाव्या कोपऱ्यातील दोन तिरप्या समांतर रेषांमध्ये बँकेचे नाव लिहिले जात नाही.	धनादेशाच्या वरच्या बाजूस डाव्या कोपऱ्यातील दोन तिरप्या समांतर रेषांमध्ये विशिष्ट बँकेचे नाव लिहिले जाते.
२.	समांतर रेषा	यात समांतर रेषा असणे आवश्यकच असते.	यात समांतररेषा न काढताही त्या जागी केवळ विशिष्ट बँकेचे नाव लिहिणे पुरेसे असते.
३.	पैसे देणारी बँक	आदाता त्याचे खाते ज्या बँकेत असेल अशा कोणत्याही बँकेत सामान्य रेखांकित धनादेश भरू शकतो.	ज्या बँकेच्या नावे धनादेश रेखांकित केला आहे. त्या विशिष्ट बँकेतच सादर करावा लागतो.
४.	सोय व सुरक्षितता	सामान्य रेखांकित धनादेश आदाता वा धारकासाठी अधिक सोयीचा असतो.	विशिष्ट रेखांकित धनादेश आदाता वा धारकासाठी अधिक सुरक्षित असतो.

रेखांकन आणि पृष्ठांकन यांतील फरक

अनु. क्र.	मुद्दा	रेखांकन	पृष्ठांकन
१.	अर्थ	धनादेशाच्या वरच्या बाजूस डाव्या कोपऱ्यात दोन तिरप्या समांतर रेषा काढणे म्हणजे रेखांकन होय.	चलनक्षम दस्तऐवजाच्या पाठीमागे अगर त्याला जोडलेल्या चिठ्ठीवर अगर मुद्रांकित कागदावर सही करणे म्हणजे पृष्ठांकन होय.
२.	कारक	धनादेशाचे रेखांकन हे त्या धनादेशाचा आदेशक किंवा धारक करू शकतो.	चलनक्षम दस्तऐवजाचे पृष्ठांकन हे त्या दस्तऐवजाचा वाहक किंवा धारक करू शकतो.
३.	हेतू	रेखांकनाचा हेतू हा त्या धनादेशाचे पैसे आदात्याला काऊंटरवर न मिळता त्याच्या खात्यात जमा व्हावेत हा असतो.	पृष्ठांकनाचा हेतू हा चलनक्षम दस्तऐवज दुसऱ्या व्यक्तीला हस्तांतरित करणे हा असतो.
४.	वारंवारिता	रेखांकन हे फक्त एकदाच करता येते.	पृष्ठांकन कितीही वेळा करता येते. दस्तऐवजाच्या पाठीमागची जागा संपली तरी त्याला कागद जोडून त्यावर पृष्ठांकन केले जाते.
५.	प्रकार	सामान्य व विशिष्ट रेखांकन असे मुख्य प्रकार आहेत.	कोरे किंवा पूर्ण पृष्ठांकन असे मुख्य प्रकार आहेत.

६.४ हुंडी

हुंडीचा अर्थ व उपयोग

हुंडी या शब्दाची व्युत्पत्ती संस्कृत भाषेतील 'हुंड-हुंडति' या धातू (क्रियापद) पासून झाला आहे, त्याचा अर्थ गोळा किंवा जमा करणे असा होतो. हुंडी म्हणजे देशी विनिमय पत्र होय. ती देशीभाषेत लिहिली जाते. मुलतानी, श्रॉफ, चेट्टीयार, सावकार यांसारखे एतद्देशीय बँकर्स हुंडीचा उपयोग प्राचीन काळापासून करीत आले आहेत. हुंडीचा उपयोग खालील कारणांसाठी करण्यात येतो :

(i) शेती व्यवसायासाठी वित्त पुरवठा करणे.

(ii) घरगुती कारणांसाठी अर्थसाहाय्य करणे.

(iii) पैसे एका ठिकाणाहून दुसऱ्या ठिकाणी पाठविणे.

(iv) देशांतर्गत व्यापारासाठी कर्जपुरवठा करणे.

(v) जुनी देणी भागविण्यासाठी रक्कम पुरविणे, इ.

हुंडीची वैशिष्ट्ये

१. कायदा – हुंडी हा आभासी (सदृश्य) चलनक्षम दस्तऐवज असल्यामुळे सामान्यपणे चलनक्षम दस्तऐवज कायद्यातील तरतुदींपेक्षा स्थानिक प्रथा व नियमांप्रमाणे हुंडीचे व्यवहार केले जातात. मात्र, ज्या वेळी स्थानिक नियम उपलब्ध नसतात अशा प्रसंगी त्या कायद्यातील तरतुदी वापरल्या जातात.

२. प्रकार – हुंडीचे दर्शनी हुंडी आणि मुदती हुंडी असे दोन प्रकार पडतात. हुंडी दाखवताक्षणीच अगर मागताक्षणी तिचे पैसे द्यावे लागतात ती दर्शनी हुंडी होय तर विशिष्ट मुदतीनंतर देय असणाऱ्या हुंडीला मुदती हुंडी असे म्हणतात.

३. प्रती – हुंडीचा धारक गरजेप्रमाणे हुंडीच्या दोन किंवा तीन प्रती मागू शकतो. त्या प्रतींना 'पेंथ' किंवा 'पेरियंथ' असे संबोधतात.

४. खोका – हुंडीची रक्कम दिल्यानंतर तिला 'खोका' असे संबोधतात.

५. जिकरी चिट – हुंडीचा आदेशक किंवा अन्य पूर्व पक्ष त्याच्या व्यवसायातील एखाद्या मोठ्या व्यावसायिकाच्या नावे पत्र लिहून ते पत्र हुंडीला जोडतो. 'जर हुंडीचा अनादर झाला, तर आपण त्या हुंडीचा आदर करावा' अशी विनंती आदेशकाने व्यावसायिकाला त्या पत्रात केलेली असते. त्या पत्राला 'जिकरी चिट' असे संबोधतात.

६. वठविण्याची सुविधा – एतद्देशीय बँकर्सनी काढलेल्या हुंड्या बँकेत वठविल्या जात असल्याकारणाने व्यापार उदिमामध्ये अजूनही हुंडीचा वापर करण्यात येतो.

हुंडीचे प्रकार

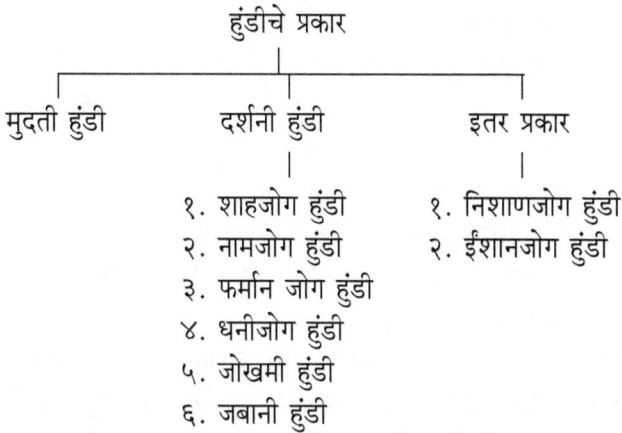

हुंडीचे प्रकार

- मुदती हुंडी
- दर्शनी हुंडी
  - १. शाहजोग हुंडी
  - २. नामजोग हुंडी
  - ३. फर्मान जोग हुंडी
  - ४. धनीजोग हुंडी
  - ५. जोखमी हुंडी
  - ६. जबानी हुंडी
- इतर प्रकार
  - १. निशाणजोग हुंडी
  - २. ईंशानजोग हुंडी

(अ) मुदती हुंडी – मुदती हुंडीचे पैसे विशिष्ट मुदतीनंतर द्यायचे असतात. ही मुदत साधारणपणे ३० दिवस ते १२० दिवस इतकी असते.

(ब) दर्शनी हुंडी – ही हुंडी दाखवताक्षणीच अगर मागताक्षणी तिचे पैसे द्यावे लागतात, त्यामुळे तिला मागणी हुंडी असेही म्हणतात.

दर्शनी हुंडीचे उपप्रकार खालीलप्रमाणे आहेत –

(१) शाहजोग हुंडी – शाह याचा अर्थ समाजातील किंवा व्यापारातील एक मान्यवर (पैसेवाला) व्यक्ती, शाहजोग हुंडी अशा व्यक्तीला देय असते. एकमेकांकडे पैसे पाठविण्याच्या हेतूंसाठी अशी हुंडी वापरली जाते. ही हुंडी सहज हस्तांतरणीय असते व त्यासाठी पृष्ठांकनाची गरज नसते. मात्र, ती स्वीकृतीसाठी अगर प्रदानासाठी 'शाह'ने सादर करावी लागते. आदेशितीने हुंडीचे पैसे देताना आपण 'शाह'लाच पैसे देत आहे याची खात्री करून द्यावी.

(२) नामजोग हुंडी – हुंडीमध्ये ज्या व्यक्तीचे नाव लिहिले असेल तिला किंवा ती सांगेल त्याला या हुंडीचे पैसे देय असतात. आदात्याचे नाव हुंडीवर लिहिलेले असते. विनिमयपत्राप्रमाणे या हुंडीचे पृष्ठांकन करता येते.

(३) फर्मानजोग हुंडी – हुंडीच्या धारकाने सांगितलेल्या (फर्मान) व्यक्तीला

या हुंडीचे पैसे देय असतात. ही हुंडी चलनक्षम असल्याने तिचे पृष्ठांकन करून हस्तांतर करता येते.

(४) धनीजोग हुंडी – ही हुंडी ज्याच्या ताब्यात असते त्या वाहकाला किंवा धारकाला ही हुंडी देय असते. त्यामुळे तिला देखन दार (पाहिले आणि दिले) हुंडी असेही म्हणतात. हुंडी केवळ दुसऱ्याच्या ताब्यात देऊन तिचे चलनक्षम हस्तांतर होऊ शकते.

(५) जोखमी हुंडी – या हुंडीमध्ये धोक्यापासूनची सुरक्षितता अंतर्भूत असते. मालविक्रेता (consignor) त्याने जहाजाद्वारे पाठविलेल्या मालाच्या किमतीएवढ्या रकमेची हुंडी खरेदीदारावर (consignee) काढतो. माल खरेदीदाराकडे पोहोचल्यावर तो त्या हुंडीचे पैसे चुकते करतो.

जोखमी हुंडीमध्ये विनिमय पत्र आणि विमापत्र या दोहोंचे एकत्रीकरण झालेले दिसते. आदेशक (consignor) अशी हुंडी बँकेकडे वठवू शकतो. यामध्ये आदेशितीही (consignee) सुरक्षित असतो कारण माल त्याच्याकडे व्यवस्थित पोहोचल्यानंतर त्याला त्याचे पैसे द्यावयाचे असतात. प्रवासात मालाचे नुकसान झाल्यास हुंडीचा आदेशक किंवा धारक त्या हुंडीचे पैसे मागू शकत नाही.

(६) जबानी हुंडी – पैसे एका ठिकाणाहून दुसऱ्या ठिकाणी पाठविण्यासाठी या हुंडीचा वापर केला जातो. ज्या व्यक्तीला पाठविलेले पैसे मिळतात, ती व्यक्ती पैसे पाठविणाऱ्याला पैसे मिळाल्याची पावती म्हणून लेखी उत्तर (जबान) पाठविते.

(क) इतर प्रकार –

(१) निशाणजोग हुंडी – या हुंडीमध्ये काही विशिष्ट सांकेतिक चिन्हं, अक्षर, अंक (निशाण) वापरलेले असते. त्या हुंडीतील सांकेतिक निशाणाची खूण पटल्यानंतरच त्याचे पैसे द्यावेत असे त्या हुंडीचा आदेशक हुंडीच्या आदेशितीला सांगतो.

(२) ईशानजोग हुंडी – जी व्यक्ती ही हुंडी सादर करते, तिलाच केवळ या हुंडीचे पैसे मिळतात. ती व्यक्ती त्या हुंडीची आदाता नसली तरी अगर तिचे नाव हुंडीमध्ये नसले तरी ती वाहक किंवा धारक असल्यामुळे व ती हुंडी सादर करीत असल्यामुळे तिला पैसे मिळतात.

स्वाध्याय

अ. दीर्घोत्तरी प्रश्न :

१. चलनक्षम दस्तऐवज म्हणजे काय ते सांगून त्यांची वैशिष्ट्ये व प्रकार सविस्तरपणे स्पष्ट करा.

ब. मध्यमोत्तरी प्रश्न :

१. धनादेशाची व्याख्या द्या. धनादेशाचे प्रकार सविस्तर स्पष्ट करा.

२. विनिमय पत्राची वैशिष्ट्ये स्पष्ट करा.

३. वचनचिठ्ठीची व्याख्या व नमुना देऊन तिची वैशिष्ट्ये सांगा.

क. टिपा लिहा :

१. रेखांकनाचे प्रकार

२. हुंडीचे प्रकार

प्रकरण ७

पृष्ठांकन

७.१ पृष्ठांकनाची व्याख्या व अर्थ

७.२ पृष्ठांकनाचे प्रकार

७.३ पृष्ठांकनाचे परिणाम व संबंधित कायदेशीर तरतुदी

प्रस्तावना

धनादेश, हुंडी आणि वचनचिठ्ठी हे तीन दस्तऐवज चलनक्षम दस्तऐवज आहेत. चलनक्षमता याचा अर्थ तो दस्तऐवज एका व्यक्तीकडून दुसऱ्या व्यक्तीकडे हस्तांतरित केला असता त्या दस्तऐवजाची मालकी हस्तांतरित होण्याचा गुणधर्म होय. ज्या व्यक्तीकडे हा दस्तऐवज हस्तांतरित होतो, त्या व्यक्तीला त्या दस्तऐवजात नमूद केलेली रक्कम मिळण्याचा अधिकार त्या दस्तऐवजाचा धारक या नात्याने प्राप्त होतो.

पृष्ठांकन या शब्दाला इंग्रजीमध्ये (Endorsement) असे म्हणतात. एण्डॉर्समेंट हा शब्द लॅटिन भाषेतील एण्डॉर्सम (Endorsum) या शब्दावरून व्युत्पन्न झाला आहे. एण्डॉर्सम याचा अर्थ 'पाठीमागे' असा होतो. थोडक्यात, चलनक्षम दस्तऐवज दुसऱ्या व्यक्तीला हस्तांतरित करण्यासाठी त्या दस्तऐवजाच्या पाठीमागे पृष्ठांकन करणे गरजेचे असते.

चलनक्षम दस्तऐवज कायदा, १८८१ च्या कलम १४ मध्ये सांगितले आहे की, ''वचनचिठ्ठी, हुंडी किंवा धनादेश दुसऱ्या व्यक्तीला हस्तांतरित करताना, त्या व्यक्तीला त्या दस्तऐवजाचा धारक होण्यासाठी, त्या दस्तऐवजाचे चलनक्षमन केले असे म्हटले जाते.'' याचा अर्थ जोपर्यंत ती व्यक्ती त्या दस्तऐवजाचा धारक होत नाही, तोपर्यंत त्या दस्तऐवजाचे चलनक्षमन झाले असे म्हणता येत नाही. दस्तऐवजाचे चलनक्षमन केवळ 'हस्तांतराने' अथवा 'पृष्ठांकन आणि हस्तांतराने' करता येते.

७.१ पृष्ठांकनाची व्याख्या व अर्थ

चलनक्षम दस्तऐवज कायदा, १८८१ च्या कलम १५ अनुसार, ''जेव्हा चलनक्षम दस्तऐवज बनविणारा किंवा त्याचा धारक आदेशक म्हणून नव्हे तर त्या दस्तऐवजाच्या मालकीहक्काचे हस्तांतर करण्याच्या उद्देशाने त्या दस्तऐवजाच्या पाठीमागे, अगर त्या दस्तऐवजावर जोडलेल्या चिठ्ठीवर अगर मुद्रांकित कागदावर स्वाक्षरी करतो, तेव्हा त्याने त्या दस्तऐवजाचे पृष्ठांकन केले असे म्हणतात आणि त्यास पृष्ठांकक असे म्हणतात.''

थोडक्यात, धनादेश, हुंडी, वचनचिठ्ठी या दस्तऐवजांची विक्री करण्याच्या किंवा विशिष्ट उद्देशाने ज्याचे नाव त्या दस्तऐवजात पैसे घेणारा म्हणून नमूद केले आहे त्याने किंवा धारकाने किंवा वाहकाने त्या दस्तऐवजाच्या पाठीमागे सही करणे म्हणजे त्या दस्तऐवजाचे 'पृष्ठांकन' करणे होय.

वाहक व आदेश दस्तऐवज

चलनक्षमता याचा अर्थ एका व्यक्तीकडून दुसऱ्या व्यक्तीकडे योग्य मोबदला घेऊन/देऊन हस्तांतरित करता येण्याची दस्तऐवजाची क्षमता होय. या हस्तांतरणासाठी पृष्ठांकनाची क्रिया करावी लागते. चलनक्षम दस्तऐवजांचे पैसे हे विशिष्ट व्यक्तीला अगर तो सांगेल त्याला द्यावयाचे असतात. असे दस्तऐवज वाहक किंवा आदेश दस्तऐवज असतात.

(i) वाहक दस्तऐवजाचे हस्तांतर तो दस्तऐवज केवळ दुसऱ्या व्यक्तीला देऊन पूर्ण होते. त्यासाठी पृष्ठांकनाची आवश्यकता नसते.

(ii) आदेश धनादेशाच्याबाबतीत दस्तऐवज दुसऱ्याच्या ताब्यात देताना त्याचे कोरे पृष्ठांकन केले तरी हस्तांतराची क्रिया पूर्ण होते.

पृष्ठांकनाशी संबंधित व्यक्ती

(i) **पृष्ठांकक (Endorser) –** जी व्यक्ती चलनक्षम दस्तऐवजाचा धारक म्हणून नव्हे तर त्या दस्तऐवजाच्या मालकीहक्काचे हस्तांतरण करण्याच्या उद्देशाने त्यावर सही करतो त्याला पृष्ठांकक असे म्हणतात.

(ii) **पृष्ठांकिती (Endorsee) –** ज्या व्यक्तीच्या नावे चलनक्षम दस्तऐवजाचे पृष्ठांकन करण्यात येते, त्या व्यक्तीला पृष्ठांकिती असे म्हणतात. पृष्ठांकनानंतर त्या दस्तऐवजाचा ताबा व मालकी हक्क पृष्ठांकककाकडून पृष्ठांकितीकडे येतो.

पृष्ठांकनासंबंधीचे नियम

१. चलनक्षम दस्तऐवजाच्या धारकाने अगर त्याच्या अधिकृत प्रतिनिधीने त्या दस्तऐवजाच्या पाठीमागे त्या दस्तऐवजाच्या मालकीच्या हस्तांतरणाच्या उद्देशाने स्वाक्षरी करावी.

२. अशी स्वाक्षरी दस्तऐवजाच्या पुढील अगर मागील बाजूस किंवा दस्तऐवजावर जागा नसेल तर एका स्वतंत्र कागदावर करून तो कागद दस्तऐवजाला जोडण्यात यावा.

३. पृष्ठांकन हे नेहमी शाईनेच करावे. पेन्सिलने केलेले पृष्ठांकन कायदेशीररीत्या वैध असले तरी ते अपेक्षित धरले जात नाही. पृष्ठांककाचे पद रबरी शिक्काने त्याच्या सहीखाली उमटवले तरी चालते.

४. छापील पृष्ठांकन सहसा ग्राह्य धरले जात नाही. छापील पृष्ठांकनाच्या बाबतीत त्या दस्तऐवजाच्या दात्याने पृष्ठांकनाच्या अधिकृततेविषयी खात्री करून घ्यावी.

५. पृष्ठांकन हे लेखीच असले पाहिजे आणि ते आदाता (Payee) अथवा त्या काळातील धारक (Holder in due course) यांनीच ते सही केलेले असावे.

६. पृष्ठांकन करीत असताना पृष्ठांककाने आपली सही त्या दस्तऐवजावरील सहीप्रमाणेच तंतोतंत करावी. पुढील पृष्ठांकन करीत असताना पृष्ठांकितीने आदाता (Payee) या नात्याने त्याचे नाव दस्तऐवजातील सहीत लिहिले असेल, तसेच लिहावे. ते चुकीचे असले तरी दस्तऐवजाप्रमाणेच लिहावे. हवे असल्यास त्याने आपले बरोबर नाव त्याखाली कंसात लिहावे.

७. पृष्ठांकनासाठी विशिष्ट शब्दांच्या नमुन्याची आवश्यकता नसते. त्यामध्ये पैसे देण्याच्या आदेशाचा समावेश गृहीत धरलेला असावा.

८. दस्तऐवजावर किंवा त्याच्या पाठीमागे ज्या क्रमाने पृष्ठांकने दिसतात, त्याच क्रमाने ती करण्यात आली आहेत असे गृहीत धरले जाते.

९. पृष्ठांकन हे त्या दस्तऐवजाची पाठवणी (delivery) केल्यानंतरच पूर्ण होत असते. पाठवणी करण्याअगोदर पृष्ठांकक पृष्ठांकन रद्द करून करार थांबवू शकतो.

१०. दस्तऐवज आदाता अथवा पृष्ठांकितीच्या नावाच्या पुढे किंवा मागे असलेले श्री., श्रीमती, डॉक्टर, कर्नल, साहेब, वकील असे उपसर्ग व प्रत्ययाचे शब्द पृष्ठांकनात टाळावेत.

११. पृष्ठांकन हे दस्तऐवजांच्या सत्यप्रतींवर न करता ते मूळ दस्त ऐवजांवरच करावे.

विविध प्रकारच्या ग्राहकांसाठी पृष्ठांकनाचे नमुने

१. **निरक्षर व्यक्ती** — अशा व्यक्तीचा डाव्या हाताचा अंगठा दस्तऐवजाच्या पाठीमागे उठवावा. साक्ष म्हणून एखाद्या व्यक्तीची तेथे स्वाक्षरी, नाव व पूर्ण पत्ता लिहावा.

२. **विवाहित महिला** — विवाहित महिलेला देय असलेल्या दस्तऐवजावर तिचे लग्नापूर्वीचे नाव लिहिले असेल तर, तिने त्याच नावाने पृष्ठांकन करावे व त्याखाली लग्नानंतरचे नाव कंसात लिहावे. याउलट पद्धतीनेही पृष्ठांकन करता येते.

३. **प्रतिनिधी** — पृष्ठांककाच्या वतीने त्याचा प्रतिनिधी पृष्ठांकन करीत असेल तर '....त्याच्या वतीने' असे पृष्ठांककाचे नाव लिहून शेजारी प्रतिनिधीची सही व कंसात (प्रतिनिधी) असा शब्द लिहावा.

४. **संयुक्त आदाते (Payee)** — जर एखादा दस्तऐवज दोघाजणांना देय असेल तर पृष्ठांकन करताना या दोघांनीही आपापल्या नावांच्या सह्या त्यांच्या हस्ताक्षरात स्वतंत्रपणे कराव्यात.

५. **भागीदारी संस्था** — एखादा दस्तऐवज जर भागीदारी संस्थेला देय असेल तर पृष्ठांकन हे कोणा एका भागीदाराच्या नावे न करता त्या भागीदारी संस्थेचे नाव लिहून 'त्यासाठी' हा शब्द वापरून पृष्ठांकन करावे.

६. **कंपनी** — अनेक वेळा कंपन्यांना त्यांना मिळालेले धनादेश वा इतर दस्तऐवज इतर व्यक्तींना पृष्ठांकित करावे लागतात. अशावेळी कंपनीने ज्या व्यक्तीला कंपनीने अधिकृत केले असेल तिने आपली सही, पदाचे नाव व कंपनीचे नाव लिहावे.

७. **मंडळे, संस्था इ.** — जेव्हा एखादा दस्तऐवज क्लब, असोसिएशन्स, यांना देय असतो त्यावेळी पृष्ठांकन करताना ज्या व्यक्तीला अधिकृत केले असेल तिचे नाव, पद व संस्थेचे नाव लिहावे लागते.

८. **विश्वस्त** — दस्तऐवज जर संस्थेच्या विश्वस्तांना देय असेल तर सर्व विश्वस्तांची नावे व सह्या तसेच ते कोणत्या अधिकारात स्वाक्षरी करताहेत हे नमूद करावे लागते. केवळ एक विश्वस्त इतर विश्वस्तांच्या वतीने स्वाक्षरी करू शकत नाही.

९. **प्रशासक** — जेव्हा कंपनीचे विसर्जन होते, तेव्हा त्यावर अधिकृत विसर्जक

नेमला जातो. त्याने पृष्ठांकन करताना कंपनीच्या वतीने विसर्जक म्हणून स्वाक्षरी करावी.

१०. **पोर्ट ट्रस्ट, नगरपालिका इ.** – सार्वजनिक संस्था आणि महामंडळे यांच्या नावाच्या धनादेशाचे पृष्ठांकन करताना अधिकृत व्यक्तीने स्वाक्षरी करून त्याखाली त्याचे नाव, पद व संस्थेचे नाव नमूद करावे.

नियमित व अनियमित पृष्ठांकनाचे नमुने

अनु. क्र.	ग्राहकाचा प्रकार	आदात्याचे नाव	नियमित पृष्ठांकन	अनियमित पृष्ठांकन
१.	चुकीचे स्पेलिंग	P.B.Sathe	P.B.Sate (P.B.Sathe)	P.B.Sate/P.B.Sathe
२.	वैयक्तिक	विविध उदाहरणे	(i) Raju Shaikh (ii) Renuka Kaur (iii) Sunil Joshi (iv) Rupa Rao (v) Dilip Shinde	Mr. Raju Shaikh Mrs. Renuka Kaur Col. Sunil Joshi Dr. Rupa Rao Dilip Shinde, Advocate
३.	विवाहित स्त्री	लग्नापूर्वी– किमया नेने लग्नानंतर– किमया लेले	Kimaya Nene (Formerly Kimaya Lele) or Kimaya Lele (Wife of Sudhir Lele)	Kimaya Nene or Kimaya Lele
४.	निरक्षर व्यक्ती	रामबाबू	रामबाबू यांचा अंगठा	रामबाबू यांचा अंगठा

			साक्षीदार– अनिल काळे सचिव, प्रेरणा संस्था, पुणे	
५.	शाळा, महाविद्यालये	प्राचार्य डॉ. रवी राय	रवी राय प्राचार्य, डेक्कन वाणिज्य महाविद्यालय, धुळे	डॉ. रवी राय
६.	भागीदारी संस्था	श्री साई कुमार व साई ट्रेडिंग कंपनी	(i) साई कुमार भागीदार, साई ट्रेडिंग कं.करिता (ii) साई ट्रेडिंग कंपनी, पुणे	श्री साई कुमार साई ट्रेडिंग कंपनी
७.	संयुक्त आदाते	दोन किंवा अधिक आदाते	शंकर काळे गणेश गोरे	शंकर काळे / गणेश गोरे
८.	प्रतिनिधी	आनंद मराठे	आनंद मराठे यांचेकरिता सतीश साने (प्रतिनिधी)	सतीश साने (आनंद मराठेंकरिता)
९.	संयुक्त भांडवली कंपनी	अबक कं.मर्यादित	अबक कं.मर्या.करिता प्रभा वडके व्यवस्थापकीय संचालिका	प्रभा वडके व्यवस्थापकीय संचालिका

१०.	मुखत्यार व प्रशासक	गोविंद हरी वझे यांचेवतीने राम मनोहर पांडे	राम मनोहर पांडे कै. गोविंद हरी वझे यांचे मुखत्यार	राम मनोहर पांडे (गोविंद हरी वझे यांचेकरिता)
११.	विश्वस्त	श्री. अरविंद काळे व सौ. विमल गोरे	अरविंद काळे विमल गोरे कै. वामनराव शास्त्री यांचे विश्वस्त	अरविंद काळे/विमल गोरे
१२.	अधिकृत आदाता अथवा अव्यक्ती आदाता	उत्पन्न कर अधिकारी अथवा शासकीय पद	V. M. Singh Income Tax Officer New Delhi	V. M. Singh
१३.	मृत व्यक्ती	कायदेशीर वारसदार	सम्राट ठाकरे कायदेशीर वारस अथवा पुत्र कै. अशोक ठाकरे यांचे	सम्राट ठाकरे

७.२ पृष्ठांकनाचे प्रकार

१. कोरे किंवा सामान्य पृष्ठांकन

"ज्या पृष्ठांकनामध्ये पृष्ठांकक दस्तऐवजाच्या पाठीमागे पृष्ठांकितीचे नाव न लिहिता केवळ आपली सही करतो, त्यास कोरे किंवा सामान्य पृष्ठांकन असे म्हणतात."

कोऱ्या पृष्ठांकनामुळे आदेश दस्तऐवजाचे रूपांतर वाहक दस्तऐवजामध्ये होते. याला फक्त रेखांकित धनादेशाचा अपवाद असतो कारण त्याचे पैसे काऊंटरवर न मिळता खात्यात जमा होतात. कोऱ्या पृष्ठांकनामध्ये पुढील पृष्ठांकक आपले स्वत:च्या अगर दुसऱ्या व्यक्तीचे नाव पहिल्या पृष्ठांककाच्या स्वाक्षरीच्या वर लिहून त्या कोऱ्या पृष्ठांकनाचे पूर्ण पृष्ठाकनामध्ये रूपांतर करू शकतो.

क्ष अथवा आदेश यांना पैसे द्यावेत.	सुमीत साठे	यश म्हात्रे सुमीत साठे
आदेश धनादेशाची पुढील बाजू	कोरे पृष्ठांकन-दस्तऐवजाची मागील बाजू	कोऱ्या पृष्ठांकनाचे पूर्ण पृष्ठांकनात रूपांतर

२. पूर्ण किंवा विशिष्ट पृष्ठांकन

"ज्या पृष्ठांकनामध्ये पृष्ठांकक केवळ सही न करता ज्याच्या नावाने पृष्ठांकन करावयाचे आहे. त्याचेही नाव नमूद करतो, तेव्हा त्यास पूर्ण किंवा विशिष्ट पृष्ठांकन असे म्हणतात."

पूर्ण पृष्ठांकनामध्ये 'य किंवा क्ष च्या आदेशाला पैसे द्यावेत' असे लिहून त्याखाली पृष्ठांकक आपली सही करतो. अशा पृष्ठांकनामध्ये केवळ आदेशक व्यक्ती दस्तऐवजाचे हस्तांतर करू शकते कारण पूर्ण पृष्ठांकनामुळे दस्तऐवजास आदेश दस्तऐवजाचे स्वरूप प्राप्त होते.

पूर्ण पृष्ठांकनाचे नमुने (दस्तऐवजाच्या मागील बाजूस)

य किंवा आदेश यांना पैसे द्या. - सुमीत साठे	य ला पैसे द्या - सुमीत साठे

य किंवा आदेश यांना पैसे द्या तसेच य ला पैसे द्या. या दोहोंचा अर्थ एकच होतो कारण य हा त्याला दस्तऐवज मिळाल्यानंतर आणखी कोणाला तरी तो हस्तांतरित करू शकतो.

३. मर्यादित पृष्ठांकन

''ज्या पृष्ठांकनामध्ये त्या दस्तऐवजाचे पुन्हा पृष्ठांकन करता येणार नाही अशी शब्दरचना व्यक्त करून पृष्ठांकन केले जाते. त्यास मर्यादित पृष्ठांकन असे म्हणतात.''

मर्यादित पृष्ठांकनामुळे दस्तऐवजाची चलनक्षमता नष्ट होते. या पृष्ठांकनामुळे पृष्ठांकितीला दस्तऐवजाच्या चलनक्षमतेचा (हस्तांतराचा) हक्क सोडून त्या दस्तऐवजाची रक्कम प्राप्त करण्याचा तसेच इतर सर्व हक्क प्राप्त होतात.

मर्यादित पृष्ठांकनाची उदाहरणे पुढीलप्रमाणे असतात.

केवळ 'क'ला पैसे द्या - सुमीत साठे	'क'ला माझ्या उपयोगासाठी पैसे द्या - सुमीत साठे	'क'ला 'ब'च्या खात्यासाठी पैसे द्या - सुमीत साठे	'क' किंवा आदेशाला जमा करण्याच्या हेतूने पैसे द्या - सुमीत साठे

' 'क' किंवा आदेशाला जमा करण्याच्या हेतूने पैसे द्या' याचा अर्थ त्या दस्तऐवजाची रक्कम 'क'ला मिळेल किंवा त्याचा पृष्ठांकिती यांना मिळेल. या ठिकाणी 'क' तसेच त्याचा पृष्ठांकिती हे दस्तऐवजाची रक्कम ज्याने पृष्ठांकन केले आहे त्याच्याकडून घेऊ शकतात. अशा प्रकारचे मर्यादित पृष्ठांकन हे एक बँक दुसऱ्या बँकेकडे दस्तऐवजाचे पैसे गोळा करण्यासाठी तो दस्तऐवज पाठविताना करते. दस्तऐवजाचा पुढे दुरुपयोग होऊ नये हा त्यामागे हेतू असतो.

४. अंशतः पृष्ठांकन

''ज्या पृष्ठांकनामध्ये दस्तऐवजाच्या एकूण रकमेपैकी फक्त काही भाग हस्तांतरित करण्याचा आदेश देण्यात आलेला असतो, त्याला अंशतः पृष्ठांकन असे म्हणतात.''

तथापि चलनक्षम दस्तऐवज कायद्याच्या कलम ५६ अनुसार दस्तऐवजाच्या पूर्ण रकमेऐवजी त्याचा काही भाग हस्तांतरित करणे अवैध ठरते. मात्र, दस्तऐवजाच्या एकूण रकमेऐवजी काही रक्कम अगोदरच देण्यात आली असेल आणि उर्वरित रक्कम पृष्ठांकनाद्वारे हस्तांतरित करण्यास सांगण्यात येत असेल तर तशा आशयाची

नोंद दस्तऐवजावर करून उर्वरित रकमेसाठी तो दस्तऐवज हस्तांतरित करता येतो.

रु. १००० पैकी रु. ७०० 'अ'ला द्या.	रु. ७०० 'अ'ला व रु. ३०० 'ब'ला द्या.	रु. १००० पैकी रु. ७०० 'अ'ला अगोदरच देण्यात आले आहेत. उर्वरित रु. ३०० त्याला द्या.
- सुमीत साठे	- सुमीत साठे	- सुमीत साठे

अवैध अंशत: पृष्ठांकन   अवैध अंशत: पृष्ठांकन   वैध अंशत: पृष्ठांकन

५. सशर्त पृष्ठांकन

"जेव्हा पृष्ठांकक पृष्ठांकन करताना एखादी गोष्ट घडली तरच अथवा पृष्ठांकितीने अमूक एक अट पूर्ण केली तरच त्याला दस्तऐवजाचे पैसे द्यावेत असे लिहितो, तेव्हा त्यास सशर्त पृष्ठांकन असे म्हणतात."

सशर्त पृष्ठांकनात एखादी विशिष्ट गोष्ट घडण्यावर त्या दस्तऐवजातील मालमत्ता हस्तांतर होणे अवलंबून ठेवले जाते. त्यामुळे पृष्ठांकितीच्या दस्तऐवजातील रक्कम मिळण्याच्या हक्कावर मर्यादा येते, तसेच पृष्ठांककाचे दायित्वावरही मर्यादा येते. परंतु या पृष्ठांकनामध्ये मर्यादित पृष्ठांकनाप्रमाणे दस्तऐवजाची चलनक्षमता मर्यादित किंवा नष्ट होत नाही.

सशर्त पृष्ठांकन दोन प्रकारे केले जाऊ शकते–

(i) एखादी विशिष्ट घटना घडली तरच पृष्ठांकक दस्तऐवजांच्या पुढील धारकांना जबाबदार राहू शकेल. जर अशी घटना घडली नाही तर पृष्ठांककाचे दायित्व मर्यादित होते. अशा वेळी पृष्ठांकिती दस्तऐवजाशी संबंधित इतर व्यक्तींवर दावा करू शकतो.

'... घडले तरच क ला पैसे द्या'
- सुमीत साठे

(ii) पृष्ठांकितीने अमुक एक गोष्ट केली तरच त्याला दस्तऐवजातील रक्कम मिळावी अशी अट घातली जाते. ती अट त्याने पूर्ण केली नाही तर तो कोणावरही दावा करू शकत नाही.

'क मुंबईला आला तरच त्याला पैसे द्या'
सुमीत साठे

पृष्ठांकनातील सशर्तता किंवा पात्रता यांवर आधारित पृष्ठांकनाचे आणखी दोन प्रकार अस्तित्वात आहेत. ते पुढीलप्रमाणे आहेत.

६. जबाबदारीतून मुक्त पृष्ठांकन

"जेव्हा पृष्ठांकन करताना पृष्ठांकक त्या दस्तऐवजाला जामीन राहण्याच्या किंवा त्या दस्तऐवजाचा अनादर झाल्यास त्याची रक्कम देण्याच्या जबाबदारीतून मुक्त होण्याच्या दृष्टीने पृष्ठांकनाची शब्दरचना करतो, तेव्हा त्यास जबाबदारीतून मुक्त पृष्ठांकन असे म्हणतात.''

अशा प्रकारचे पृष्ठांकन करताना वैयक्तिक दायित्वाच्या मुक्ततेचा उद्देश स्पष्टपणे व्यक्त व्हायला हवा. दस्तऐवजाचा अनादर झाल्यास पृष्ठांकितीने अगर त्यापुढील धारकांनी दस्तऐवजातील रक्कम पृष्ठांककाकडे मागू नये असा त्याचा अर्थ होतो. जेव्हा पृष्ठांकक आपल्या जबाबदारीतून मुक्त होतो आणि तो दस्तऐवज पृष्ठांकन होता होता फिरून फिरून पुन्हा त्याच्याचकडे हस्तांतरित होतो, त्यावेळी तो त्या दस्तऐवजाची रक्कम त्याच्या आधीच्या पृष्ठांककांकडून वसूल करून घेऊ शकतो.

'अ किंवा आदेशाला त्याच्या स्वत:च्या जबाबदारीवर पैसे द्या' - सुमीत साठे	'अ किंवा आदेशाला पैसे द्या' मी दायित्वातून मुक्त (Sans Recourse) - सुमीत साठे
'अ किंवा आदेशाला पैसे द्या' मी केवळ प्रतिनिधी म्हणून दायित्वातून मुक्त - सुमीत साठे (प्रतिनिधी) आनंद मराठे यांचेकरिता	'अ किंवा आदेशाला पैसे द्या' मी केवळ कंपनीचा संचालक म्हणून दायित्वातून मुक्त. - सुमीत साठे (संचालक) अबक कं. मर्या. करिता

दस्तऐवजाचा अनादर झाल्यास पृष्ठांकितीने अगर त्यापुढील धारकांनी दस्तऐवजातील रक्कम पृष्ठांककाकडे मागू नये असा त्याचा अर्थ होतो.

७. अनादराची सूचना नको पृष्ठांकन

"चलनक्षम दस्तऐवजाचा अनादर झाल्यास, त्या अनादराची सूचना देण्यात येऊ नये अशा आशयाचा मजकूर लिहून पृष्ठांकक पृष्ठांकन करतो तेव्हा त्यास अनादराची सूचना नको पृष्ठांकन असे म्हणतात.''

अशा प्रकारच्या पृष्ठांकनाद्वारे चलनक्षम दस्तऐवज कायद्याद्वारे पृष्ठांककाला जो

काही अधिकार दिलेला/देण्यात आलेला आहे, तो सोडून देतो. तथापि, यामध्ये पृष्ठांकक जरी अनादराची सूचना नको असा आदेश देत असला, तरी त्या दस्तऐवजाचा अनादर झाल्यास तो त्या दस्तऐवजाची रक्कम न दिल्याबद्दल पृष्ठांकितीला जबाबदार राहतो.

> 'अ किंवा आदेशाला पैसे द्या, अनादराची सूचना नको'
>
> \- सुमीत साठे

८. 'खर्च नको' पृष्ठांकन

''पृष्ठांकितीने अगर त्या पुढील धारकांनी दस्तऐवजावर पृष्ठांकिकाच्या नावावर कोणताही खर्च करू नये, अशा अर्थाने जेव्हा पृष्ठांकन केले जाते. तेव्हा त्यास खर्च नको पृष्ठांकन असे म्हणतात.''

> ''अ किंवा आदेशाला पैसे द्या, माझ्या खात्यावर दस्तऐवजासाठी कोणताही खर्च करू नका.''
>
> \- सुमीत साठे

९. 'घटनाधारित दायित्व' पृष्ठांकन

''जेव्हा एखादी घटना घडली तरच त्या दस्तऐवजाचे दायित्व पृष्ठांककाकडे असेल, अशा अर्थाने जे पृष्ठांकन केले जाते, त्यास घटनाधारित दायित्व पृष्ठांकन असे म्हणतात.''

ती विशिष्ट अनिश्चित घटना घडेल अथवा न घडेल, मात्र ती घटना घडली तरच पृष्ठांककावर दायित्व राहील आणि पृष्ठांकितीला रक्कम मिळण्याचा अधिकार राहील, असा या पृष्ठांकनाचा अर्थ असतो.

> ''जहाज आल्यावरच 'अ' किंवा आदेशाला पैसे द्या.''
>
> \- सुमीत साठे

> '' 'ब' शी 'अ' चा विवाह झाल्यावरच 'अ' किंवा आदेशाला पैसे द्या''
>
> \- सुमीत साठे

७.३ पृष्ठांकनाचे परिणाम व संबंधित कायदेशीर तरतुदी

(१) पृष्ठांकनाचे परिणाम (कलम ५०)

(i) चलनक्षम दस्तऐवजाचे पृष्ठांकन केल्यानंतर तो दस्तऐवज पृष्ठांककाकडून पृष्ठांकितीकडे जातो.

(ii) त्या दस्तऐवजात नमूद केलेल्या रकमेचा मालकीहक्क पृष्ठांकितीकडे जातो.

(iii) त्या दस्तऐवजाचे पुन्हा पुढील पृष्ठांकन करण्याचा अधिकार पृष्ठांकितीला मिळतो.

(iv) तथापि, जर पृष्ठांकनात स्पष्ट नमूद करण्यात आले असल्यास पृष्ठांकितीचा पुढील पृष्ठांकन करण्याचा अधिकार रोखता येतो अथवा काढून घेता येतो.

(v) दस्तऐवजाशी संबंधित सर्व व्यक्तींच्या विरुद्ध त्याच्या स्वतःच्या नावाने त्या दस्तऐवजावर दावा दाखल करण्याचा अधिकार पृष्ठांकितीला पृष्ठांकनामुळे प्राप्त होतो.

(vi) तसेच विशिष्ट पृष्ठांकनाद्वारे पृष्ठांकितीला केवळ तो दस्तऐवज पृष्ठांकन करणारा प्रतिनिधी करता येते. तसेच पृष्ठांकक अगर इतर विशेष व्यक्तीच्या वतीने त्या दस्तऐवजाची रक्कम घेणारा प्रतिनिधीही बनविता येते.

उदाहरणे

'अ' व्यक्ती हा त्याच्याकडील चलनक्षम दस्तऐवज हा 'ब' व्यक्तीला खालीलप्रकारे पृष्ठांकित करू शकतो :

(i) 'क'ला पैसे द्या.

(ii) 'क' किंवा त्याचा आदेश यांना पैसे द्या.

(iii) केवळ 'क'लाच पैसे द्या.

(iv) 'क'ला माझ्या उपयोगासाठी पैसे द्या.

(v) 'क' किंवा त्याचा आदेश यांना 'अ'च्या खात्यासाठी पैसे द्या.

(vi) बँकेतील खात्यातील रक्कम 'क'ला द्या.

(vii) 'क'ला पैसे द्या, क ने पृष्ठांकक किंवा इतरांबरोबर केलेल्या कराराप्रमाणे त्यातील काही भाग त्यासाठी वापरा.

वरील उदाहरणांपैकी, खालील प्रकारच्या पृष्ठांकनामध्ये पृष्ठांकितीचा ('क'चा) पुढील पृष्ठांकन करता येण्याचा अधिकार रोखला जातो :

(i) केवळ 'क'लाच पैसे द्या.

(ii) 'क'ला माझ्या उपयोगासाठी पैसे द्या.

(iii) 'क' किंवा त्याचा आदेश यांना 'अ'च्या खात्यासाठी पैसे द्या.

तथापि, खालील पृष्ठांकनामध्ये असा अधिकार रोखला जाऊ शकत नाही.

(i) 'क'ला पैसे द्या.

(ii) 'क्ष' बँकेच्या खात्यातील रक्कम 'क'ला द्या.

(iii) 'क'ला पैसे द्या, 'क'ने पृष्ठांकक किंवा इतरांबरोबर केलेल्या कराराप्रमाणे त्यातील काही भाग त्यासाठी वापरा.

(२) पृष्ठांकन करण्याचा अधिकार असलेल्या व्यक्ती

चलनक्षम दस्तऐवज कायदा, १८८१ (कलम ५१) अनुसार खालील व्यक्ती चलनक्षम दस्तऐवजाचे पृष्ठांकन करू शकतात, जर त्या दस्तऐवजाची चलनक्षमता मर्यादित अथवा नष्ट केली नसेल तर–

(i) प्रत्येक स्वतंत्र आदेशक (धनादेश वा हुंडीचा), वचनचिठ्ठीचा कर्ता, आदाता, तसेच पृष्ठांकिती.

(ii) सर्व संयुक्त आदेशक, कर्ते, आदाते व पृष्ठांकिती.

वरीलपैकी जी व्यक्ती चलनक्षम दस्तऐवजाचे पृष्ठांकन करू इच्छिते, ती व्यक्ती त्या दस्तऐवजाची धारक असावीच लागते. दस्तऐवजाचा आदाता हा सर्वप्रथम त्या दस्तऐवजाचे पृष्ठांकन करू शकतो. त्यानंतर त्या दस्तऐवजाचा धारक असणारी कोणतीही व्यक्ती त्या दस्तऐवजाचे पृष्ठांकन करू शकते. दस्तऐवजाचा आदेशक किंवा कर्ता त्या दस्तऐवजाचा धारक असेल तर तोही त्याचे पृष्ठांकन करू शकतो.

(३) पृष्ठांकितीचे अधिकार (कलम ५०)

ज्याच्या नावे दस्तऐवजाचे पृष्ठांकन करण्यात आले आहे ती पृष्ठांकिती त्या दस्तऐवजाचा धारक बनते, त्यात नमूद रकमेचा मालक बनते तसेच त्या दस्तऐवजाचे पुढे पृष्ठांकन करण्याचा तिला अधिकार प्राप्त होतो.

(४) पूर्ण रकमेचे पृष्ठांकन (कलम ५६)

दस्तऐवजाचे पृष्ठांकन हे नेहमी त्यात नमूद केलेल्या पूर्ण रकमेच्या हस्तांतरणासाठी केले जाते. अपूर्ण रकमेचे पृष्ठांकन वैध ठरते. जर एखाद्या दस्तऐवजाची काही रक्कम अगोदरच अदा करण्यात आली असेल त्याचे मात्र उर्वरित रकमेसाठी पृष्ठांकन करता येते. त्यासाठी त्या दस्तऐवजावर पृष्ठांकन करताना तसे नमूद करावे लागते.

(५) पृष्ठांकनाची मर्यादा (कलम ६०)

चलनक्षम दस्तऐवजाची रक्कम त्यात नमूद केलेल्या काळात जोपर्यंत आदेशिती, बँक किंवा तो दस्तऐवज स्वीकारणारा अदा करीत नाही, तोपर्यंत त्याचे पृष्ठांकन होत राहू शकते. त्याचा कालावधी संपल्यानंतर मात्र पृष्ठांकन होऊ शकत नाही.

(६) मृत पृष्ठांककाचा प्रतिनिधी (कलम ५७)

एखाद्या पृष्ठांककाने मृत्यूपूर्वी दस्तऐवजाचे पृष्ठांकन केले असेल, मात्र पृष्ठांकितीला

तो दस्तऐवज दिलेला नसेल तर त्या पृष्ठांककाच्या मृत्युनंतर ते पृष्ठांकन अवैध ठरते व त्याचा कायदेशीर वारसदार दस्तऐवज केवळ पृष्ठांकितीला देऊन तो चलनक्षम (हस्तांतरित) करू शकत नाही.

(७) पृष्ठांकनांचा क्रम (कलम ११८)

चलनक्षम दस्तऐवजावर ज्या क्रमाने पृष्ठांकने लिहिलेली असतात, त्याच क्रमाने ती पृष्ठांकने प्रत्यक्षात करण्यात आलेली आहेत, असे गृहीत धरण्यात येते.

(८) पुनर्चलनक्षमता

काही वेळेला पृष्ठांककाने दस्तऐवजाचे पृष्ठांकन केल्यानंतर त्या दस्तऐवजाच्या मुदतीपूर्वी तो पुन्हा त्या दस्तऐवजाचा धारक बनतो, याला पुनर्चलनक्षमता असे म्हणतात. या परिस्थितीत दरम्यानचे सर्व पृष्ठांकक या पृष्ठांककाला जबाबदार नसतात.

पुनर्चलनक्षमता ही जबाबदारीतून मुक्त पृष्ठांकनापेक्षा भिन्न असते; कारण त्यामध्ये दरम्यानचे सर्व पृष्ठांकक या पृष्ठांककाला तो पुन्हा धारक झाल्यास त्याला जबाबदार असतात.

(९) मोबदलारहित दस्तऐवज (कलम ४३)

प्रत्येक करारामध्ये मोबदला हा असलाच पाहिजे. चलनक्षम दस्तऐवजांनाही हा नियम लागू होतो. मोबदल्याचा अभाव अथवा मोबदल्याचे अपयश हे संबंधित व्यक्तींच्या व्यवहारांमध्ये कोणतीही शक्ती निर्माण करू शकत नाही.

एखादा चलनक्षम दस्तऐवज हा मोबदल्याविना काढला असेल किंवा पृष्ठांकित केला असेल आणि पुढील धारकाला तो मोबदल्यासाठी हस्तांतरित केला असेल, तर असा धारक त्या दस्तऐवजाची रक्कम हस्तांतरकर्त्याकडून वसूल करून घेऊ शकतो.

स्वाध्याय

अ. दीर्घोत्तरी प्रश्न

१. पृष्ठांकन म्हणजे काय? पृष्ठांकनाचे प्रकार सविस्तर स्पष्ट करा.

ब. मध्यमोत्तरी प्रश्न

१. पृष्ठांकनाचे परिणाम स्पष्ट करा.

क. टिपा लिहा

१. पृष्ठांकनाचे प्रकार

प्रकरण ८

बँक व्यवसायातील तंत्रज्ञान

८.१ बँक व्यवसायातील तंत्रज्ञानाची गरज आणि महत्त्व

८.२ बँक तंत्रज्ञानाचे प्रकार (इलेक्ट्रॉनिक बँकिंग)

८.३ कोअर बँकिंग सोल्यूशन : संकल्पना आणि फायदे

प्रस्तावना

कोणत्याही व्यवसायासाठी 'आधुनिक तंत्रज्ञान' हा परवलीचा शब्द झाला आहे. व्यवसाय संस्था आपल्या ग्राहकांना किती वेगवान व अचूक सेवा पुरविते यावरून त्या संस्थेची कार्यक्षमता ओळखली जाते. त्यासाठी आधुनिक तंत्रज्ञानाची गरज भासते. व्यवसायामध्ये तंत्रज्ञानांचा वापर करून ग्राहकांना उत्कृष्ट सेवेबरोबर नवीन उत्पादने देऊन त्यांना मोठ्या संख्येने आकर्षित करणे व व्यवसाय वाढवणे आणि त्याद्वारे नफा वाढवून मालकांना (भागधारकांना) चांगले उत्पन्न मिळवून देणे शक्य झाले आहे.

बँकांनीदेखील आधुनिक तंत्रज्ञानाचा स्वीकार करून व्यवसायवृद्धी करणे ही आता काळाची गरज बनली आहे. इलेक्ट्रॉनिक, संगणकीकृत आणि ऑनलाईन बँकिंगच्या माध्यमातून बँका आपल्या ग्राहकांना नवनवीन प्रकारच्या सेवासुविधा, उत्पादने, अत्यंत कमी वेळात, बिनचूकपणे, सोईस्कररीत्या व सुरक्षितपणे पुरवू शकतात. ग्राहकांची वाढती संख्या, त्यांच्या वाढलेल्या अपेक्षा, बँकांमधील तीव्र स्पर्धा, परदेशी बँकांशी बरोबरी या आव्हानांना तोंड देऊन व्यवसायात यशस्वी होण्यासाठी बँकांनी आधुनिक तंत्रज्ञानाची कास धरल्याशिवाय गत्यंतर नाही. बदलत्या काळानुसार व परिस्थितीनुसार भारतीय बँकांनी नव्या तंत्रज्ञानाचा अंगीकार करून प्रगतीच्या दिशेने वाटचाल केली असल्याचे दिसून येते.

८.१ बँक व्यवसायातील तंत्रज्ञानाची गरज आणि महत्त्व

आधुनिक तंत्रज्ञानाच्या वापरामुळे बँकिंग व्यवसायाची व्याप्ती विस्तारली गेली. बँका या केवळ ठेव ठेवण्याच्या व कर्ज देणाऱ्या संस्था राहिलेल्या नसून प्रत्येकाच्या आर्थिक जीवनाशी संबंधित अशा त्या महत्त्वपूर्ण घटक बनल्या आहेत. देशाच्या आर्थिक उलाढालीच्या त्या अंग बनल्या असून अर्थव्यवस्थेचा कणा असेही त्यांना संबोधता येईल. तंत्रज्ञानाची प्रगती जसजशी होत आहे, तसतशा बँका ह्या मानवी आर्थिक व्यवहारांशी अधिक जवळ येताहेत व ते व्यवहार सोप्या, सोईस्कर, लवकर, अचूक व सुरक्षितपणे होण्यासाठी मदत करीत आहेत.

बहुमोल उत्पादने आणि बहुविध सेवा आपल्या ग्राहकांना पुरविता यावीत यासाठी बँकांनी माहिती-तंत्रज्ञानाचा अंगीकार केला आहे. रिझर्व्ह बँक ऑफ इंडियाने देखील जानेवारी, १९९५ मध्ये बँकेत एक स्वतंत्र माहिती-तंत्रज्ञान विभाग उभारला, जेणेकरून बँकेतील तंत्रज्ञानाचा दर्जा सुधारता यावा. दिवसेंदिवस तंत्रज्ञानात सुधारणा होत आहे, त्यात भर पडते आहे आणि आज असे एकही क्षेत्र शिल्लक राहिलेले नाही की, जे इलेक्ट्रॉनिक बँकिंगच्या फायद्यांपासून अलिप्त राहिलेले आहे.

(अ) बँक व्यवसायातील तंत्रज्ञानाची गरज

भारतामध्ये ई-बँकिंग हे अलीकडच्या काही वर्षांमध्ये सुरू झाले आहे. भारतात पारंपारिक बँकांचा विकास हा शाखापद्धतीच्या बँकिंगमधून झाला आहे. १९९०च्या दशकात आर्थिक उदारीकरण, खाजगीकरण, वैश्विकरण या प्रक्रियेस भारतात प्रारंभ झाला. त्यातून अ-शाखा बँकिंग पद्धती प्रोत्साहित झाली. नव्या खाजगी बँकांचा जन्म झाला. विदेशी बँकांच्या शाखा मोठ्या संख्येने भारतात येऊ लागल्या. सार्वजनिक बँकांचा अगोदरच प्रचंड मोठा शाखाविस्तार झालेला असल्याने या नव्या खाजगी व विदेशी बँकांना शाखा-जाळ्याअभावी आपला व्यवसाय करून स्पर्धेत टिकून राहणे अवघड दिसू लागले. यावर उपाय म्हणून या बँकांनी आधुनिक तंत्रज्ञानाची कास धरली. माहिती तंत्रज्ञानावर आधारित अशी नवनवी उत्पादने की जी ग्राहकांच्या दृष्टीने अत्यंत उपयुक्त, महत्त्वाची आणि सोयीची होती ती पुरविण्यास प्रारंभ केला. ए.टी.एम., होम बँकिंग, टेलीबँकिंग, नेट बँकिंग यांच्या माध्यमातून ग्राहकांना आपलेसे केले. त्यातून ग्राहक विस्तार केला आणि बलाढ्य सार्वजनिक बँकांशी यशस्वीरीत्या स्पर्धेला तोंड देऊन त्या आगेकूच करू लागल्या.

आधुनिक तंत्रज्ञानाचे वाढते महत्त्व लक्षात घेऊन माहिती तंत्रज्ञानाशिवाय गत्यंतर नाही याचा सार्वजनिक आणि सहकारी बँकांनाही प्रत्यय आला. त्यांनीही आपल्या कार्यपद्धतीत, ग्राहकसेवेत आणि आंतरशाखा-आंतरबँक व्यवहारात तंत्रज्ञानाधारित प्रणालींचा अंगीकार केला.

(ब) बँक व्यवसायातील तंत्रज्ञानाचे महत्त्व

आधुनिक तंत्रज्ञान हा बँकिंग व्यवसायाच्या भविष्याचा तरंग आहे. इलेक्ट्रॉनिक बँकिंग हे आत्तापर्यंत केवळ ए.टी.एम, टेलीबँकिंग इत्यादी पुरते मर्यादित होते. मात्र, इंटरनेट बँकिंगच्या वापरामुळे बँकिंगसेवांमध्ये आमूलाग्र बदल झालेला दिसून येतो. वायरच्या साहाय्याने होणारे संदेशवहन हे मागे पडले आणि बँकांच्या कार्यपद्धतीत क्रांती झाली.

सध्याचे ग्राहक बँकिंग सुविधा घेताना विविध बँका पुरवित असलेली उत्पादने, सेवा यांचा तौलनिक अभ्यास करून जी बँक माहिती तंत्रज्ञानाधारित उत्कृष्ट सेवा पुरविते, त्याच बँकेची निवड करतात. त्यामुळे बँकांनी आपल्या तंत्रज्ञानाचा दर्जा सुधारणे अत्यंत अपरिहार्य झाले आहे. आधुनिक तंत्रज्ञानाचा वापर केल्याशिवाय बँकांना स्पर्धेत टिकणे व प्रगती साधणे अशक्य झाले आहे. यामुळे खाजगी व सार्वजनिक बँकांबरोबरच सहकारी बँकांनीही त्या दिशेने पावले टाकली आहेत. मोठ्या बँकांशी तंत्रज्ञान सहकार्य करून त्यांनी निमशहरी भागातही डी-मॅट., ए.टी.एम. इत्यादी सुविधा आपल्या ग्राहकांसाठी उपलब्ध करून दिल्या आहेत.

अशाप्रकारे, सध्याच्या बदलत्या परिस्थितीत मार्केटमध्ये टिकणे व प्रगती करणे यांसाठी तंत्रज्ञानाच्या वापराचे महत्त्व वाढलेले आहे. माहिती तंत्रज्ञानाकडे खर्च वाचविणारे आणि व्यक्ती-संस्था यांच्याशी परिणामकारक संवाद साधून देणारे एक महत्त्वाचे साधन यादृष्टीने त्याच्याकडे पाहिले जाते आहे.

(क) बँक तंत्रज्ञानाचे ग्राहकांना फायदे

१. **घरबसल्या सोय :** ग्राहकाला घरबसल्या त्याच्या वैयक्तिक संगणकाच्या साहाय्याने बँकिंग सेवा मिळू शकतात.

२. **सर्वत्र बँकिंग :** खातेदार जगात कुठेही असला तरी आपल्या बँकेशी संपर्क करू शकतो आणि तेथून खात्यातील शिलकेची चौकशी, सेवांची विनंती, सूचना देणे अशी कामे करू शकतो. ए.टी.एम.द्वारे तो कोठूनही पैसे काढू शकतो.

३. **सदैव बँकिंग :** रकमांचे व्यवस्थापन अगदी किमान वेळेत होते. दिवसाचे

२४ तास आणि आठवड्याचे सातही दिवस ई-बँकिंग सुविधा उपलब्ध असते.

४. **सोईस्कर बँकिंग :** ई-बँकिंगमुळे ग्राहकांना सोईस्कररीत्या सेवांचा लाभ घेता येणे शक्य झाले आहे. त्यांना शाखेत हेलपाटे घालावे लागत नाहीत.

५. **स्वस्त बँकिंग :** कालावधीचा विचार करता ग्राहकांसाठी बँकिंगचा खर्च हा कमी झालेला दिसून येतो.

६. **सुलभ खरेदी :** वस्तू आणि सुविधांची ऑनलाईन खरेदी आणि त्याचे ऑनलाईन प्रदान शक्य झाले आहे.

७. **कॉर्पोरेट शाखा :** काही बँकांनी स्वतंत्र कार्पोरेट शाखा उघडल्या आहेत आणि त्याद्वारे त्या कार्पोरेट ग्राहकांना विशेषीकृत सेवा पुरवित आहेत. उदा. कर्ज-अर्ज सादर करणे, व्यवस्थापन सेवा इत्यादी.

(ड) बँक-तंत्रज्ञानाचे बँकांना फायदे

१. **स्पर्धा :** तंत्रज्ञानाने सुसज्ज असलेल्या बँका नवनवीन योजना, सुविधा यांच्याद्वारे बाजारातील स्पर्धेत यशस्वी होऊ शकतात.

२. **व्यत्यय नाही :** ग्राहक त्यांच्या कामांसाठी शाखा कार्यालयात येत नसल्याने कामातील व्यत्यय व मानवी हस्तक्षेप टाळला जातो.

३. **जुळवणी :** आंतरशाखा-जुळवणी ही त्वरित करता येऊ शकत असल्याने गैरव्यवहार व अपहारांना आळा बसतो.

४. **नव्या सेवा :** ऑनलाईन बँकिंग हे विविध प्रकारच्या नव्या सेवांचे विपणन व विक्री वाढविण्याचे उत्तम, प्रभावी माध्यम बनले आहे.

५. **सेवांचा दर्जा :** इलेक्ट्रॉनिक बँकिंगमुळे बँकांकडे एकात्मिक ग्राहक माहितीसाठा उपलब्ध होत असल्याने त्यांना आपल्या ग्राहकांना विशेषीकृत व व्यक्तिगत सेवा पुरविणे शक्य झाले आहे. त्यामुळे सेवांचा दर्जा सुधारला आहे.

६. **माहितीप्रवाह :** माहितीचा प्रवाह बिनचूक व जलद होतो. माहितीची प्रक्रिया व संदेशवहनही सुकर व वेगवान होते.

७. **खाते व्यवस्थापन :** खातेदारांच्या मोठ्या संख्येने असलेल्या खात्यांचे योग्यप्रकारे व्यवस्थापन करता येते. खातेदारांचे दररोजचे व्यवहार सोप्या पद्धतीने व सुलभरीत्या पूर्ण करून देता येतात.

८. **खर्च कमी :** आधुनिक तंत्रज्ञानाचा वापर केल्याने मोठ्या प्रमाणावरील बँकेचा व्यावसायिक व्यवहार हाताळण्याचा खर्च कमी येतो.

८.२ बँक तंत्रज्ञानाचे प्रकार (इलेक्ट्रॉनिक बँकिंग)

बहुसंख्य बँकांनी त्यांच्या सेवा संगणक आणि इलेक्ट्रॉनिक साधनांच्या साहाय्याने आधुनिक केल्या आहेत. इलेक्ट्रॉनिक क्रांतीमुळे सेवांमध्ये साधनांचा वापर आणि सहजता आली आणि बँकिंग व्यवहारांमध्ये ग्राहकांना त्याचा फायदा झाला. ई-बँकिंगच्या वापरामुळे बँकांची तसेच ग्राहकांची मोठमोठ्या खातेवह्या आणि कागदपत्रांच्या ढिगातून सुटका झाली. ई-बँक जिला ईझीबँक असेही म्हणता येईल, तिने ई-धनादेश, डी-मॅट खाती, इलेक्ट्रॉनिक डेटा इंटरचेंज (EDI) अशा नवनवीन सुविधा ग्राहकांच्या सेवेसाठी सादर करायला सुरुवात केली.

भारतीय बँका किरकोळ बँकिंगमध्ये मोठ्या प्रमाणावर व्यवसाय करीत आहेत. पारंपरिक बँकिंगकडून ई-बँकिंगकडे बँका वळत असल्याने ग्राहकांच्या अपेक्षादेखील मोठ्या प्रमाणावर बदलत आहेत. आधुनिक तंत्रज्ञानाच्यादृष्टीने बँका पुढील दिशेने पावले टाकीत आहेत.

(i) तंत्रज्ञाचा वापर कार्यालयीन व्यवहारांबरोबरच ग्राहक सेवेसाठी वाढविणे.

(ii) सुरक्षितता, संदेशवहन, नेटवर्किंग यादृष्टीने बँकांची पायाभूत मांडणी (infrastructure) सुदृढ व दर्जेदार करणे.

(iii) वास्तव वेळेतील ढोबळ समेट (R.T.G.S.) वातावरण निर्माण करणे.

(iv) चुंबकीय शाई अक्षरओळख (MICR) तंत्रज्ञानाचा अंगीकार करणे.

(v) धनादेशाच्या त्वरित निरसन व प्रदानासाठी प्रतिमा तंत्रज्ञानाचा वापर करून संचारित धनादेश (Truncated Cheques) वापरण्यास सुरुवात करणे इत्यादी.

बँका सध्या वापरीत असलेल्या तंत्रज्ञानाचे प्रकार (मार्ग) पुढीलप्रमाणे आहेत-

(i) ए.टी.एम. तंत्रज्ञान

(ii) क्रेडिट कार्ड

(iii) डेबिट कार्ड

(iv) टेली बँकिंग (टी बँकिंग)

(v) मोबाईल बँकिंग (एम बँकिंग, एस.एम.एस. बँकिंग)

(vi) नेट बँकिंग (इंटरनेट बँकिंग, ऑनलाईन बँकिंग)

(vii) स्वीफ्ट तंत्रज्ञान

I) ए.टी.एम. तंत्रज्ञान

ऑटोमेटेड टेलर मशीनला 'एनी टाईम मनी' असेही संबोधतात. खातेदाराला त्याच्या खात्यातून पैसे काढता येणारे हे एक स्वयंचलित यंत्र असते. प्रारंभीच्या काळात या यंत्राचा उपयोग केवळ क्रेडिट कार्ड धारकांचे व्यवहार सुकर होण्यासाठी केला गेला. मात्र, जसजशी तंत्रज्ञानाची प्रगती होत गेली, तसतशी सर्व मागणी ठेवीदारांसाठीसुद्धा ही सुविधा उपयोगी पडू लागली.

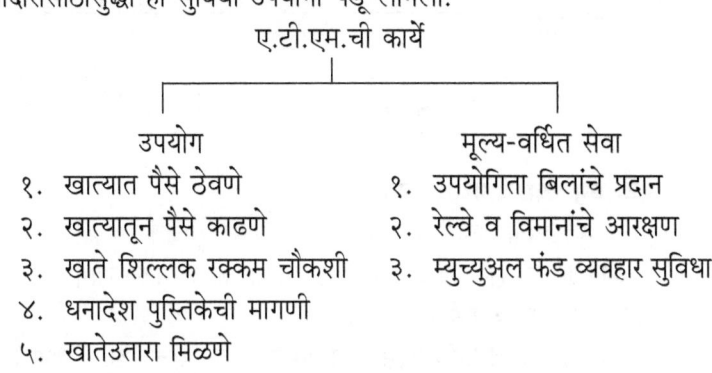

ए.टी.एम.ची कार्ये

उपयोग	मूल्य-वर्धित सेवा
१. खात्यात पैसे ठेवणे	१. उपयोगिता बिलांचे प्रदान
२. खात्यातून पैसे काढणे	२. रेल्वे व विमानांचे आरक्षण
३. खाते शिल्लक रक्कम चौकशी	३. म्युच्युअल फंड व्यवहार सुविधा
४. धनादेश पुस्तिकेची मागणी	
५. खातेउतारा मिळणे	

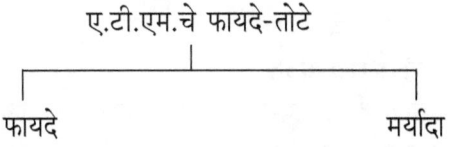

ए.टी.एम.चे फायदे-तोटे

फायदे	मर्यादा
१. २४ तास सेवा उपलब्ध	१. वीजपुरवठा खंडित झाल्यास अडथळे
२. खातेदारांना सोईस्कर	२. कार्ड चोरीला गेल्यास दुरुपयोग शक्य
३. बँक कर्मचाऱ्यांचा ताण कमी	३. संगणक साक्षरता आवश्यक
४. बिनचूक सेवा	४. लोकांची प्रतिकूल मानसिकता
५. प्रवासी लोकांना उपयुक्त	५. बँक कर्मचाऱ्यांचे उद्‌बोधन होत नाही.
६. नव्या चलनी नोटा मिळू शकतात	
७. बँकिंग व्यवहारात गुप्तता	

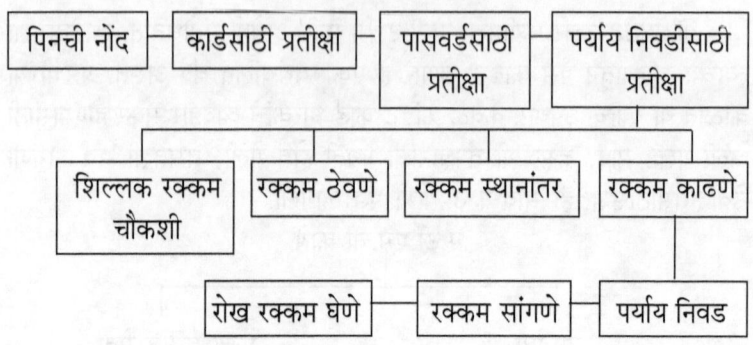

ए.टी.एम.ची कार्यप्रक्रिया

ए.टी.एम.च्या वापराचे नियम

१. कार्डधारकांनी आपले ए.टी.एम. कार्ड नेहमी सुरक्षित ठेवावे.

२. आपला पिन (PIN) क्रमांक गुप्त ठेवावा. तो कोणाला सांगू नये.

३. कार्डवर पिन कधीही लिहून ठेवू नये.

४. ए.टी.एम. कार्ड हरविल्यास तशी बँकेला त्वरित सूचना द्यावी म्हणजे बँक त्या कार्डावरील व्यवहार थांबवते. त्या कार्डपाठीमागील शुल्क मुक्त क्रमांकावर कार्ड हरविल्याची सूचना देता येऊ शकते.

ए.टी.एम.चे सुरक्षा घटक

१. ए.टी.एम.कार्ड ए.टी.एम.च्या विशिष्ट भागात फिरवल्याशिवाय त्या यंत्राचे सुरक्षा दरवाजे उघडत नाहीत.

२. ए.टी.एम.च्या खोलीत कॅमेरा बसविला असल्याने आत येणाऱ्या प्रत्येकाचे व्हिडिओ चित्रण होते.

३. अचूक पिन नोंदविल्याशिवाय ए.टी.एम.चा वापर करता येत नाही.

II) क्रेडिट कार्ड

क्रेडिट कार्ड हे बँकेने तिच्या खातेदाराला दिलेले एक प्लॅस्टिक कार्ड असते. त्याचा उपयोग त्वरित पैसे काढण्यासाठी अगर उधारीवर खरेदी करण्यासाठी केला जातो. खरेदीला जाताना अगर प्रवासाला निघताना क्रेडिट कार्ड धारकाला बरोबर रोख रक्कम बाळगावी लागत नाही. क्रेडिट कार्डशी संबंधित ३ पक्ष असतात. क्रेडिट कार्डधारक, देणारी बँक आणि सदस्य संस्था.

(अ) क्रेडिट कार्डधारक : क्रेडिट कार्डची मुदत साधारणपणे २ वर्षे

असते. क्रेडिट कार्डधारकांना उधारीची किंवा क्रेडिटची विशिष्ट मर्यादा ठरवून दिलेली असते. तो कार्ड घेऊन दुकानात गेल्यावर व माल खरेदी केल्यावर त्या दुकानात ठेवलेल्या यांत्रिक साधनात ते कार्ड फिरवले जाते. त्यातील चार्ज स्लीपवर नोंदी होतात आणि त्या स्लीपवर कार्डधारकाची सही घेतली जाते. त्या चार्जस्लीपवरील सही व क्रेडिट कार्डावरील सही सारखीच असावी लागते. चार्जस्लीपवर देय रक्कम नोंद होते. मूळ बिल व चार्जस्लीपची प्रत कार्डधारकाला दिली जाते. काही व्यापारी कार्डधारकांना अपघात विमा, मेडीक्लेम, सूट अशा सवलती देऊ करतात.

(ब) बँक : क्रेडिट कार्डच्या वाढत्या वापरामुळे बँकेचे उत्पन्नही वाढते. लोकांच्या बँकिंग सवयीतही वाढ होते. केवळ पतधारक लोकांनाच क्रेडिट कार्ड देण्यात येत असल्याने बँकांना होणारा पतधोकाही कमी असतो.

(क) सदस्य संस्था : किरकोळ व मोठे व्यापारी तसेच व्यावसायिक लोक विशिष्ट बँकांचे सदस्य (मेंबर एस्टॅब्लिशमेंट) झाल्यास त्या बँकांच्या क्रेडिटकार्ड धारकांना उधार खरेदीची सवलत देता येते. त्यामुळे साहजिकच विक्रीमध्ये वाढ होते. बँक मध्यस्थ असल्याने उधारी वसुली अगर बुडण्याची चिंता नसते. कार्ड देणाऱ्या बँकेकडून उधारीची रक्कम समेट होते. विक्रीपावत्या बँकेकडे मार्गस्थ होत असल्याने रोख रक्कम हाताळण्याचा धोका टळतो. व्यापाऱ्याची प्रतिष्ठा वाढते व तो क्रेडिटकार्ड नेटवर्कचा घटक बनतो.

मोठ्या बँका स्वतःच्या नावाने व इतर बँका क्रेडिट कार्ड देणाऱ्या संस्थांच्या सहकार्याने क्रेडिटकार्डची सुविधा देतात. क्रेडिटकार्डमुळे कार्डधारकाची जरी क्रयशक्ती वाढत असली तरी त्याला अधिक खर्च करण्याचा मोह होतो आणि तो कर्जाच्या सापळ्यात अडकू शकतो. काही वेळेस कार्डधारकांना रोख सूट मिळण्यापासून वंचित रहावे लागते. कार्डधारकाने चार्ज स्लीपवरील रकमेची खात्री करून मगच त्यावर सही करावी.

III) डेबिट कार्ड

हा इलेक्ट्रॉनिक बँकिंग अंतर्गत प्लॅस्टिक कार्डचा आणखी एक प्रकार आहे. मात्र, क्रेडिट कार्डप्रमाणे उधारीची सवलत डेबिट कार्डवर मिळत नाही. डेबिट कार्ड खात्यावर जेवढी रक्कम शिल्लक असेल, त्या मर्यादेतच कार्डधारक खर्च करू शकतो. खर्च केलेल्या रकमेची नोंद खात्यावर डेबिट (नावे) बाजूला होऊन शिल्लक तेवढ्या रकमेने कमी होते. ज्यांना त्यांच्या उत्पन्नाच्या मर्यादेतच खर्च

करायला आवडते व उधारी अथवा कर्ज आवडत नाही अशा व्यक्तींसाठी डेबिट कार्ड सोयीचे ठरते. डेबिट कार्डचा आणखी एक फायदा म्हणजे खरेदीचा खर्च होईपर्यंत बँकेतील शिल्लक रकमेवर कार्ड धारकाला व्याज मिळते.

डेबिट कार्डची कार्यप्रक्रिया क्रेडिट कार्डप्रमाणेच असते. दुकानातील यांत्रिक साधनाद्वारे त्या कार्डधारकाचे बँकेतील खाते आपोआप डेबिट होते. डेबिट कार्डची मर्यादा म्हणजे कार्डधारकाला त्याच्या बँक खात्यात कायम किमान शिल्लक ही ठेवावीच लागते. तरच तो त्या डेबिट कार्डचा उपयोग करू शकतो. त्याचप्रमाणे डेबिटकार्ड स्वीकारणाऱ्या व्यापारी व व्यावसायिकांची संख्या मर्यादित आहे.

IV) टेलिबँकिंग

टेलिबँकिंग याचा अर्थ बँकिंगशी संबंधित कार्ये टेलिफोन संभाषणाद्वारे पार पाडणे होय. आधुनिक काळात बँक खातेदार आपल्या बँकेशी दूरध्वनीवरून संपर्क साधतो आणि आपल्या खात्याशी संबंधित अगर इतर कार्ये किंवा सेवांचा लाभ बँकेकडून घेतो.

टेलिबँकिंगच्या माध्यमातून बँका आपल्या खातेदारांना खालील सुविधा पुरवितात :
(i) खात्यातील शिल्लक किती आहे याची माहिती घेणे.
(ii) प्रत्येक व्यवहाराचा तपशील माहिती करून घेणे.
(iii) बँका पुरवित असलेल्या विविध सेवा-सुविधांची माहिती मिळविणे.
(iv) ठेवीवर व कर्जावरील व्याजदरांची माहिती घेणे.
(v) खाते उतारा मिळविणे.
(vi) धनादेश पुस्तिकेची मागणी करणे.
(vii) हरविलेल्या धनादेशाबाबत 'प्रदान थांबवा' अशी सूचना देणे.
(viii) मागणी धनाकर्ष मिळविणे.

टेलिबँकिंगमुळे ग्राहकाचा बँकेत जाण्याचा, एका काऊंटरवरून दुसऱ्या काऊंटरवर चौकशी करण्याचा, रांगेत उभे राहण्याचा तसेच अर्ज भरण्याचा त्रास वाचतो. टेलिबँकिंगमुळे ग्राहक आणि बँक यांच्यात एक नाते निर्माण होते. टेलिबँकिंग सुविधा ग्राहकाला बहुविध सेवांच्या पर्यायांमुळे सशक्त करते.

V) मोबाईल बँकिंग

प्रारंभीची मोबाईल बँकिंग ही सुविधा एस.एम.एस. संदेशाद्वारे दिली जात असे. वॅप सपोर्ट असलेले स्मार्ट फोन्स तयार झाल्यावर १९९९ पासून मोबाईल

वेब सेवेचा प्रारंभ झाला आणि युरोपीय देशांनी प्रथमत: आपल्या खातेदारांना सेवा पुरविण्यासाठी त्याचा वापर सुरू केला. २०१० साली ॲपल कंपनीने इ-फोन तयार केला. तसेच गुगलच्या अँड्रॉइड या ऑपरेटिंग प्रणालीवर आधारित फोन्सची संख्या अलीकडे वाढली असल्याने त्याद्वारे बँकांना ॲप्पस् सारख्या विशेष ग्राहक सेवा पुरविता येणे शक्य झाले आहे.

मोबाईल बँकिंग सेवांचे स्वरूप पुढील तीन प्रकारचे असते :-

(अ) मोबाईल अकाउंटिंग – बँकिंग व्यवहारांची सुविधा.

(ब) मोबाईल ब्रोकरेज – भागबाजारातील व्यवहारांची सुविधा.

(क) मोबाईल वित्तीय माहिती सेवा – ग्राहकाधिष्ठित माहिती पुरविणे व खात्याचे व्यवस्थापन करणे.

मोबाईल बँकिंगद्वारे पुढील प्रकारच्या सेवा पुरविल्या जातात

मोबाईल बँकिंग सेवा

खात्याची माहिती

(१) खातेउतारा मिळणे.
(२) खाते व्यवहारांसंबधी अलर्ट्स मिळणे.
(३) मुदत ठेव खात्यांचे व्यवस्थापन.
(४) कर्जउतारा मिळणे.
(५) डेबिट/क्रेडिट कार्ड उतारा मिळणे.
(६) म्युच्युअल फंड/इक्विटी उतारा.
(७) विमापत्र व्यवस्थापन.
(८) निवृत्ती योजना व्यवस्थापन.
(९) धनादेशाची अवस्था (स्टेट्स) विचारणे.
(१०) धनादेश प्रदान सूचना.
(११) धनादेश पुस्तिका कार्ड्स मागवणे.
(१२) खात्यातील शिल्लक विचारणे.
(१३) प्रदानांची देय तारीख विचारणे.

खात्यातील व्यवहार

(१) देशात व परदेशात रकमा वर्ग करणे.
(२) छोट्या रकमांच्या खर्चाचे प्रदान
(३) मोबाईल रिचार्जींग.
(४) व्यावसायिक देणी प्रदान प्रक्रिया.
(५) बिलांचे प्रदान प्रक्रिया.
(६) व्यक्तिगत प्रदान.
(७) बँकिंग अभिकर्त्याकडे पैसे काढणे.
(८) बँकिंग अभिकर्त्याकडे पैसे भरणे.

(१४) पिन (PIN) संबंधी बदल.

(१५) हरविलेली कार्ड्स ब्लॉक करणे.

गुंतवणूक

(१) गुंतवणूक व्यवस्थापन सेवा.

(२) वास्तव वेळेतील भाग निविदा.

(३) भाग-रोखे यांच्या किमतीतील बदलांविषयी अलर्ट्स.

इतर सेवा

(१) कर्ज विनंतीची स्थिती (स्टेट्स).

(२) तक्रार, विनंती, डेटा, इ. पाठविणे/मिळणे.

(३) ए.टी.एम.चा पत्ता विचारणे.

(४) स्थानाधिष्ठित सेवा.

(VI) नेट बँकिंग

अलीकडील काळात प्रत्येक सुशिक्षित व्यक्ती हा संगणक-साक्षर देखील झाला आहे. इंटरनेट ही तर आधुनिक तंत्रज्ञानाने मानवाला दिलेली एक अनमोल देणगी आहे. इंटरनेटच्या बहुविध उपयोगांपैकी नेट बँकिंग हा एक महत्त्वपूर्ण उपयोग आहे. ज्या खातेदाराजवळ संगणक व त्याला इंटरनेटची जोडणी असेल तर तो इंटरनेट बँकिंगची सुविधा वापरू शकतो. त्याला बँकेत न जाता घरबसल्या बँकिंगचे नेहमीचे व्यवहार इंटरनेटद्वारा पार पाडता येतात.

खातेदाराला संगणकावरील इंटरनेट सुरू करून त्याद्वारे बँकेच्या वेबसाईटला भेट द्यावी लागते. तो त्या होमसाईटला त्याच्या युजर नेम व पासवर्डच्या साहाय्याने लॉग ऑन झाला की, त्याला संगणकाच्या पडद्यावर त्याला त्याचे खाते व बँकेच्या विविध सेवांचे पर्याय दिसू लागतात. त्याला हव्या असलेल्या सुविधेच्या पर्यायावर त्याने क्लिक केले असता त्याला त्या सुविधेसंबंधीचा अर्ज दिसू लागतो. तो ऑनलाईन अर्ज भरून ई-मेलद्वारे बँकेला पाठवला जातो. बँकेला ती माहिती मिळाल्यावर त्याप्रमाणे कार्यवाही करून त्याचे उत्तर पुन्हा खातेदाराला ई-मेलद्वारे पाठवले जाते.

नेटबँकिंग सुविधेद्वारे बँका आपल्या ग्राहकांसाठी खालील प्रकारची कार्ये/ सुविधा पुरवितात–

(१) खात्यावर किती रक्कम शिल्लक आहे त्याची माहिती व खातेउतारा मिळणे.

(२) खातेदाराने दिलेला धनादेश सध्या कोणाकडे आहे व तो कोणत्या स्थितीत आहे याची माहिती.

(३) त्याने दिलेल्या धनादेशाचे 'प्रदान थांबवा' या सूचनेची कार्यवाही. यात धनादेश क्रमांक व कारण द्यावे लागते.

(४) धनादेश पुस्तिका संपली असल्यास तिची मागणी.

(५) दोन वेगवेगळ्या शहरांत राहणाऱ्या व वेगवेगळ्या शाखांच्या खातेदारांच्या खात्यातील रकमा एकाकडून दुसऱ्याच्या खात्यात वर्ग करणे. त्यामुळे तिसऱ्या पक्षाला रक्कम वर्ग करून त्याची देणी भागविता येतात.

(६) खातेदाराच्या खात्यातून देय असलेल्या मागणी धनाकर्ष अथवा बँक धनाकर्ष देण्याची विनंती. यात तो कोणाला द्यायचा आहे त्याचे नाव, ठिकाण, रक्कम इ. तपशील द्यावा लागतो.

इंटरनेट बँकिंगद्वारे सोईस्कररीत्या, सुरक्षितपणे आणि गुप्तता राखून व्यवहार केले जात असल्याने त्याच्या वापरामध्ये वाढ होताना दिसते. इंटरनेटद्वारे बँक व तिचा ग्राहक यांमध्ये एक वेगळे नाते निर्माण होते. खातेदार सतत बँकेची वेबसाईट पाहून नव्या सुविधांचा शोध घेत राहतो, तर बँका आपल्या ग्राहकांना खात्रीशीर सेवा पुरवून त्यांना समाधानी ठेवण्याचा प्रयत्न करत असतात. नजीकच्या भविष्यकाळात इंटरनेट बँकिंगद्वारा ग्राहकांकडून आणखी नव्या प्रकारच्या सुविधा, सेवा, उत्पादने यांची निश्चितच मागणी वाढत असल्याचे दिसून येते.

(VII) स्विफ्ट (SWIFT) तंत्रज्ञान

स्विफ्ट याचा अर्थ (पूर्ण रूप) 'सोसायटी फॉर वर्ल्डवाईड इंटर बँक फायनान्शियल टेलिकम्युनिकेशन' असा आहे. संपूर्ण जगभर पसरलेले हे असे नेटवर्क आहे की, ज्याद्वारे या संस्थेचे सदस्य उदा. बँका, वित्तीय संस्था इ. संदेशांची आपापसात देवाण-घेवाण करतात आणि त्याद्वारे आपल्या खातेदारांचे पैसे एका देशातून दुसऱ्या देशात पाठवतात.

स्विफ्टची स्थापना १९७३ साली ब्रुसेल्स येथे झाली. तेथेच त्याचे मुख्यालय आहे. टेलेक्सद्वारे पैसे पाठविण्याच्या मर्यादांचा विचार करून ७ मोठ्या आंतरराष्ट्रीय बँकांच्या प्रतिनिधींनी स्विफ्ट या पर्यायी व्यवस्थेची स्थापना केली. १९७५ साली मूलभूत प्रक्रिया, दायित्वाचे नियम इ. ठरविले गेले. लॉजिका या सॉफ्टवेअरच्या मदतीने आर्थिक व्यवहारांसाठी सामान्य प्रमाणके, वापरलेल्या माहितीची प्रक्रिया पद्धत आणि जगभरात वापरता येईल असे संदेशवहन नेटवर्क स्थापले गेले. १९७७ साली पहिला संदेश पाठवला गेला. सध्या जगभरातील २१२ देशांमधील १०,००० हून अधिक बँका, वित्तीय, व्यापारी व व्यावसायिक संस्था स्विफ्टच्या

सदस्य आहेत. त्यामध्ये गुंतवणूक व्यवस्थापन संस्था, निरसन गृहे, कस्टडी, मनी ब्रोकर्स, रोखे दलाल, सेंट्रल डिपॉझिटरीज्, शेअरबाजार, ट्रेझरीज, व्यापारी संस्था, कंपन्या, विश्वस्त संस्था इ.चा समावेश होतो.

स्विफ्ट पुढीलप्रकारच्या सेवा पुरविते. (केवळ संदेशवहनाद्वारे)

(i) भाग व रोखे खरेदी-विक्री

(ii) ट्रेझरी व डेरिव्हेटीव्हज्, निरसन इ.

(iii) रोकड व्यवस्थापन, रक्कम स्थानांतरण, प्रदान समेट इ.

(iv) व्यापार सेवा, परकीय चलनाचे रूपांतरण, पतपत्रे देणे इ.

(v) स्थायी आदेशाद्वारे नियमित प्रदान, अकाउंटिंग एन्ट्री इ.

प्रत्येक सदस्य संस्थेला स्विफ्टकोड (एम टी ही दोन अक्षरे व नंतर ३ अंक) दिला जातो. संदेशांच्या देवाण-घेवाणीचे व्यवस्थापन व नियंत्रणासाठी अमेरिका, नेदरलॅण्डस व स्वित्झर्लंड येथे ३ डेटा सेंटर्स उभारण्यात आली आहेत. दररोज अहोरात्र लक्षावधी संदेशांची देवाण-घेवाण चालू असते. स्वस्त, वेगवान, सुरक्षित व सोईस्कर अशी ही सेवा आहे. ही केवळ संदेशांची देवाण-घेवाण करते. बँकांमधील रक्कम स्वत: प्रत्यक्ष वर्ग करीत नाही. खातेदाराची बँक डेटा सेंटरला संदेश पाठवून विशिष्ट देशातील विशिष्ट क्रमांकाच्या खातेदाराला विशिष्ट रक्कम स्थानांतरणाची विनंती करते. काही मिनिटातच संबंधित खातेदाराच्या खात्यात रक्कम जमा केली जाते. डेटा सेंटरच्या माध्यमातून स्विफ्ट त्या आदेशित बँकेला तसा संदेश पाठवून संबंधित खातेदाराच्या खात्यात रक्कम जमा करण्याची ग्वाही देते व या दोन देशातील दोन बँका नंतर आपल्या रोख रकमेच्या समेटाचे व्यवहार समांतर पद्धतीने करतात. परदेशातील बँकेची शाखा जर आदेशक बँकेच्या देशात असेल तर रोख रकमांचे हस्तांतरण सोपे होते.

८.३ कोअर बँकिंग सोल्यूशन : संकल्पना आणि फायदे

कोअर बँकिंग सोल्यूशनचा अर्थ आणि व्याख्या

कोअर बँकिंग सोल्यूशन ही एक अशी संकल्पना आहे की, ज्यामध्ये बँकांच्या सर्व शाखांमधील माहिती व आकडेवारी (Data) केंद्रीय कार्यालयात (त्या बँकेच्या मुख्यालयात) एकत्र केला जातो आणि तो डाटा त्या बँकेच्या सर्व शाखांना त्यांच्या व्यवसायासाठी आणि ग्राहकांना कार्यक्षम सेवा पुरविण्यासाठी वापरला जातो. दुसऱ्या शब्दांत, कोअर बँकिंगला सदासर्वत्र बँकिंग (Anytime & Everywhere Banking) असेही म्हणतात.

'कोअर बँकिंग सोल्यूशन म्हणजे बँकेने आपल्या खातेदारांसाठी पुरविलेल्या सुविधांचा असा समूह की, ज्यामध्ये बँकेच्या प्राथमिक व दुय्यम कार्यापासून ते किरकोळ बँकिंग उत्पादने व सेवांच्या उपलब्धतेचाही समावेश होतो.'

अलीकडे बँकांना असे आढळले आहे की, किरकोळ ग्राहक हेच खरे त्यांचे गाभ्याचे (Core) म्हणजे अत्यंत महत्त्वाचे ग्राहक असतात. त्यामुळे या किरकोळ व्यवसायाचे व्यवस्थापन करण्यासाठी त्यांनी स्वतंत्र व्यवस्था केलेली दिसते आणि बँकेतील मोठा व्यवसाय हा त्या बँकेच्या कॉर्पोरेट बँकिंग विभागामार्फत हाताळला जातो.

कोअर (CORE) या शब्दाचे पूर्ण रूप 'सेंट्रलाईज्ड ऑनलाईन रियल-टाईम एन्व्हायरमेंट' याचा मूळ अर्थ असा की, बँकेच्या सर्व शाखा आपल्या व्यवसायासाठी त्या बँकेच्या मुख्यालयातील केंद्रीकृत डाटा सेंटरचा वापर करतात. सर्व संगणकीकृत शाखा या मुख्यालयातील सर्व्हरशी जोडलेल्या असतात.

गार्टनर याने म्हटल्याप्रमाणे, 'कोअर बँकिंग पद्धती ही पाठीमागे कार्य करणारी पद्धती असते की, ज्यामध्ये दररोजच्या बँकिंग व्यवहारांची प्रक्रिया केली जाते तसेच खात्यांचे आणि इतर वित्तीय नोंदींचे अद्ययावत करण (Update) केले जाते.'

थोडक्यात, कोअर बँकिंग सोल्यूशन्स म्हणजे एखाद्या विशिष्ट बँकेच्या सर्व शाखांचे असे नेटवर्किंग करणे की, ज्यामुळे खातेदाराला आपले खाते आणि इतर बँकिंग सुविधा त्या बँकेच्या कोणत्याही शाखेतून वापरता येतात. एका शाखेत त्याचे खाते असले तरी दुसऱ्या शाखेतून तो त्याचे खाते वापरू शकतो. त्यामुळे तो खातेदार हा एका शाखेचा खातेदार न राहता तो त्या बँकेचा खातेदार बनतो. त्यामुळे मिळणाऱ्या सेवांची व्याप्ती वाढून सदासर्वत्र बँकिंगमुळे त्याची फार मोठी सोय होते.

कोअर बँकिंगची वैशिष्ट्ये

१. संदेशवहन तंत्रज्ञान व माहिती तंत्रज्ञान यांचे एकत्रीकरण करून त्यांचा बँकेच्या कोअर (महत्त्वाच्या) गरजांसाठी वापर म्हणजे कोअर बँकिंग होय.

२. इन्फोसिस कंपनीने तयार केलेले फिनॅकल (Finacle) व टाटा कन्सल्टन्सी सर्व्हिसेसने तयार केलेले टी सी एस बँक्स (TCS Banks) ही Core Banking Solutions ची सॉफ्टवेअर्स बँका वापरतात.

३. ॲक्सेंचर, आय.बी.एम., एच.पी. या कंपन्या बँकांना कोअर बँकिंगची आऊटसोअर्स सुविधा पुरवितात.

४. प्रत्येक खातेदाराला ११ अंकी युनिक आयडेंटिटी क्रमांक देण्यात येतो. बँकेशी कोणताही व्यवहार करताना हा क्रमांक नमूद करावा लागतो.

५. इंटरनेट व मोबाईल सुविधा मिळण्यासाठी खात्यात विशिष्ट किमान शिल्लक रक्कम असावी लागते. बँकेकडून खातेदाराला युजर आय. डी. आणि पासवर्ड दिला जातो. त्याचा वापर व्यवहार करताना करावा लागतो.

कोअर बँकिंग सेवा पुरविण्याचे मार्ग

(१) **ए.टी.एम. –** इलेक्ट्रॉनिक डिलिव्हरी प्रणालीच्या साहाय्याने ऑटोमेटेड टेलर मशीनच्या आधारे बँकेत न जाता सोयीच्या वेळी केव्हाही पैसे काढता येतात.

(२) **क्रेडिट कार्ड –** खात्यातून पैसे काढण्यासाठी अगर उधारीवर खरेदी करण्यासाठी बँकेने पुरविलेल्या या प्लॅस्टिक कार्डचा उपयोग होतो.

(३) **डेबिट कार्ड –** हे असे ए.टी.एम. कार्ड आहे ज्याचा उपयोग विशिष्ट यांत्रिक ठिकाणी (outlet) पैसे प्रदान करण्यासाठी होतो. डेबिट कार्ड खातेदाराच्या खात्यातून रक्कम आपोआप नावे (डेबिट) होते.

(४) **इंटरनेट बँकिंग –** इंटरनेट बँकिंगच्या साहाय्याने, बँकेमध्ये न जाता केवळ संगणकाच्या साहाय्याने पुढील कार्ये खातेदार पार पाडू शकतो : (i) खात्याची चौकशी, (ii) धनादेश पुस्तिकेची मागणी, (iii) धनादेशाचे प्रदान थांबवा (Stop Payment) सूचना, (iv) धनादेशाचा आदर झाला का याची चौकशी, (v) स्वतःच्या खात्यातील निधी हस्तांतर करणे, (vi) अंतर्गत निधी स्थानांतरण, (vii) इतर ग्राहक सुविधा, (viii) उपयोगी देखभाल, (ix) कर्जपरतफेड इ.

(५) **मोबाईल बँकिंग –** याद्वारे खातेदाराला पुढील सुविधा मिळतात – (i) खात्यातील शिल्लक समजणे, (ii) कारणास्तव बँक स्टेटमेंटसाठी विनंती, (iii) धनादेश पुस्तक देण्याची विनंती, (iv) धनादेशाचे प्रदान थांबवा सूचना, (v) धनादेश संमत झाला का ते विचारणे.

कोअर बँकिंगचे खातेदाराला होणारे फायदे (कोणत्याही शाखेत उपलब्ध असणारे)

१. खात्यातील जमा, नावे नोंदी तसेच शिल्लक रकमेची चौकशी.

२. धनादेशाद्वारे खात्यात रक्कम जमा किंवा काढणे.
३. खात्यात रोख रक्कम भरणे.
४. दुसऱ्या खातेदार व्यक्तीच्या खात्यात रोख किंवा धनादेश जमा करणे.
५. बँक स्टेटमेंट मिळणे.
६. त्याच्या खात्यातून त्याच बँकेतील इतर कुठल्याही खात्यात पैसे वर्ग करणे.
७. कोणत्याही शाखेतून मागणी धनाकर्ष अथवा बँक धनाकर्ष घेणे. रक्कम ऑनलाईन जमा किंवा नावे होते.
८. ए.टी.एम., बिल पेमेंट, टेली बँकिंग, इंटरनेट बँकिंग, मोबाईल बँकिंग इ. सुविधा वापरणे.
९. बँकिंगचा आनंददायक अनुभव घेणे.
१०. एका खात्यातील रक्कम विशिष्ट मर्यादेपर्यंत पोहोचल्यास ती त्याच खातेदाराच्या दुसऱ्या खात्यात वर्ग होणे (स्वीप इन, स्वीप आऊट) (स्वयंप्रवाहीत खाते)
११. ऑनलाईन बँकिंगची सुविधा अहोरात्र उपलब्ध असणे.
१२. सेवा जलदगतीने मिळणे.

कोअर बँकिंग सोल्यूशनचे बँकेला होणारे फायदे

(१) आंतरशाखा समाशोधन (Reconciliation) अचूक व जलदगतीने करता येते.
(२) नव्या सुविधा, उत्पादने व डेटाबेस शाखांना सहज, सोप्यापद्धतीने उपलब्ध होतात, त्यामुळे त्यांना आपला कार्यविस्तार वाढविता येतो.
(३) खातेपुस्तक देखभाल, व्याज रक्कम काढणे, इतर पुस्तक-पालन नोंदी हे बाजूला ठेवून कमी वेळेत व बिनचूक केले जाऊ शकते.
(४) खातेदारांना इंटरनेट बँकिंग, ए.टी.एम., मोबाईल बँकिंग अशा विविध मार्गांनी अहोरात्र सेवा पुरविली जाऊ शकते.
(५) व्यवहार व निरसन अत्यंत कमी वेळात पार पाडले जाते.
(६) बँकेची कार्यक्षमता वाढते.
(७) डेटा शेअरिंग व माहितीची द्विरुक्ती टाळणे या गोष्टी शक्य होतात.
(८) ग्राहकांपर्यंत कमी वेळा नवीन प्रॉडक्ट्स पोहोचतात.
(९) खातेदारांना आनंददायी बँकेचा अनुभव दिल्याने त्यांचे समाधान व बँकेवरील निष्ठा वाढते.

कोअर बँकिंग अंतर्गत घटक

१. ठेव प्रणाली – खातेदारांच्या विविध ठेव खात्यातील रकमा या स्थिर किंवा बदलत्या अशा योग्य व्याजदराने अचूक व जलदगतीने प्रक्रियाकृत केल्या जातात.

२. कर्ज प्रणाली – कर्जदार, कर्ज रक्कम, त्याला जमा, नावे नोंदी, व्याज आकारणी इ. बाकी सुलभतेने व जलदपणे केल्या जाऊन त्या बँकेच्या सर्वसाधारण खतावणीमध्ये पाठवल्या जातात.

३. सर्वसाधारण खतावणी (जनरल लेजर) – संपूर्ण बँकेचे मिळून एक सर्वसाधारण खतावणी असते. त्यात प्रत्येक शाखेतील प्रत्येक व्यवहाराची नोंद केली जाते. या खतावणीचे शाखावार, विभागवार, देशवार असे विभाजित सादरीकरण करता येते. त्यामुळे प्रत्येक दिवसाच्या सुरुवातीला कालपर्यंत झालेले व्यवहार विचारात घेऊन प्रत्येक शाखेला आपली आर्थिक स्थिती समजू शकते.

४. ग्राहक माहिती प्रणाली (Customer Information system) – प्रत्येक ग्राहकाला सी.आय.एस. क्रमांक दिला जाऊन त्यांचे नाव, वय, पत्ता, संपर्क क्रमांक, व्यवसाय, पत इतिहास इ. सर्व माहिती साठविली जाते. एकाच खातेदाराची सर्व खाती सी.आय.एस.ने त्याच्या युनिक आय.डी.ला जोडली जातात. सी.आय.एस.मुळे कुठल्याही शाखेमध्ये प्रत्येक खातेदाराची माहिती उपलब्ध होते.

५. व्यवस्थापन माहिती प्रणाली – ठेवी व कर्जे हा बँकेचा कोअर (महत्त्वाचा) व्यवसाय असतो. त्याबद्दलची माहिती बँकेतील कोणालाही सहज उपलब्ध होते. त्याद्वारे व्यवसायासंबंधीचे योग्य निर्णय त्वरित घेतले जाऊ शकतात.

स्वाध्याय

अ. दीर्घोत्तरी प्रश्न
   १. बँक व्यवसायातील आधुनिक तंत्रज्ञानाची गरज आणि महत्त्व स्पष्ट करा.
   २. बँक व्यवसायातील तंत्रज्ञानाचे महत्त्व सांगा. बँक तंत्रज्ञानाचे प्रकार सांगा.

ब. मध्यमोत्तरी प्रश्न
   १. ई-बँकिंग अंतर्गत बँका कोणकोणत्या प्रकारचे आधुनिक तंत्रज्ञान वापरतात ते सांगा.

क. टिपा लिहा
   १. कोअर बँकिंग प्रणाली
   २. ई-बँकिंग

पुणे विद्यापीठाच्या प्रथम वर्ष कला व वाणिज्य शाखेच्या सुधारित अभ्यासक्रमानुसार (२०१३-१४) नामवंत लेखकांनी लिहिलेली उपयुक्त क्रमिक पुस्तके. तसेच महाराष्ट्रातील इतर सर्व विद्यापीठांना उपयुक्त.

(एफ.वाय.बी.कॉम.)

१) व्यावसायिक अर्थशास्त्र — डॉ. एस. व्ही. ढमढेरे
डॉ. एस. जी. शिंदे

२) विपणनशास्त्र आणि विक्रयकला — डॉ. एस. व्ही. कडवेकर
(विपणनशास्त्राची मूलतत्त्वे)

३) व्यावसायिक पर्यावरण व उद्योजकता — प्रा. रवींद्र कोठावदे

४) कार्यालयीन संघटन-कौशल्ये — डॉ. जगदीश लांजेकर

५) ग्राहक संरक्षण व व्यावसायिक नीतिमूल्ये — डॉ. जगदीश लांजेकर

6) Financial Accounting — Prof. Vaishali Apte
Prof. Suresh Bhirud
Prof. Bhaskar Naphade

7) Business Economics — Prof. Vaishali Apte

8) Marketing and Salesmanship — Dr. S. V. Kadavekar
(Fundamentals of Marketing)

9) Business Environment & Entrepreneurship — Prof. Ravindra Kothavade

10) Business Mathematics and Statistics

(एफ.वाय.बी.ए.)

१) भारतीय अर्थव्यवस्था : समस्या व भवितव्य — प्रा. डॉ. सतीश श्रीवास्तव
(Indian Economy : Problems and Prospects)

२) भारतीय शासन व राजकारण — प्रा. नितीन बिरमल
(Indian Government and Politics) — प्रा. वैशाली पवार

३) सामान्य मानसशास्त्र — प्रा. मुकुंद इनामदार
(General Psychology) — प्रा. केशव गाडेकर
डॉ. अनिता पाटील

४) समाजशास्त्र परिचय — प्रा. पी. के. कुलकर्णी
(Introduction to Sociology)

५) छत्रपती शिवाजी महाराज आणि शिवकाल : (सन १६३०-१७०७) डॉ. गणेश राऊत
(Chhatrapati Shivaji Maharaj and his times : 1630 - 1707)

६) भूरूपशास्त्राची मूलतत्त्वे — श्रीकांत कार्लेकर, अ. वि. भागवत
(Elements Of Geomorphology)

७) आधुनिक भारतीय राजकीय विचार — डॉ. प्रकाश पवार
(Modern Indian Political Thought)

Diamond Encyclopaedia of Commerce
डायमंड
वाणिज्यकोश

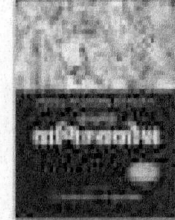

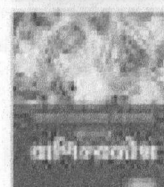

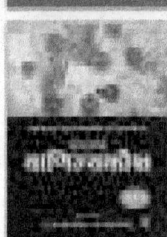

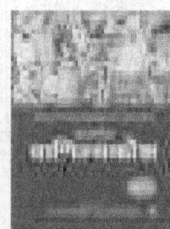

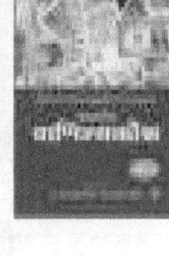

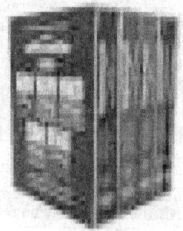

टिपा

टिपा